BÁO CÁO NGHIÊN CỨU
(STUDY REPORT)
HIỆN TRẠNG ĐẢNG CSVN VÀ VIỆT NAM TRONG BỐI CẢNH TOÀN CẦU HÓA MỚI
(THE VCP REALITY AND VIETNAM IN THE NEW GLOBALISATION)

TRẦN ĐÌNH SƠN (ĐAN TÂM)
30 Tháng 9 Năm 2024

Cống hiến

Gửi những đứa con yêu quý của bố: **Nam Buu, Trac Ngoc & Trung Quan**—
Các con là niềm vui và nguồn cảm hứng lớn nhất của bố. Cuốn sách này là một biểu tượng nhỏ của tình yêu bố dành cho các con, cũng như niềm tự hào vô bờ bến khi được làm cha của các con. Mong rằng các con luôn theo đuổi ước mơ với lòng dũng cảm và sự nhân hậu.

Về Tác giả

Sinh năm 1947 tại La Châu, Nghĩa Trang, Tư Nghĩa – Quảng Ngãi. Tốt nghiệp ngành Hóa Học (Chemistry) và ngành Thủy Hóa (Hydrologie Chimique / Marine Chemistry) tại Viện Đại Học Sài Gòn (1971). Giảng dạy lý thuyết Hóa Học Đại Cương và Hóa Học Hải Dương tại Đại Học Duyên Hải Nha Trang từ 1972 đến 1975. Định cư tại Vương Quốc Anh từ năm 1984 đến nay. Theo học ngành Toán & Khoa Học Điện Toán (Mathematics & Computer Science) tại đại học London từ 1985 đến 1989. Phụ khảo tại đại học UCL (University College London) từ 1989 đến 1992. Giảng viên (Lecturer) dạy Toán Đại Số cho sinh viên của Lewisham College London trước khi về hưu sinh sống tại Vương Quốc Anh. Trong thời gian về hưu, vào năm 2023 đã phát minh ra lời giải cho 3 bài toán cổ Hy Lạp thách đố nhân loại hơn 2500 năm và sau đó năm 2024 đã phát minh ra 3 bài toán mới và lời giải mới cho những bài toán mới nầy. Tất cả 6 công trình phát minh nầy đã được quốc tế Toán Học thừa nhận và xuất bản trên các Journal quốc tế, kể cả trên thư viện của đại học Cornel ở New York. Hiện đang tiếp tục nghiên cứu 8 vấn đề mới chưa xuất hiện trước đây trong Toán Học Euclide.

MỤC LỤC

Lời Tựa

Khảo sát chính xác về "Hiện Trạng Cộng Hòa Xã Hội Chủ Nghĩa Việt Nam (CHXHCNVN)" bằng "Kỹ năng Tầm Nhìn Sự Kiện" là một công việc phức tạp. Tuy nhiên nếu xác định cho thật đúng về "Hiện Trạng Thực Tế Của Đảng Cộng Sản Việt Nam (CSVN)" thì sẽ dễ dàng nhận ra "Hiện Trạng Nước CHXHCNVN", bởi vì đảng này đã, đang kiểm soát và chi phối toàn diện về kinh tế, xã hội và chính trị của Việt Nam từ 45 năm qua. Do đó, biết chính xác hiện trạng của đảng CSVN hiện nay sẽ nhìn ra thực trạng của nước VN trong tương lai trước mắt ngay sau đại dịch Virus Vũ Hán (Covid-19).

Nắm bắt được hiện trạng của nước CHXHCNVN thật rõ ràng và cụ thể, sẽ nhìn ra hướng biến chuyển tất yếu của quốc gia VN theo quy luật tất yếu của xã hội, kinh tế & chính trị vào thời kỳ đầu của Thế Kỷ 21. Để khảo sát chính xác hơn, cũng còn cần đến việc xem xét nguy cơ và hiện trạng nước Cộng Sản Trung Quốc (TC) - một nguyên bản gốc của nước CHXHCNVN – để dễ bề so sánh.

Thế giới đã sang trang để đi vào một thời kỳ phát triển mới và sẽ hình thành một trật tự quốc tế khác trong khuôn khổ những thể chế mới sẽ đến trong vài năm trước mặt.

Đại dịch Covid-19 lay động tất cả, bắt buộc tất cả các quốc gia và từng con người phải thay đổi đến tột cùng, càng làm rõ thêm những đặc trưng mới của thời kỳ sang trang này. Như vậy VN có sang trang sớm sủa trong bối cảnh toàn cầu hóa mới kể từ năm 2020 này hay không ?

Trước hết cần xem xét rõ hiện trạng của Đảng Cộng Sản Việt Nam (ĐCSVN).

Phần Một
NGUY CƠ SỐNG CHẾT CỦA ĐẢNG CSVN

Kể từ biến cố Đồng Tâm và nạn dịch toàn cầu Covid-19 đến nay, mọi người ai ai cũng đều thấy rõ là các vấn nạn sống chết của ĐCSVN từ ba mươi năm trước (1990-2020) đã và đang dồn dập xảy ra theo một cường độ đáng kể.

Hãy lược qua 26 nguy cơ của ĐCSVN thông qua 3 tác nhân:

> ➢ 11 Nguy cơ tự thân & nội tại của ĐCSVN
> ➢ 04 Nguy cơ do sự kiện tự nhiên đến từ quốc tế
> ➢ 11 Nguy cơ đến từ ĐCSTQ

Chương 1

Mười Một Nguy Cơ Tự Thân & Nội Tại của Cộng Sản Việt Nam

Đảng Cộng Sản Việt Nam (ĐCSVN/CSVN) tự biết rõ những nguy cơ cốt lõi & thiết tử này hơn ai hết, vì nó xảy ra từ bên trong và do chính đảng viên của họ tạo ra *(Trung tướng Công an Bùi Quốc Huy, Trần Mai Hạnh, Phạm Sỹ Chiến, Đinh La Thăng, Trịnh Xuân Thanh, Nguyễn Bắc Sơn, Trương Minh Tuấn, Vũ Huy Hoàng, Hồ Thị Kim Thoa, Lê Thanh Hải, Nguyễn Văn*

Hiến, Trung tướng Nguyễn Văn Thành, Trung tướng Trần Xuân Ninh, Tất Thành Cang, v.v... là một số nhỏ các ví dụ nổi bật).

Những nguy cơ nội tại lớn nhất và nguy hiểm nhất này là những sự kiện cụ thể mà trong hay ngoài ĐCSVN đều biết và thấy rất rõ, có thể được liệt kê chi tiết như sau:

1. Nguy cơ do "Dân bất an" và đảng viên cũng bất an

Theo báo Tuổi Trẻ, ngày 09/06/2017, Đại biểu Đặng Thuần Phong *(Bến Tre)* phát biểu trước Quốc hội CSVN: *"Dân bất an khi tham nhũng nhiều, rừng sắp hết, biển gần chết..."* và báo cáo liệt kê chi tiết 6 mối bất an của xã hội cộng sản Việt Nam như sau:

* Bất an thứ nhất là *"Tại sao chỉ có một mình Chính phủ hành động kiến tạo và liêm chính, còn hệ thống chính trị thì không".*

* Bất an thứ hai là *"Nạn tham nhũng và lãng phí quá lớn, chưa bị chặn đứng, là vấn nạn đưa quốc gia tới bờ vực sa sút niềm tin".*

Theo trang www.transparency.org thì 61% người sử dụng dịch vụ công từng hối lộ cho quan chức trong 12 tháng qua. Năm 2019, Việt Nam đứng hạng 96 (trên 180 quốc gia) về tham nhũng, và chỉ số minh bạch chỉ 37 trên 100.

* Bất an thứ ba là *"Sự xuất hiện của dấu hiệu mất cân đối ngân sách, sự ổn định của kinh tế vĩ mô chuyển biến chậm, đặc biệt là hiệu quả đầu tư thấp, nợ công tăng cao, các yếu tố tăng trưởng chưa tận dụng hết, hiệu quả chú trọng đầu tư thấp, mức bội chi gấp 3 lần tăng trưởng".*

Theo trang www.tradingeconomics.com thì tính đến năm 2019, Việt Nam nợ nước ngoài 108,1 tỷ USD, nhưng theo phân tích chính xác của Đại biểu quốc hội Đặng Thuần Phong thì Việt Nam nợ hơn 200 tỷ USD.

* Bất an thứ tư là thương mại hóa các quan hệ xã hội: *"Đồng tiền đã chi phối mọi hoạt động và làm phai nhạt tính công tâm của các cơ quan công quyền"* và *"Đáng ngại hơn là đồng tiền đã làm suy thoái đạo đức, dẫn dắt chính sách, minh chứng cho vấn đề này là tình trạng 'chạy' ở Việt Nam"*, mà Phó chủ nhiệm Ủy ban các vấn đề xã hội Quốc hội đã chỉ ra: *"Thực tế rất đau lòng, trong bụng mẹ đã chạy chỗ sinh đẻ. Học phổ thông các cấp, vào đại học cũng phải chạy trường chạy lớp. Rồi chạy chỗ, chạy chức, chạy quy hoạch, chạy luân chuyển. Vi phạm pháp luật thì chạy điều tra, truy tố, chạy án, thậm chí chạy khỏi Tổ quốc đến nơi Việt Nam chưa ký kết về dẫn độ tội phạm để an thân"*. Mới đây, các nhà phân tích chính trị đã chỉ ra một bộ phận rất lớn đảng viên thủ đắc "quyền & tiền" đã và đang chuẩn bị chạy ra khỏi VN để hạ cánh an toàn dù có hay không có biến chuyển lớn lao tại VN.

* Bất an thứ năm là rừng sắp hết, biển gần chết, tài nguyên khoáng sản quốc gia cho các đời sau cạn kiệt dần: *"Nông lâm trường hoạt động kém hiệu quả, chính sách rải thảm và sử dụng lao động giá rẻ, kêu gọi đầu tư thiếu trách nhiệm, biến Việt Nam thành bãi rác công nghệ lạc hậu"*, và nêu rõ: *"Đừng vì tâm tưởng tức thì mà buông bỏ tương lai dân tộc, tiền có nhiều đến đâu đi nữa cũng không mua được môi trường tươi đẹp đã mất và đang mất"*.

* Bất an thứ sáu, không kém phần nghiêm trọng, là vấn đề an toàn cuộc sống: *"Bữa cơm trong nhà cũng lo vì an toàn vệ sinh thực phẩm. Ra đường thì sợ an toàn giao thông, gặp chuyện bất bình thì không dám can thiệp vì sợ vạ lây"* và *"Mọi thứ đều do người Việt hại người Việt và từng bước biến sự vô cảm thành vấn đề đạo đức ứng xử giữa người với người"*. Đại biểu quốc hội Đặng Thuần Phong (Bến Tre) kết bài phát biểu cho thấy ngay toàn Đảng CSVN đang sống chung trong thảm cảnh bất an này cùng toàn thể nhân dân.

> *Nhờ vào 6 mối "bất an" do Đại biểu Đặng Thuần Phong nêu ra mà chúng ta thấy ngay là 6 nguy cơ bất ổn đó, trong chính quyền và toàn xã hội, chỉ chực chờ bùng nổ bất cứ khi nào có mồi lửa châm ngòi.*

2. Nguy cơ do đi vào ngõ cụt theo bản sao "Mô Hình Trung Cộng"

Từ 1930 đến 1990, sách lược cai trị dân của đảng CSVN đã mô phỏng gần như 100% chiến lược cai trị của Lê Nin, Stalin và Mao, đặt căn bản trên 2 yếu tố **"tuyên truyền thường trực"** (dối trá) và **"bạo lực trấn áp"** để tẩy não và gieo rắc kinh hãi cho người dân nhằm triệt tiêu những suy tư độc lập và những hành động đối kháng.

Từ 1990 đến nay, ĐCSVN sao chép nguyên vẹn mô hình cai trị của Đảng Cộng sản Trung Quốc (ĐCSTQ) làm sách lược cơ bản cho VN. Sách lược đầu đã hoàn toàn bị phá sản & tan rã kể từ khi thế giới đi vào toàn cầu hóa và Internet xuất hiện. Còn sách lược sao chép từ Trung Cộng (TC) đang đi vào ngõ cụt vì TC đang gặp rất nhiều khó khăn và bị thế giới tẩy chay bởi chính những lối hành xử của nước này với thế giới, cụ thể là những vấn đề độc chiếm Biển Đông, Đài Loan, Hồng Kông, dịch cúm Covid-19, thực chất quan hệ kinh tế với Mỹ suốt 50 năm qua, kế hoạch vành đai con đường cho các nước vay tiền và thế chấp bằng tài nguyên quốc gia, làm ăn bất chấp tiêu chuẩn giá trị về môi trường & Nhân Quyền, và vi phạm trật tự bền vững của thế giới.

Rất giống như chế độ "Xã Hội Chủ Nghĩa mang màu sắc Trung Quốc", bộ máy công quyền CSVN bị chiếm dụng làm của riêng cho đảng viên với thực trạng cả nhà làm quan và cả họ làm quan. Người dân có tài không sao lọt vào được. Ở đó, họp cơ quan nhà nước xong thì họp gia đình luôn. Một bộ máy như thế thì sự quan liêu và tham nhũng là điều hiển nhiên.

Tham nhũng quyền lực của ĐCSVN hỗ trợ hoàn hảo cho quan chức CSVN tham nhũng tiền bạc. Người dân có năng lực nếu muốn có việc làm thì phải "chạy". Họ bị "lùn" hóa, "gù" hóa từ đó, rồi khi bước vào cái hệ thống ấy, họ sẽ bị "cải tạo" thêm để tất cả thành những "người câm", "người điếc", "người mù" sống lâu ở đó có thể trở nên tham lam, ti tiện, lưu manh. Nói chung là phá hủy con người. Dĩ nhiên, nguy cơ này không riêng cho quần chúng VN mà chung cho hơn 5 triệu đảng viên CSVN đang sống chung nhau trong môi trường xã hội đang rửa nát đầy băng hoại đó.

Do đó, bản sao "Mô Hình TC" là một mối nguy sống chết của đảng CSVN, nhưng hiện tại đảng này không dám thay đổi và cũng không tìm được một phương cách thay đổi nào để có thể sống còn vì lý do họ cương quyết giữ "kiên định lập trường XHCN" trên hình thức, nhưng nội dung và thực tế vận hành thì đúng là một chế độ độc đảng toàn trị theo kiểu phát xít & mafia TC.

3. Nguy cơ do không thủ đắc được nhân sự tài đức vượt trội

Nhân sự tài đức vượt trội hầu như không thấy xuất hiện trong hàng ngũ cao cấp (trung ương) và trung cấp (cấp tỉnh, thành phố), chỉ vì cơ chế vận hành của ĐCSVN không cho phép nhân tài suy nghĩ và sáng tạo một cách độc lập. Những nhân tài trong hay ngoài đảng từng du học tại các đại học hàng đầu trên thế giới đã trở về phục vụ tại Việt Nam không thi thố được tài năng và làm việc an phận theo ước vọng hạ cánh an toàn và cầu an tiêu cực.

Nguyên do là vì cơ chế quản trị vĩ mô của Đảng CSVN và nhà nước CSVN trái ngược với cơ chế của các quốc gia văn minh và hùng mạnh trên thế giới. Với các Đảng cộng sản nói chung, lòng trung thành chính trị và sự vâng lời là đặc quyền, và điều này duy trì sự ổn định chính trị. Nhưng điều này hạn chế nghiêm trọng khả năng minh bạch và trung thực của các quan chức trung ương và địa phương. Họ có xu hướng bảo thủ vì quan tâm đến sự sống còn chính trị của bản thân trong guồng máy, và hạ thấp mức độ nghiêm trọng của các vấn đề có thể khiến họ không đủ năng lực hoặc không trung thành với chế độ. Chân dung quá rõ là tất cả các cấp bậc từ hạ sĩ quan trở lên trong công an và quân đội và từ cấp phó phòng trở lên trong bộ máy nhà nước, dù là hành chính, kinh tế, y tế, giáo dục văn hóa, khoa học hay kỹ thuật đều chỉ dành riêng cho khoảng ba, bốn triệu đảng viên chưa về hưu. Hơn 90 triệu người Việt Nam còn lại không được quyền có vai trò và tiếng nói nào.

Đảng thống trị đó mạnh như thế nào thì chính ông Nguyễn Phú Trọng, người cầm đầu đảng và nhà nước CSVN, trong một bài viết mới đây đã trả lời rõ : *"chạy chức, chạy quyền, chạy quy hoạch, chạy luân chuyển, chạy phiếu bầu, chạy bằng cấp, chạy khen thưởng, chạy danh hiệu, chạy tội…"*. Ông Nguyễn Phú Trọng quên một môn chạy thịnh hành từ mấy năm gần đây là chạy trốn ra nước ngoài !.

Chạy trốn ra nước ngoài như các đảng viên dưới đây chỉ tiêu biểu cho phần nổi của tảng băng chìm: Đại biểu quốc hội Nguyễn Thị Nguyệt Hường vượt biên sang Malta; Hồ Thị Kim Thoa thứ trưởng Bộ Công thương vượt biên và biến mất tại Châu Âu; Võ Kim Cự bay sang Canada sau khi tàn phá Vũng Áng… Mới đây nhất là ba nhân vật được cơ quan truyền thông **Al Jazeera** của Qatar công khai hồ sơ vượt biên sang Cyprus và được cấp quốc tịch của đảo quốc này: Phạm Nhật Vũ, em ruột tỷ phú giàu nhất VN Phạm Nhật Vượng, cùng với hai vợ chồng Nguyễn Phan Diệu Phương và Phạm Phú Quốc. Vũ đang bị giam giữ 3 năm với mức án đưa hối lộ, Phạm Phú Quốc thì đang là đương kim Đại biểu quốc hội thuộc đơn vị TP HCM. Vì là thành viên của quốc hội nên Quốc bị dư luận soi từng hành vi trong quá khứ và lý do khiến y phải vượt biên sang Cyprus được cho là đang chuẩn bị chạy trốn vì vụ tham nhũng đất Thủ Thiêm Sài Gòn.

Một đảng như vậy thì làm sao có thể mạnh? Hỏi có lý tưởng chung nào để đoàn kết các đảng viên? Sau khi ông Nguyễn Đức Chung, Ủy viên TƯ đảng bị công an CSVN tống giam ngày 28/08/2020, đa số đảng viên ĐCSVN tin rằng *"tại nước CHXHCNVN không có đúng với sai, chỉ có thắng hay thua"*.

Hiện giờ phe ông Nguyễn Xuân Phúc đang thắng thế trong nhiều vụ việc trong đó có vụ Đồng Tâm hồi đầu năm 2020. Với tình hình hiện nay câu *"phe nào thắng thì nhân dân đều bại"* của nhà thơ Nguyễn Duy ứng nghiệm đúng và chính xác đúng. Từ lâu đảng CSVN coi đất nước như là của riêng của đảng, đối xử với dân như bầy tôi trong chế độ phong kiến Khổng Giáo, để độc quyền cai trị và những lạm đặc quyền đặc lợi, nhưng lại vênh váo bảo đó là "lựa chọn tất yếu của lịch sử", hay "là ý nguyện của nhân dân Việt Nam".

Luật sư Lê Quốc Quân, một nhà bất đồng chính kiến tại Hà Nội chỉ ra rằng "ĐÚNG LÀ KHÔNG MỘT NỀN KINH TẾ NÀO CÓ ĐỦ SỨC ĐỂ NUÔI 'KÝ SINH TRÙNG' KHI ÔNG ĐỌC SỐ LIỆU 'TRUNG BÌNH Cứ 9 NGƯỜI DÂN PHẢI NUÔI 1 CÁN Bộ NHÀ NƯỚC'…". Tiến sĩ Nguyễn Quang A của

XHDS tại VN thì nói rằng: "THỰC SỰ CHẾ ĐỘ KINH TẾ MÀ HỌ XÂY DỰNG Ở VIỆT NAM HIỆN NAY LÀ MỘT CHẾ ĐỘ TƯ BẢN MAN RỢ, KHÔNG CÓ GÌ LÀ XHCN CẢ".

Có những cá nhân tài giỏi, tử tế sẽ có một chính quyền tài giỏi, tử tế. Có chính quyền thực sự tử tế "của dân, do dân, vì dân" sẽ có tất cả. Thực tế này đã diễn ra tại nước Mỹ ba trăm năm qua chứng tỏ cho điều này và Mỹ chính là một chế độ chính trị như vậy, chỉ khác là họ chọn giá trị "tự do" còn CSVN chọn giá trị "định hướng xã hội chủ nghĩa".

Nhiều trí thức Việt kiều sống xa Việt Nam nhiều năm cho nên không hiểu rằng những lý thuyết giáo điều, những tuyên truyền dối trá khiến cho đời sống tinh thần của những người tự trọng trong nước hết sức ngột ngạt. Đồng thời chúng cũng cản trở giáo dục nhân cách cho các thế hệ tương lai. Từ khi cầm quyền, ĐCSVN luôn luôn ấn định tuyển dụng cán bộ phải *"vừa Hồng vừa Chuyên"* - Hồng là Cộng sản, Chuyên là chuyên môn. Thực tế ở Việt Nam là "**hễ Hồng thì không Chuyên, hễ Chuyên thì không Hồng**". Thực tế là kết quả của lý thuyết - Lý thuyết phải phản ánh thực tế.

> *Không thu hút được nhân tài trong và ngoài đảng CSVN cũng như trong và ngoài nước là một nguy cơ lớn của đảng CSVN.*

4. Nguy cơ do duy trì an ninh chính trị bằng bạo lực

Duy trì an ninh chính trị bằng bạo lực là chính sách rất nguy hiểm cho việc ổn định xã hội, khiến phát sinh lòng oán hận, khinh miệt và sự căm thù lực lượng công an CSVN ngày càng tăng. Công an hầu như không cần biết đến Điều 167 trong "Bộ luật Hình Sự 2015" của nhà nước CSVN quy định: *"Tội xâm phạm quyền tự do ngôn luận, tự do báo chí, tiếp cận thông tin, quyền biểu tình của công dân sẽ bị xử tù từ 3 tháng, một năm, 3 năm đến 5 năm"*, nên đã liên tục truy lùng ráo riết những người cầm bút trong & ngoài đảng, làm cho trí thức xa lánh đảng và nhà nước CSVN, và nhất quyết không muốn xếp hàng đáp ứng công tác cầu hiền của đảng & nhà nước CSVN *(Công tác này đã có phần nào thành công dưới thời ông Võ Văn Kiệt làm thủ tướng nên ĐCSVN đã thoát khỏi chính sách "Bao Cấp" để chuyển sang "Đổi Mới" từ năm 1986).*

Trong lịch sử Việt Nam, có lẽ chưa bao giờ mà quyền được viết, quyền được đọc và quyền tự do tư tưởng của người dân lại bị ĐCSVN trấn áp khủng khiếp như vậy! Nhìn vào bối cảnh bức hại đó, người ta khó có thể nghĩ rằng ĐCSVN đang sống trong thời đại 4.0, thời đại rất cần trí thức có tầm nhìn và trí tuệ để hoạch định chiến lược cho quốc gia phát triển! Mất đi tình cảm gắn bó của dân đối với đảng *(do tuyên truyền bưng bít và dối trá mà gặt hái được)* như thời 1930-1954, bộ phận an ninh của đảng đang dựa vào mafia trong và ngoài Đảng để thi hành các chính sách, vì đảng CSVN biết rõ dân không ủng hộ họ.

Trong nhiều năm qua, ĐCSVN tuyên truyền về công lao của họ trong phát triển kinh tế quốc gia. Họ lờ đi thực tế là tài nguyên đất nước & môi trường sống, vốn là những của cải cần được sử dụng dè xẻn và để lại cho đời sau, thì nay đã bị họ đốt hầu hết cho hiện tại, mà phần lớn trong số đó đã rơi vào túi những đảng viên tham nhũng. Và số nợ mà chế độ này đã vay thì đã vượt quá khả năng cân bằng tài chính của họ. Tất nhiên chế độ này khi kết thúc sẽ không trả nợ, người trả chính là người dân Việt Nam.

Hiện trạng nợ công của Việt Nam đến nay đã cực kỳ nguy ngập. Từ năm 2016 trở về trước, người ta nói về số liệu nợ công đã vượt ngưỡng trần tính trên tỷ lệ GDP và năng lực cân đối dòng tiền của ngân sách. Từ lúc ông Nguyễn Xuân Phúc nắm quyền cho đến khoảng tháng 9/2016, chính phủ của ông ta đã vay nợ ròng thêm trên dưới 8 tỷ USD. Cái gọi là giới hạn hay trần an toàn giờ là thứ không còn ai nhắc tới. Trong vòng vài năm tới, khả năng rất cao là CSVN sẽ rơi vào tình trạng vỡ nợ quốc gia, khi chính phủ không thể trả nổi các khoản nợ đáo hạn. Tình trạng của Venezuela sẽ là một viễn cảnh của Việt Nam.

Tuy nhiên chế độ hiện nay cố trì hoãn cái chết bằng cách dựa dẫm vào nguồn tiền từ Trung Cộng (TC) kể từ "mật ước Thành Đô 1990", và đi kèm với nó sẽ là những cuộc mặc cả đen tối mà chủ quyền đất nước bị bán rẻ. Tất nhiên, khi sự thật lộ ra thì đất nước VN sẽ chìm vào một biển máu mà sự phẫn nộ của người dân sẽ tàn phá tất cả và trong tình huống không ai mong chờ đó, thì đất nước sẽ bị kéo lùi lịch sử trên dưới 20 năm. Bất cứ người VN nào, bao gồm cả những người cộng sản, đều mong tránh cái viễn cảnh bi đát ấy. Đơn giản là bất cứ ai cũng sợ chết, đặc biệt là những người giàu, trong khi đó các hậu duệ cộng sản và gia đình họ thì đã quá giàu.

Thực trạng nhân sự hiện nay có thể thấy là trong số khoảng 5 triệu đảng viên (con số trên giấy tờ), thì chỉ có hơn hai trăm ngàn có vị thế quyền lực từ Trung Ương đến làng xã. Còn lại 4,8 triệu đảng viên hoàn toàn đóng vai những kẻ "MacKeNo" tức là không quan tâm đến sự sống chết của đảng, vì họ nghĩ rằng có làm gì cho lắm cũng chỉ đem lại thêm lợi ích cho nhóm "gần 200 nghìn đảng viên có vị thế quyền lực" đó thôi. Đó là lý do mà ông Tổng bí thư Nguyễn Phú Trọng đã từng nói đến nguy cơ *"nhạt Đảng, khô Đoàn"*, khi ông nhận định về ý chí phấn đấu của thanh niên ngày nay.

Khi ĐCSVN lựa chọn nền kinh tế thị trường nhưng vẫn cố bám víu nền cai trị độc tài XHCN từ thập niên 90 của thế kỷ 20, họ đã vi phạm mọi nguyên tắc căn bản nhất để tạo ra một xã hội minh bạch và công bằng về mặt cơ hội phát triển cho con người. Chính sách kìm kẹp và tiêu diệt mọi tư tưởng độc lập của nhân dân VN, kể cả giới trí thức, đã tạo ra một xã hội cúi đầu. Họ không còn một chút lý tưởng cộng sản nào vì thực tại đã cho thấy lý thuyết của Marx chỉ là ảo tưởng. Khi một đám người không còn lý tưởng nắm quyền lực tuyệt đối trong tay thì nhanh chóng tha hóa và biến thành tội phạm. Hiện nay bộ máy của chế độ CSVN gồm hầu như toàn bộ là những kẻ vô đạo đức, tham nhũng cả về vật chất lẫn quyền lực. Sự lưu manh hóa của họ lớn dần theo thời gian và gây ra những bức xúc ngày một lớn trong xã hội.

Theo Võ Văn Quản, chỉ trong giai đoạn 1954 – 1958, có hơn 25 ngàn nhân viên công vụ, giáo viên, trưởng thôn và trưởng làng cũng như các nhân sĩ có uy tín tại nông thôn miền Nam Việt Nam bị bắt cóc, sát hại, thủ tiêu vì họ… "phản động" và "thiếu hợp tác" với cách mạng CS *("Những cuộc Khủng Bố Không Còn Ai Nhớ", 19/4/2020* *https://www.luatkhoa.org/2020/04/nhung-cuoc-khung-bo-khong-con-ai-nho*). Đảng CSVN cũng đã quen sử dụng bạo lực giết chóc ngay cả đối với đảng viên của họ vào thời kỳ Cải Cách Ruộng Đất 1955-1956. Ngày 10/09/2020, GS Ngô Vĩnh Long công bố một "văn thư đề cương" của ông Chu Đình Xương, đảng viên ĐCSVN, giữ chức vụ Trưởng Phòng 4 – Bộ Nội Vụ CSVN từ 1950 đến 1954, gởi cho Ban Chấp Hành Trung Ương ĐCSVN vào Tháng 3/1983: *https://www.facebook.com/ngovinh.long/posts/3562853937108577* Văn thư này dài đến 20 trang A4, nêu rõ nợ máu của ĐCSVN đối với chính đảng viên của họ và người dân, trong chiến dịch cải cách ruộng đất, như sau:

a) Ba vạn đảng viên cơ sở bị bắn,

b) Ba vạn đảng viên tự sát,

c) Từ 3 đến 4 vạn vừa người lớn vừa trẻ con chết đói,

d) 182.000 người dân vô tội bị giết và bị quy chụp là địa chủ và cường hào (*Tài liệu và số liệu ở đây do đảng viên Nguyễn Tạo lúc bấy giờ làm*

Vụ Trưởng Vụ chấp pháp thuộc Bộ Công An CSVN cung cấp). Một dẫn chứng là Hà Tĩnh có 210 bí thư chi bộ của ĐCSVN thì 200 bí thư bị Đảng đấu tố và xử bắn, còn sót 10 người ở miền núi vì ở đây chưa tiến hành cải cách ruộng đất (*Theo trang 12 - Tài liệu của ông Chu Đình Xương - có trong phần ĐỌC THÊM ở phần cuối).*

Chu Đình Xương(1913- 1985), cựu Giám đốc Sở Liêm Phóng Bắc Kỳ 1945, Trưởng Phòng 4 – Bộ Nội Vụ CSVN từ 1950 đến 1954. Ảnh: Bảo tàng Sơn La. Source: *https://baotiengdan.com/wp-content/uploads/2020/09/1-83.jpeg*

Chỉ có đối thoại chân thành và rốt ráo giữa ĐCSVN và Xã hội Dân Sự VN (XHDS) mới tìm ra được lối thoát để tránh một kết cục bi đát cho tất cả. Chế độ rồi sẽ đi đến điểm kết, nhưng đó có thể là một điểm kết đau đớn hoặc một sự chuyển biến sang văn minh trong hòa bình tùy theo sự lựa chọn của ĐCSVN. Người Myanmar đã làm được cuộc đối thoại đó, khi chính phủ độc tài của tổng thống Theinsein đứng về phe dân tộc. Họ cũng đã từng đi theo con đường chủ nghĩa xã hội trong trên dưới 25 năm (1963 đến những năm 1990), họ cũng là những kẻ độc tài bị thế giới cô lập và lệ thuộc nặng nề vào TC. Họ cũng có hơn 1000 km đường biên giới với Trung Quốc và có những phe nhóm lý khai gốc Hoa đang cầm súng chống lại chính quyền Myanmar. Nhưng với con đường hòa giải và hợp tác, hiện nay họ đã đi trên đúng lộ trình để văn minh hóa đất nước. Con đường của Myanmar không dễ đi, nhưng họ đã tìm được lối thoát khỏi màn đêm đen tối.

Sẽ chỉ có hai con đường cho chế độ cộng sản VN hiện nay:

➢ Hoặc tiếp tục cố níu kéo quyền lực, vay nợ mọi thứ, bán rẻ mọi thứ cho đến ngày tàn để dìm đất nước và chính chế độ cộng sản này vào lò lửa chiến tranh;

➢ Hoặc bắt đầu thay đổi, để tạo cơ sở cho đất nước này hướng tới tương lai trong đó bao gồm cả tương lai của chính ĐCSVN.

Tất cả tùy thuộc vào con người cộng sản tại VN hôm nay.

Cho nên đa số nhân dân đang oán hận các công cụ bảo lực của ĐCSVN như công an, dân phòng, an ninh, tuyên giáo và oán hận này là một mối nguy thêm nữa cho đảng CSVN vì đảng CSVN đang lãnh đạo toàn diện các lực lượng này.

5. Nguy cơ do chống tham nhũng không đạt hiệu quả "diệt trừ tận gốc"

Từ 4-5 năm qua, chính sách chống tham nhũng chỉ có kết quả nhỏ nhoi là trừng trị những vụ việc mà ĐCSVN muốn phát giác và có thể phát giác ra được. Các nhóm lợi ích bên trong và bên ngoài đảng cấu kết chặt chẽ thành một tập đoàn quyền lực lớn lao làm cho các đảng viên tử tế & có tài đâm ra sợ hãi và co rút lại cho an toàn, hoặc thờ ơ việc đảng.

Tổng bí thư Nguyễn Phú Trọng sau khi thanh trừng được đối thủ chính trị lớn nhất của mình tại đại hội XII có vẻ cũng muốn thừa thắng xông lên với một chiến dịch chống tham nhũng học theo Tập Cận Bình của TC. Nhưng tự thân của mục đích chống tham nhũng này mâu thuẫn ngay từ đầu với nền chính trị độc tài cần ban phát "tiền & quyền" để mua lấy sự trung thành. Mọi chủ trương, mọi định hướng, mọi chính sách phát triển quốc gia đều bị bộ máy tham nhũng bóp méo thành những thứ đem lại lợi ích cá nhân cho chính họ. Các khoản đầu tư công và các dự án phát triển hầu như đều trở thành nguồn tham nhũng của bộ máy công quyền. Bộ máy ấy khiến hiệu suất vận hành của nhà nước càng ngày càng giảm, càng ngày càng tệ hại, càng ngày càng khiến những nguồn lực của quốc gia bị teo tóp. Những cơ hội phát triển nối nhau bị bỏ lỡ. Hầu hết đảng viên đều nhúng chàm. Hầu hết đảng viên đều là tội phạm. Mức độ thì ngày một tệ hại hơn theo thời gian cho đến khi nào quyền lực độc tài của CSVN bị tước bỏ. Sự tồn tại của chế độ độc tài tham nhũng ở nước Việt Nam cộng sản đang là thứ tạo ra hầu hết bất công và làm băng hoại đạo đức xã hội.

Thế hệ trẻ giờ đây không còn niềm tin, khi họ chứng kiến những kẻ nắm vị trí cao trong xã hội lại là những kẻ vô đạo đức nhất, giả dối nhất. Chưa bao giờ đất nước mất phương hướng và mất niềm tin như hiện nay. Nạn tham nhũng và bộ máy trì trệ đang tàn phá hầu hết nguồn lực và cơ hội phát triển quốc gia. Bộ máy tham nhũng và vô đạo đức hiện nay không những cản trở xã hội đi lên, mà nó còn tiếp tay cho cái xấu và gây ra tàn phá.

Thảm họa Formosa, có thể nói bản chất là sự cấu kết giữa đám quan chức tham nhũng với những nhà tư bản bất lương. Mới đây người dân hầu như đã biết trước cả tháng là tướng công an Nguyễn Đức Chung sẽ vào tù vì chức vụ càng cao thì phạm tội càng nhiều. Có bao nhiêu tướng tá công an quân đội đã sa vào trại giam và còn bao nhiêu nữa đang nằm trên danh sách chờ? Không phải chỉ gói gọn trong lĩnh vực công an, những người có luật pháp riêng và có súng bảo vệ, những cán bộ cao cấp chủ chốt trong guồng máy cũng không hề kém cạnh bởi vì họ có tấm chắn hiệu quả là những đồng liêu, đồng chí trong ĐCSVN.
Những Vinashin, Vinaline, Mobifone, Viettel, v.v…, những ngân hàng quốc doanh vỡ nợ, những đại án tham nhũng trong các năm gần đây đều mang bộ mặt của đảng và chính phủ CSVN. Không những vô địch về tội phạm, CSVN còn vô địch về hệ thống công quyền rườm rà khi nội các của ông Thủ tướng Nguyễn Xuân Phúc có đến 131 Thứ trưởng. Nhiều Thứ trưởng

như thế để làm gì nếu không phải là tiếp sức cho nỗ lực "ăn không chừa một thứ gì" mà bà Phó Chủ tịch nước Nguyễn Thị Doan đã xác định. Thêm nữa, việc băm nát các khu đất rừng, vườn quốc gia, đất nông nghiệp trên đảo Phú Quốc thuộc Kiên Giang, bán đảo Sơn Trà tại Quảng Nam, đất nông nghiệp, cánh đồng Sênh tại xã Đồng Tâm, v.v..., để biến thành đất vàng cho các "nhóm lợi ích & tư bản thân hữu" trực thuộc sân sau của các đảng viên "quyền & tiền" là một ví dụ nhỏ nhất trong số hàng nghìn địa phương tương tự. Ngoài xã hội cũng như bên trong Đảng đang có vô số những thứ "bệnh tật kinh niên" như: Chèn ép, hiếp đáp, trù dập, phe cánh, chạy chọt, luồn lọt, lươn lẹo, lừa lọc, tham lam, gian xảo, trộm cắp, rình rập, soi mói, ti tiện, hèn hạ, huênh hoang, hợm hĩnh, hung bạo, khoác lác, tục tằn, trơ trẽn, tráo trở, ích kỷ, dối trá, vô trách nhiệm, vô văn hóa, vô giáo dục và vô liêm sỉ. **Liệu 5 triệu đảng viên CSVN và con cháu của họ có thể sống an ninh & yên bình trong một xã hội như vậy hay không?** Vấn nạn tham nhũng và tha hóa con người này sẽ tiếp tục tạo ra hết bi kịch này sang bi kịch khác cho ĐCSVN và cho toàn xã hội, khiến cho những trí thức trong và ngoài nước, trong và ngoài Đảng sẽ cảm thấy e ngại khi tham gia góp sức cho nước nhà.

Những "bệnh tật kinh niên" nói trên đã đưa phần lớn quần chúng nhân dân tới chỗ tan rã tinh thần, tàn phá con người khi bị áp chế, vì lợi ích và tiền tài đã ác hóa con người và xã hội. Giờ đây dối trá, hung hãn và tội ác đã trở thành phổ biến và đang tác động ngày càng tăng đối với mục tiêu ổn định chính trị của đảng CSVN. Chưa bao giờ con người Việt Nam có thể ứng xử giả dối đến như vậy và không rõ sau này lịch sử và con cháu soi chiếu, xem xét lại giai đoạn và triều đại này thì sẽ nói gì, nghĩ gì?! Nhưng hiện tại thì quần chúng nghĩ rằng chính đảng CSVN đã nêu gương ứng xử như thế đó. Hậu quả đang xảy ra là nhân dân mất niềm tin vào con người và xã hội, sống bất an và khinh thường lãnh đạo Đảng từ thấp đến cao.

Trong số các dấu hiệu suy vong của đảng CSVN, 2 sự kiện *"Tham nhũng tràn lan trong và ngoài đảng không thể kiểm soát"* và *"Tư tưởng và mô hình XHCN đã bị phá sản toàn diện"* là 2 dấu hiệu thông dụng mà quần chúng nhân dân và quần chúng đảng viên đều mắt thấy tai nghe và đưa tay sờ mó được.

Trong thời gian 4-5 năm qua đã có hơn trăm cán bộ đảng viên cao cấp và tướng lĩnh đảng viên bị kỷ luật hoặc truy tố. Mới nhất, tính tới tháng 9/2020, là Phó chủ tịch thành phố Hồ Chí Minh Trần Vĩnh Tuyến và chủ tịch Hà Nội Nguyễn Đức Chung bị kỷ luật. Danh sách này sẽ ngày càng dài hơn sau đại hội 13 khi "phe thắng cuộc" trong đảng của ông Nguyễn Phú Trọng tiếp tục chiến dịch "đốt lò". Theo AFP, trong vài năm qua, đã có 9 ủy viên trung ương ĐCSVN nhiệm kỳ 2016 - 2021 bị kỷ luật, trong đó có 2 ủy viên Bộ Chính trị. Chín đảng viên chóp bu này gồm:

1. *Nguyễn Xuân Anh*, Bí thư Thành ủy Đà Nẵng;
2. *Đinh La Thăng*, Ủy viên BCT khóa XII, Phó trưởng ban Kinh tế T.Ư;
3. *Trương Minh Tuấn*, Bộ trưởng Bộ Thông tin - Truyền thông;

4. **Tất Thành Cang**, Phó bí thư thường trực Thành ủy TP.HCM;
5. **Triệu Tài Vinh**, Phó trưởng ban Kinh tế trung ương;
6. **Hoàng Trung Hải**, Ủy viên BCT khóa XII, Phó thủ tướng CP;
7. **Lê Viết Chữ**, Bí thư Tỉnh ủy Quảng Ngãi;
8. **Trần Quốc Cường**, Phó bí thư Tỉnh ủy Đắk Lắk;
9. **Nguyễn Đức Chung**, Chủ tịch TP Hà Nội.
10.

Kỷ luật và tước bỏ quyền lực chính trị chỉ là chiêu trò che dấu hiện tượng đấu đá & chia bè kết nhóm không khoan nhượng nhau trong nội bộ ĐCSVN. Ngày 28/08/2020, báo Người Lao Động của CSVN nêu câu hỏi: *"Đằng sau 'quốc tịch đảo Síp' của ông Phạm Phú Quốc là gì"?* và nhấn mạnh: *"Vụ việc Đại biểu Quốc hội Phạm Phú Quốc trở thành công dân Cộng hòa Cyprus (Síp) không chỉ là chuyện cá nhân, mà quan trọng hơn là nhận diện ra 'phần chìm của tảng băng'.* **"Phần chìm của tảng băng"** chính là một cuộc tháo chạy, bề ngoài thì âm thầm kín đáo, nhưng rất quyết liệt của rất nhiều quan chức ĐCSVN, nhưng tờ báo nầy không dám nêu ra (*https://nld.com.vn/noi-thang/noi-thang-dang-sau-quoc-tich-dao-sip-cua-ong-pham-phu-quoc-la-gi-20200827215647268.htm*).

Hàng trăm cán bộ đảng viên cao cấp bị kỷ luật vì tham nhũng trong thời gian qua, mà hình ảnh và tên tuổi bên trên chỉ là 20 tướng tá tham nhũng tiêu biểu của ĐCSVN.

Source:

https://www.flickr.com/photos/181610326@N07/50070476362/in/photostream/
https://thoibao.de/wp-content/uploads/2020/08/2020-08-30_145728-768x443.jpg

Bùi Văn Thành   Trần Việt Tân   Lê Văn Minh   Bùi Xuân Sơn   Ksor Nham

Vũ Thuật   Nguyễn Văn Chuyên   Phan Hữu Tuấn   Trần Quốc Cường   Phan Văn Vĩnh

Nguyễn Thanh Hóa   Phương Minh Hòa   Nguyễn Văn Thanh   Nguyễn Công Sơn   Nguyễn Văn Ba

Lê Đình Nhường   Nguyễn Huy Mạ   Nguyễn Đức Thịnh   Đặng Ngọc Nghĩa   Nguyễn Văn Hiến

https://news.chuyentrangoto.com/2018/12/danh-sach-19-tuong-linh-thoi-binh-bi-ky.html

> *Thực trạng về hành xử của đảng viên các cấp đang phản ảnh cho nhân dân & quốc tế nhìn thấy rõ vấn nạn tham nhũng, uy tín của ĐCSVN và của lãnh đạo CSVN chính là một nguy cơ lớn cho đảng này.*

6. Nguy cơ do "nhóm lợi ích" trong và ngoài Đảng gây ra

Trước thềm Đại hội 13, tình hình thực sự của chế độ và ĐCSVN đã được chuyên gia nội chính của đảng phổ biến ngay trên báo điện tử Tạp Chí Cộng Sản, dưới tựa đề *"Kiểm soát, ngăn chặn 'nhóm lợi ích' ở Việt Nam hiện nay"*, ngày 12/04/2020, đúng vào dịp kỷ niệm 45 năm "Giải phóng!", nguyên văn như sau: "...Đã xuất hiện ngày càng nhiều 'nhóm lợi ích' tiêu cực, đã và đang ảnh hưởng, tác động đến mọi mặt của đời sống xã hội, nhất là ở những ngành, lĩnh vực quan trọng, liên quan trực tiếp đến cuộc sống của các tầng lớp nhân dân, như quản lý đất đai, tài chính - ngân hàng, đầu tư xây dựng cơ bản, khai thác tài nguyên. Thậm chí, 'nhóm lợi ích' tiêu cực còn xuất hiện ở một số ngành, lĩnh vực vốn vẫn được coi là tôn nghiêm, liên quan đến an ninh quốc gia, như công tác tổ chức - cán bộ, phòng, chống tội phạm,... Một loạt vụ án tham nhũng, kinh tế nghiêm trọng, phức tạp bị khởi tố, điều tra, truy tố, xét xử trong thời gian gần đây liên quan đến nhiều tổ chức đảng, đảng viên, trong đó có cả cán bộ lãnh đạo cao cấp cho thấy, **'nhóm lợi ích' đã leo cao, luồn sâu vào trong bộ máy Đảng và Nhà nước, đe dọa đến sự tồn vong của Đảng và chế độ**".

Những vụ việc bị lộ mới đây như vụ 'Đường-Nhuệ' ở Thái Bình xảy ra dưới thời Bí thư Thái Bình là Trần Cẩm Tú, vụ Nguyễn Quang Thuấn và vụ Bộ trưởng Kế hoạch & đầu tư Nguyễn Chí Dũng đi Ấn Độ & Anh Quốc trở về bị lộ ngay trong thời đại dịch Covid-19 đã đẩy mạnh nguy cơ **Nhóm Lợi Ích / Tư Bản Thân Hữu** của ĐCSVN lên gần đỉnh điểm.

Bởi vì tình trạng chung hiện nay là những người có quyền lực đều tìm cách củng cố quyền lực riêng bằng cách xây dựng các nhóm lợi ích riêng làm sân sau cho mình. Họ rình rập nhau, khi thì thỏa hiệp giai đoạn, khi cần lại thanh toán nhau. Uy tín họ không cao, thế lực riêng của mỗi nhân vật không đủ mạnh để áp đảo các phe nhóm đối thủ nên tình trạng kèn cựa vẫn tiếp diễn. Những người sống ở các xã hội mở phương Tây, có dịp tiếp xúc với các viên chức Việt Nam, thường nhận xét rằng những người "cộng sản" này không bao giờ thích khi người ta gọi họ là cộng sản, hay hỏi họ về sự vận hành của guồng máy cộng sản thành công ra sao. Không rõ sự ái ngại này của những viên chức của CSVN bắt đầu từ lúc nào, nhưng dường như nó bắt đầu từ lúc ĐCSVN chấp nhận cuộc chơi với phương Tây làm cho hầu hết các viên chức được đi đây đi đó trở nên "nhạt đảng phai đoàn".

Đây là một mối nguy lớn của đảng CSVN, phát sinh từ thực tế là tư tưởng Mác-Lê đã bị lịch sử nhân loại vượt qua kể từ đầu thế kỷ 21 & mất hết sức sống nên tất cả các đảng theo Mác-Lê đều phát sinh vi trùng chính trị kinh tế "Nhóm Lợi Ích", chia bè kết cánh đấu đá lẫn nhau, bên trong đảng và bên ngoài xã hội.

7. Nguy cơ do Tuyên giáo & Tuyên truyền đã hoàn toàn thất bại

Lãnh vực Tuyên giáo & Tuyên truyền suốt hơn 30 năm qua, từ thời kỳ đổi mới 1986 đến năm 2020 này, hầu như hoàn toàn thất bại do đặc tính thế giới mở và thông thoáng toàn cầu hóa mà tuyên giáo đảng CSVN đã không theo kịp, vì họ vẫn loay hoay theo lối mòn cũ của thời kỳ "bao cấp" suốt 50 năm trước 1990. Thêm nữa là nhiều nhà báo của Đảng và Nhà Nước CSVN gây phản ứng tiêu cực trong xã hội, lợi dụng danh nghĩa báo chí để trục lợi làm cho uy tín của Tuyên Giáo sút giảm thậm tệ.

Tuyên truyền thất bại vì người dân không nghe theo Tuyên giáo đảng, chỉ làm theo khi nào bị buộc phải làm theo mệnh lệnh vì sợ hãi quyền lực của công an. Một sự kiện đáng quan tâm là đảng CSVN đã huyền thoại hóa ông Hồ Chí Minh thành bậc Thánh, thay vì là một nhà chính trị rất "người" và rất "nổi tiếng" của Việt Nam. Bởi vì Internet phổ biến toàn cầu đã phổ thông tại Việt Nam làm cho thông tin đa chiều tác động mạnh vào mức độ chính xác của tuyên giáo. Ví dụ như CSVN đã bịa đặt sự kiện "Bác Hồ đã đóng góp quý báu vào sự nghiệp cách mạng của các dân tộc bị áp bức trên thế giới", nhưng thật sự thì có dân tộc nào trên thế giới đã áp dụng phương pháp của "Bác Hồ" vào nước họ đâu!!!

Hô hào của Tuyên giáo CSVN kiểu như *"Muốn cứu nước và giải phóng dân tộc, không có con đường nào khác ngoài con đường cách mạng vô sản"* thật là chủ quan & duy ý chí rất tai hại, vì lẽ các nước không có "cách mạng vô sản" nhưng đang giàu mạnh & văn minh chính là sự phản bác tự nhiên đánh vào Tuyên giáo CSVN một đòn nặng & rất khó đỡ. Nó có tác động ngược lại với những gì Tuyên giáo CSVN cố gắng tuyên truyền. Nếu phong trào học tập và làm theo gương "đạo đức của Bác Hồ" suốt 20 năm nay là thiết thực và hiệu quả thì tình trạng tham nhũng, cửa quyền, vi phạm kỷ luật đảng, phạm tội hình sự trong đội ngũ cán bộ đảng viên CSVN đã không ngày một trầm trọng như người dân VN đang chứng kiến.

Xã hội Việt Nam ngày nay đã khác nhiều so với thời "bao cấp". Người ta không thể muốn nói gì cũng được. Mạng xã hội đem lại một khối lượng tin tức đa chiều, phong phú. Dân chúng và cả cán bộ đảng viên ĐCSVN có thể dễ dàng nhận được loại tin mà lãnh đạo cộng sản không muốn họ biết. Ca ngợi quá lố, thần thánh hóa và tuyên truyền quá lố đúng là gián tiếp gây ra tác dụng trái ngược và tương phản rất bất lợi cho chính mình, chẳng thà khéo léo và không làm như thế còn có lợi hơn.

Thêm nữa là Chỉ thị 23 của Ban Bí thư (Khóa IX) về việc học tập tư tưởng Hồ Chí Minh hoặc *"Học tập và làm theo tấm gương đạo đức Hồ Chí Minh"* đã bị sách lược chống tham nhũng của Đảng gây phản ứng **ngược** & phơi bày trước quần chúng. Bí thư Hồ Xuân Mãn ở Huế là một trong vô số ví dụ điển hình, song song với Đinh La Thăng, Nguyễn Bắc Sơn, Trương Minh Tuấn, Nguyễn Văn Hiến, Nguyễn Đức Chung, v.v....

Ngược, là vì từ đầu Thế Kỷ 21 đến nay truyền thông công chúng xâm nhập mọi ngõ ngách trên quy mô toàn cầu nên sự thật khó bị che giấu và xuyên tạc. Cuộc cách mạng Internet hiện nay và 5G trong thời gian tới đây khiến vòng kềm tỏa của ĐCSVN về mặt thông tin tuyên truyền hoàn toàn thất bại. Họ đã cố gắng hạn chế và ngăn chặn mạng xã hội nhưng lực bất tòng tâm. Trong những nỗ lực tuyệt vọng, họ thậm chí đã dùng tới giải pháp hạn chế băng thông giao lưu quốc tế khi có những sự kiện nhạy cảm diễn ra. Thuật ngữ "Cá mập cắn cáp viễn thông quốc tế" là một thực tế được sáng tạo ra bởi cơ quan kiểm duyệt tư tưởng của Đảng (Tuyên Giáo).

Chế độ CSVN hiện nay không thể ngăn chặn được mối giao lưu thông tin, thương mại, đầu tư, văn hóa… của Việt Nam với phần còn lại của thế giới. Họ cũng không thể chặn lại sự giao lưu về tư tưởng và khao khát ngày một lớn về tự do, về quyền con người, và về quyền công bằng giữa người với người theo nguyên tắc "cơ hội đồng đều" (equal opportunity) để mưu cầu thăng tiến. Tất cả những bất cập trên đều sẽ là những thứ khiến chế độ cộng sản hiện nay rồi sẽ phải chấm dứt.

> *Nguy cơ này có thể tóm gọn là Tuyên giáo đảng CSVN đang tuyên truyền ngược, vì dân trí đã vượt qua sự mù quáng nhờ truyền thông đa chiều trong và ngoài nước.*

8. Nguy cơ do 2 sự kiện nhỏ làm thành nguy nan lớn cho ĐCSVN

Có hai sự kiện nhỏ nhưng đủ để khẳng định thêm một nguy nan lớn cho đảng CSVN:

Một là, cuối tháng 10/2019, 39 thanh niên Việt Nam chết ngạt trong một xe đông lạnh tại Anh Quốc trên đường nhập cảnh bất hợp pháp. Họ đã bỏ ra một số tiền tương đương với tài sản của nhiều gia đình trung lưu Việt Nam cho một cuộc phiêu lưu rất hiểm nghèo mà nếu thành công chỉ cho phép họ rời bỏ đất nước Việt Nam để sống cuộc đời của những "người rơm", nghĩa là những người không có một giá trị gì, kể cả sự hiện hữu hợp pháp, tại một nước khác. Vụ này làm cho *"cơ đồ, tiềm lực, vị thế và uy tín đảng & nhà nước CSVN đối với quốc tế ngày nay xuống thấp nhất, nếu không muốn nói là tiêu tan".* Không phải ngẫu nhiên mà dư luận quốc tế đánh giá: ***Đất nước lộng lẫy đến nỗi thanh niên phải liều mạng sống để bỏ nước ra đi !***

Hai là, năm 2020 đã bắt đầu với vụ thảm sát Đồng Tâm. Mọi người đều thấy quá rõ ràng đây là một vụ giết người dã man. Sự kiện Đồng Tâm xảy ra hôm 09/01/2020 đang phản ảnh tất cả các vấn nạn nội bộ của Đảng & Nhà nước CSVN về cơ chế vận hành chính sách và bộ máy nhân sự đầy bệnh tật, độc ác, vô trách nhiệm & bất tài. Hậu quả vụ việc Đồng Tâm đang làm cho tuyệt đại đa số đảng viên *nhạt đảng phai đoàn*, còn quần chúng ngoài đảng thì *sôi sục lòng oán hận*. Sự cố này nói lên hiện tình của đất nước và chân dung của chế độ. Chế độ CSVN này tuy vẫn còn tiếp tục nhưng đã mất hết ý chí, lý tưởng và đạo đức, hơn nữa đã rã rời và kiệt quệ. Nguy cơ thực tế này ngày càng tác động sâu rộng lên toàn thể khối đảng viên của Đảng và Nhà Nước CSVN. Vụ việc Đồng Tâm in đậm biểu tượng giữa tội ác và lương tâm trong lịch sử và chất vấn mọi người từ trong ĐCSVN đến ngoài xã hội, tương tự như vụ án '***cánh đồng Nọc Nạng***' năm 1928, dưới thời thực dân Pháp. Đại bộ phận đảng viên tử tế của Đảng vì vậy mà nhạt đảng xa đoàn.

Hơn nữa, khi ĐCSVN huy động lực lượng công an lén lút ban đêm đến giết hại một đảng viên lảo thành (cụ Lê Đình Kình, 58 tuổi đảng) hết lòng tin tưởng vào đảng tại xã Đồng Tâm, thì rõ ràng đảng này đã cùng đường mạt lộ nên xử sự y như một đảng Mafia. Luật pháp của các chế độ độc tài toàn trị chỉ có nhiệm vụ duy nhất là bảo vệ tính chính danh cho chế độ, bằng mọi giá. Công lý của chế độ toàn trị cũng bằng mọi phương thức nhằm "duy trì trật tự của xã hội" để tầng lớp cai trị tự do lộng hành. Nguyên tắc tồn tại của mọi chính thể toàn trị là dựa trên sự sợ hãi của dân chúng. Cai trị bằng bạo lực là cách duy nhất mà chế độ chuyên chế CSVN áp dụng.

Đảng cộng sản Việt Nam xét xử vụ án Đồng Tâm từ 07/09/2020 đến 10/09/2020 theo đúng bản chất đấu tố trước "tòa án nhân dân" (People Court). Không cần chờ đến hết phiên tòa xét xử với đủ thứ kịch tính giả tạo, bản án vụ thảm sát Đồng Tâm đã được sọan thảo từ trước. Phiên xử 29 nông dân Đồng Tâm trước tòa án Nhân Dân tại Hà Nội từ ngày 07 tới 10/09/2020 là một trò hề giả mạo công lý (travesty of justice) bằng công cụ khủng bố "People Court" của ĐCSVN không hơn không kém so với trò khủng bố trong "cải cách ruộng đất" hồi năm 1956. *Kẻ giết người là công an CSVN đã lấy chiếc nón của mình đội lên đầu nạn nhân và xử nạn nhân về tội giết người!*

Hơn nữa, Bộ Công an đã lên kế hoạch 419A tấn công xã Đồng Tâm lúc 3 giờ sáng ngày 09/01/2020 có phối hợp qui mô với nhiều đơn vị chuyên ngành nhưng lại xét xử vu cáo cho 29 nạn nhân tội chuẩn bị kế hoạch tấn công lực lượng công an. Tội ác do chính các lực lượng công an gây ra nhưng nạn nhân phải chịu trách nhiệm! Một cách vô liêm sỉ, cái gọi là "Tòa án nhân dân thành phố Hà Nội" của nền pháp quyền xã hội chủ nghĩa lại tuyên xử hoàn toàn dựa vào những lời cáo buộc của công an CSVN, chứ không dựa trên cơ sở chứng cứ và thực nghiệm hiện trường, để tuyên 2 án tử hình cho 2 người con trai cụ Lê Đình Kình, một án chung thân và nhiều án tù cho người dân xã Đồng Tâm – Hà Nội.

Vụ tấn công vào dân và khủng bố bằng "tòa án nhân dân" này gây chấn động quốc tế và đang được ghi vào lịch sử như một vết nhơ của ĐCSVN. Chỉ trong chế độ công an trị của ĐCSVN, tòa án mới có thể ngồi xổm lên các thủ tục tố tụng và ung dung dùng lời cáo buộc của kẻ giết người là công an làm chứng cứ tử hình nạn nhân. Nó thể hiện sự trâng tráo đến độ trơ trên của một chế độ "mạnh vì xạo, bạo vì xiềng". Với các chế độ chuyên chế thì bạo lực là độc quyền và là cách mà nó duy trì sự tồn tại.

Vụ án Đồng Tâm đã chứng minh việc chế độ chuyên dùng bạo lực để hành xử với đảng viên trong nội bộ như một sự vụ nghiêm trọng với số lượng "bị cáo" rất đông và có sự đồng thuận có tổ chức. Con người có thể vì sợ hãi mà phải chạy trốn, nhưng cũng có thể vì sợ hãi mà liên kết với nhau để tự vệ, nhất là trước bạo quyền. Và sự liên kết đó là điều mọi chế độ chuyên chế rất sợ hãi. Những ai còn hy vọng có thể tham gia cải thiện chế độ CSVN và chuyển hóa chế độ này thành dân chủ, cần xem xét vụ thảm sát Đồng Tâm lúc 3 giờ sáng ngày 09/01/2020 và phiên xử của "tòa án nhân dân" từ ngày 07 đến 10/09/2020 tại Hà Nội để có thể đoạn tuyệt với suy nghĩ đó.

Bản chất của các chế độ chuyên chế và toàn trị là không ngừng sa đọa bởi vì quyền lực của nó đã bị tha hóa. Đảng cộng sản VN rất thâm hiểm trong cách tiêu diệt nhau để duy trì chế độ và vụ án Đồng Tâm lộ rõ việc đảng ám sát một đảng viên lão thành với 58 tuổi đảng, 84 tuổi đời và hết lòng tin tưởng vào đảng.

Ngày 16/09/2020, các tổ chức nhân quyền quốc tế và báo chí nước ngoài vừa lên tiếng chỉ trích chính quyền Hà Nội về bản án nặng nề đối với các nông dân tranh đấu vì quyền đất đai ở Đồng Tâm, đồng thời cảnh báo những bất ổn từ chính sách đất đai gây tranh cãi của Việt Nam. Ông Phil Robertson, Phó giám đốc Châu Á của Tổ chức Theo dõi Nhân quyền (HRW), cho biết phiên tòa kết thúc hôm 14/09/2020 không mang tính độc lập: *"Nhà cầm quyền của Việt Nam đang dốc mọi nỗ lực để thể hiện bộ mặt cứng rắn nhất có thể. Bởi vì họ lo sợ rằng phản ứng bất chấp của cộng đồng Đồng Tâm có thể lây lan."* Hãng tin Reuters dẫn lời bà Ming Yu Hah, Phó Giám đốc Đông Nam Á của Tổ chức Ân xá Quốc tế gọi đây là *"một phiên tòa bất công trắng trợn"* mà Tòa Án Nhân Dân sơ thẩm ở Hà Nội, ngày 14/09/2020, đã tuyên hai án tử hình đối với hai bị cáo về tội "giết người" và các mức án từ 15 tháng tù treo đến chung thân đối với 27 người khác bị quy chụp là phạm tội "chống người thi hành công vụ" hoặc "giết người."

Bài báo trên trang The Diplomat hôm 15/09/2020 của tác giả Sebastian Strangio nêu rõ *"Nhà cầm quyền Việt Nam đã sử dụng phiên tòa Đồng Tâm để gửi đi một thông điệp cứng rắn"*. Nhận định rằng vụ án Đồng Tâm cho thấy những căng thẳng ngày càng gia tăng xung quanh vấn đề đất đai ở Việt Nam, ông Strangio viết: *"Bản án cho thấy quyết tâm của đảng Cộng sản Việt Nam trong việc dập tắt bất kỳ sự khuấy động nào của tình trạng bất ổn nông dân."* Tác giả Strangio lý giải: *"Phần lớn vấn nạn này xuất phát từ sự mờ nhạt của lợi ích công và tư trong hệ thống hỗn hợp 'kinh tế thị trường theo định hướng xã hội chủ nghĩa' của Việt Nam, nơi mà đất đai là sở hữu toàn dân, nhưng nhà nước được quyền thu hồi hoặc tịch thu để phục vụ cho 'mục đích chung'...".* Theo ông, sự gia tăng các tranh chấp đất đai gần đây đặt ra một thách thức đặc biệt gai góc đối với Đảng Cộng sản Việt Nam, vốn từng được nông dân ủng hộ đáng kể trong chặng đường cách mạng dài để cướp chính quyền 1930-1945. Ông Strangio nhận định: ***"Trong khi đang chờ những cải cách đáng kể về hệ thống quản lý đất đai phức tạp của Việt Nam, tình hình có thể gây ra nhiều lo lắng và tuyệt vọng hơn: Đó chính là sự phản kháng mạnh mẽ mà tư tưởng cộng sản từng khơi dậy trước đây, sẽ quay đầu chống lại đảng Cộng Sản cầm quyền".***

Ông David Brown, một cựu quan chức ngoại giao Hoa Kỳ và là một chuyên gia về Việt Nam, hôm 14/09/2020 viết trên trang Asia Sentinel cho rằng phản ứng tàn nhẫn của chính quyền CSVN đối với các cuộc đụng độ ở Đồng Tâm là *"một nỗ lực để làm sạch"* những vấn đề xảy ra vào tháng Giêng 2020, mà theo ông, lãnh đạo cấp cao nhất của Việt Nam đã *"đồng tình trong việc che đậy những tội ác của công an khi cuộc đụng độ nổ ra khiến ba công an thiệt mạng"* và phiên tòa vừa qua *"chỉ là một phiên tòa trình diễn"*. Trong bài Vietnam's Dong Tam Incident: the Curtain Falls (tạm dịch VÉN BỨC MÀN VỤ ÁN ĐỒNG TÂM), ông David Brown viết: *"Ở Việt Nam ngày nay, những cuộc biểu tình phản đối bất công của nông dân là một câu chuyện quen thuộc. Ông Lê Đình Kình dường như đã thuyết phục chính mình, các con trai của ông, bạn bè và những người hàng xóm rằng công lý, chứ không phải là văn bản của pháp luật, luôn đứng về phía họ, dù với hậu quả bi thảm"*.

Ông David Brown viết tiếp: *"Trong học thuyết của Đảng CSVN và luật pháp cộng sản Việt Nam, đất đai thuộc sở hữu toàn dân và nhà nước nhân danh họ quản lý. Nếu nông dân kiên trì khẳng định quyền của họ đối với các mảnh đất khi đảng / nhà nước đã ra lệnh sử dụng nó vào mục đích khác, ngay cả khi họ chỉ khăng khăng đòi được đền bù xứng đáng, họ có nguy cơ bị gắn mác 'bạo loạn và khủng bố', buộc phải bị loại bỏ, và trong những trường hợp muốn răn đe nêu gương, họ bị truy tố "*. Vì vậy, Việt Nam cần một cuộc *"cách mạng tư tưởng"* bắt đầu từ trí thức và những người có hiểu biết. *"CHẾ ĐỘ CỘNG SẢN CHỈ CÓ THỂ THAY THẾ CHỨ KHÔNG THỂ SỬA CHỮA "* là đúc kết cuối đời của cựu tổng thống đầu tiên và cuối cùng của Liên bang Xô Viết Mikhail Gorbachev.

Hai sự cố nhỏ này nói lên hiện tình lớn của đất nước và chân dung của chế độ CSVN.

> **Bộ máy cai trị dân của CSVN hành xử ám muội, hận thù và độc tôn như trên do bởi tranh ăn và tranh quyền trong nội bộ khiến cho ĐCSVN này đối diện với nguy cơ căm thù nhau và tạo thêm những vết nhơ cho Đảng.**

9. Nguy cơ do Mafia chính trị gắn liền với kinh tế "thị trường theo định hướng XHCN"

Tình trạng mafia chính trị kết hợp với kinh tế "*định hướng xã hội chủ nghĩa*" làm cho tính chính danh của đảng CSVN bị lung lay và lòng tin của dân chúng dành cho đảng đã không còn. Kết hợp này gây ra một hệ quả kinh tế có xác suất 90% là tăng trưởng âm sau nạn dịch Covid-19, trong khi Trung Quốc cố sức ngăn cản việc đồng vốn FDI di chuyển từ Trung Quốc sang Việt Nam.

Đây là nguy nan tăng trưởng âm không có lối thoát. Tình trạng mafia chính trị kết hợp với kinh tế "*định hướng xã hội chủ nghĩa*" làm phát sinh ra những việc làm mập mờ, giành giật, tranh chấp, trên bảo dưới không nghe, và chứng minh cho thấy tình trạng nguy ngập hầu như vô luật pháp, vô chính phủ, giúp sức cho các nhóm lợi ích lũng đoạn, biến các cơ quan nhà nước thành các sân sau phục vụ các quyền lợi đen tối của họ !

TỔNG THỐNG HOA Kỳ DONALD TRUMP PHÁT BIỂU TạI ĐạI HộI ĐồNG LIÊN HIệP QUốC HÔM 24/09/2019: **"Gần NHƯ ở NƠI NÀO MÀ CHủ NGHĨA XÃ HộI HAY CHủ NGHĨA CộNG SảN ĐÃ ĐƯợC THử NGHIệM, CHÚNG CŨNG GÂY RA ĐAU KHổ, THAM NHŨNG VÀ MụC NÁT"**.

"Lợi ích nhóm", hay "nhóm lợi ích" là những tổ chức cán bộ, đảng viên có chức, có quyền trong ĐCSVN đã chia bè, kết phái để tham nhũng & cướp cơm của người dân và để bảo vệ quyền cai trị độc tôn cho đảng.

Khối Doanh nghiệp nhà nước là ổ tham nhũng phá hoại đất nước và phản bội sức lao động của dân lớn nhất, nhưng không bị trừng phạt mà còn được bảo vệ bởi các "Nhóm lợi ích" trong cơ quan đảng và bộ ngành nhà nước.

Con số trên 100 Cán bộ, Đảng viên ở cấp cao đã bị bắt tù, bị truy tố, bắt đền bù tiền thu bất chính kể từ đầu nhiệm kỳ T.Ư. đảng Khóa XII (2016) chỉ là một phần nổi của nhiều tảng băng chìm của ĐCSVN. Hiện nay, trước thềm Đại hội Đảng XIII, dự trù diễn ra đầu năm 2021, một làn sóng "Nhóm lợi ích" của các phe phái trong đảng đang bung ra để "chạy chức", "chạy quyền" và "chạy vào Trung ương".

Việc này cho thấy tình trạng "Lợi ích nhóm" vẫn sinh sôi nẩy nở như ong vỡ tổ khắp nơi, khắp chốn và trong mọi lĩnh vực, mọi cửa ngõ ra vào của hệ thống đảng, nhà nước và các doanh nghiệp quốc doanh.

Chi tiết hơn, theo tài liệu của Tuyên giáo ĐCSVN thì các ngõ ngách ăn bẩn và làm giàu của các "Nhóm lợi ích", hay "Lợi ích nhóm" đã diễn ra như sau:

1) *"Diễn ra trong quá trình hoạch định, ban hành và thực thi chính sách về kinh tế - xã hội như quyết định hoặc tổ chức thực hiện gây lãng phí, thất thoát tài chính, tài sản, ngân sách nhà nước, đất đai, tài nguyên; trong đầu tư công, quản lý và sử dụng đất đai, khai thác tài nguyên, khoáng sản, tài chính, ngân hàng; tham ô, tham nhũng, lợi dụng chức vụ, quyền hạn cấu kết với doanh nghiệp, với đối tượng khác để trục lợi; lợi dụng, lạm dụng chức vụ, quyền hạn được giao để dung túng, bao che, tiếp tay cho tham nhũng, tiêu cực."*

2) *"Thao túng trong công tác cán bộ; chạy chức, chạy quyền, chạy chỗ, chạy luân chuyển, chạy bằng cấp, chạy tội... Sử dụng quyền lực được giao để phục vụ lợi ích cá nhân hoặc để người thân, người quen lợi dụng chức vụ, quyền hạn của mình để trục lợi..."*

3) *"Càng về cuối nhiệm kỳ, những người thuộc "nhóm lợi ích" thường chỉ tập trung giải quyết những vấn đề ngắn hạn trước mắt, có lợi cho mình, nhóm mình; tranh thủ bổ nhiệm người thân, người quen, người nhà dù không đủ tiêu chuẩn & điều kiện giữ chức vụ lãnh đạo, quản lý hoặc bố trí, sắp xếp vào vị trí có nhiều lợi ích..."* (Theo Tài Liệu "Thực trạng, xu hướng

và giải pháp phòng, chống "lợi ích nhóm" ở nước ta hiện nay, Nxb. Chính trị quốc gia - Sự thật, H, 2015, tr.42.)

Đây chính là nguy cơ lớn nhất thuộc phạm trù ổn định chính trị và kinh tế của đảng CSVN.

10. Nguy cơ đến từ 3 chiến lược đối ngoại hiểm nghèo của ĐCSVN

Theo chuyên gia phân tích quốc phòng quốc tế Derek Grossman thuộc RAND Corporation và đại học University of Southern California, thì nguy cơ của nhà nước Cộng Sản Việt Nam (CSVN) đến từ 3 chính sách của đảng CSVN:

1) Tự nhận mình là nước hữu nghị và cũng là một đồng minh ý thức hệ với Trung Cộng (TC),
2) Giữ chặt quan hệ ngoại giao *"đối tác hợp tác chiến lược toàn diện"* với Trung Cộng, và
3) Tham gia vào sáng kiến *"một vành đai, một con đường"* của TC, một dự án mà giờ đây đang bị quốc tế tẩy chay và các nước đã tham gia tích cực như Pakistan, Burma, Sri Lanka, Lào & Campuchia đều nghi kỵ và đang tìm cách để thoát khỏi dự án này.

Khả năng và cơ hội xoay sở để thoát nguy của CSVN lúc này ngày càng teo tóp và rất bấp bênh, vì đang rơi vào thế "nước xa lửa gần", do bởi kẻ thù sát nách đang từng bước chiếm các hải đảo, chiếm tài nguyên trên biển, đánh giết ngư dân, phá hoại các tàu đánh cá của Việt Nam và đang xây dựng các pháo đài trên các đảo đã chiếm đóng để đe dọa trực tiếp an ninh và chủ quyền của Việt Nam.

Tuy vậy, ngày 23/08/2020, ngoại trưởng CSVN là Phạm Bình Minh và ngoại trưởng TC là Vương Nghị họp nhau trên biên giới Việt-Trung đã tái khẳng định: *"Việt Nam, Trung Quốc nhấn mạnh việc đưa quan hệ đối tác chiến lược đi vào chiều sâu hơn nữa"*, cho thấy 3 sách lược nói trên vẫn là chính sách cốt lõi của ĐCSVN.

Nhưng ngược lại trong cuộc phỏng vấn của The Epoch Times hôm 18/09/2020, Thượng nghị sĩ Mỹ Ted Cruz lại nói rõ: *"Đảng Cộng sản Trung Quốc là "đế chế tà ác mới", muốn đánh bại Hoa Kỳ để trở thành siêu cường duy nhất trên thế giới"* (nguyên văn "Communist China Is '**New Evil Empire**' That Seeks to 'Utterly Defeat' the US" - *https://www.theepochtimes.com/communist-china-is-new-evil-empire-that-seeks-to-utterly-defeat-the-us-sen-ted-cruz_3504063.html*). Tiếc thay '**New Evil Empire**' đó lại có quan hệ đối tác chiến lược toàn diện với CSVN.

Ba sách lược nói ở đây vốn là nguy nan tự thân của Đảng và nhà nước CSVN vì không chịu tách rời ra khỏi chính sách hiểm độc của bá quyền nước lớn Trung Cộng – một nước Cộng Sản đang bị quốc tế đánh giá là nguy hiểm cho toàn thế giới.

11. *Nguy cơ do bởi "Ta lại hại mình"* Một người Pháp đã từng cắm "cờ giải phóng" của Mặt trận Dân tộc Giải phóng Miền Nam Việt Nam trước Hạ nghị viện của Việt Nam Cộng Hòa vào năm 1970, ông André Menras *(tức Hồ Cương Quyết)* nói với nhà báo Khánh An tại Mỹ hôm 30/4/2020 rằng những năm tháng dài sinh sống và đồng hành cùng người dân Việt Nam đã giúp ông nhìn thấy rõ chế độ Cộng Sản mà ông từng nhiệt thành ủng hộ, nay đã trở thành một hệ thống mafia chính trị kết hợp với kinh tế, đầy tham nhũng và chà đạp quyền con người, không xứng đáng và không phù hợp với quan niệm sống của ông về con người và Nhân Quyền: *"Có một đảng là đảng cộng sản VN đã không tôn trọng người dân mà chỉ tham nhũng. Không phải tham nhũng ít mà là tham nhũng khổng lồ, là một hệ thống mafia chính trị cấu kết với kinh doanh, lưu manh, và hơn nữa là tôi thấy họ hèn với Trung Quốc"*, ông André Menras nói. Sau đó, ông André Menras công bố 1 bộ phim có tên là***"Việt Nam: Tiếng gào thét từ bên trong"***mà nội dung quy tụ nhiều tiếng nói phản kháng từ những "công thần" của chế độ như cố Thiếu tướng Nguyễn Trọng Vĩnh, Bác sĩ Huỳnh Tấn Mẫm nguyên Phó Bí thư thành đoàn Thành phố Hồ Chí Minh, cựu tù chính trị Lê Công Giàu, nhà văn Nguyên Ngọc, Nghệ sĩ ưu tú Kim Chi... và nhiều trí thức khác như Giáo sư Tiến sĩ Chu Hảo, nhà giáo Phạm Toàn, Giám mục Nguyễn Thái Hợp, Luật sư Đặng Đình Mạnh...(Video của bộ phim: https://youtu.be/0xABVKNWdjA). Ông André Menras nói bộ phim mà ông đã âm thầm thực hiện một mình suốt hai tháng nhằm để ghi lại "**những**

tiếng gào thét" về sự thật bên trong một xã hội "**không thực sự hòa bình**" như trên bề mặt của nó.

Nhà làm phim người Pháp André Menras. Source: https://news.files.bbci.co.uk/include/idt2/assets/5528b9dd-3297-41e8-b09c-7a91edd65ddc.

Giống như trường hợp của André Menras, một người đồng chí quốc tế khác của ĐCSVN là chủ tịch Tập Cận Bình cũng gây rất nhiều nguy nan cho đảng CSVN. Thật vậy, Orville Schell, Giám đốc Trung tâm Quan hệ Mỹ-Trung thuộc Hiệp hội Châu Á tại Mỹ Kỳ đã đăng trên tạp chí Foreign Policy, hôm 03/04/2020 một báo cáo về *"Cái kết buồn của cặp Mỹ-Trung"* (*The Ugly End of Chimerica*) đã nêu rõ sự độc hại của người đồng chí lớn này như sau: Khi Tập Cận Bình lên nắm quyền vào năm 2012 đã thay thế khẩu hiệu *"Trỗi dậy hòa bình"* của người tiền nhiệm bằng ý tưởng *"Giấc mộng Trung Hoa"* và *"Sự hồi sinh vĩ đại của dân tộc Trung Hoa"* mang tính hiếu chiến hơn.

"Giấc mộng Trung Hoa" và chính sách ngoại giao bá quyền sẽ có những tác động mạnh mẽ đối với Việt Nam. Các tác động này mang lại các nguy cơ, mà nguy cơ lớn nhất & đặc biệt nhất là nguy cơ về an ninh chủ quyền quốc gia về biển đảo, thách thức về sự phụ thuộc về kinh tế, tạo ra sự phụ thuộc về chính trị.

Tham vọng của Tập Cận Bình về một Trung Cộng (TC) bá quyền nước lớn thể hiện rõ qua những sự việc:

➢ chiếm đóng và sau đó quân sự hóa Biển Đông;

➢ gây hiềm khích với Nhật Bản về quần đảo Điếu Ngư/Senkaku từ lâu vốn thuộc quyền quản lý của nước này ở biển Hoa Đông;

➢ đe dọa Đài Loan trắng trợn đến mức khiến ngay cả Quốc Dân Đảng vốn thân Bắc Kinh cũng trở nên xa lánh Trung Cộng.

Hậu quả là một lập trường chính thức gay gắt hơn nhiều, với sự quyết liệt của một trong những liên minh bất ngờ nhất trong chính trị Mỹ: Một mặt trận thống nhất gồm các nghị sĩ thuộc cả hai đảng Cộng hòa và Dân chủ vốn hiếm khi nhất trí với nhau thì giờ đây đồng lòng chống TC.

Những số liệu ban đầu trong giai đoạn tháng 01 & 02/2020 do TC công bố cho thấy sự sụt giảm 20,5% về tiêu dùng và 13,5% về hoạt động sản xuất so với cùng kỳ năm ngoái. Ngay khi TC đang vật lộn tìm cách hồi phục kinh tế, thì các thị trường ở những nơi khác trên thế giới, kể cả Việt Nam, đang lâm vào vào tình trạng phong tỏa do nạn dịch cúm Vũ Hán Covid-19. Và đó là lúc Trump xuất hiện cùng đội ngũ gồm những nhân vật có thái độ thù địch với Đảng Cộng Sản Trung Quốc (*như Peter Navarro, Steve Bannon, Michael Pillsbury, Michael Pompeo, Chris Wray, Robert O'Brien, William Barr ...*), những người từ lâu đã cảnh báo rằng một TC ngày càng hung hăng, độc đoán và được vũ trang đầy đủ vừa là điều không thể tránh khỏi, vừa là một mối đe dọa đối với các lợi ích của Mỹ, kể cả VN và thế giới văn minh.

> *Nguy cơ này do bởi tư duy về bạn bè quốc tế của đảng CSVN không còn phù hợp với trào lưu văn minh quốc tế của thế kỷ 21 và tư duy "TA-BẠN-THÙ" rất cực đoan của Đảng.*

Tóm lại, 11 mối nguy sống chết nói trên khó mà giải tỏa được dưới ách gông xiềng của cái gọi là "Xã Hội Chủ Nghĩa". Thoát khỏi 11 nguy cơ đó phần lớn tùy thuộc vào thể chế chính trị ở Việt Nam có thay đổi được gì không theo hướng văn minh tiến bộ. Tuy nhiên, đảng CSVN đã và đang có quá nhiều món nợ phải trả đối với nhân dân Việt Nam trong và ngoài nước, thậm chí có cả nhiều điều được cho là nợ chính trị, nợ lịch sử và kể cả nợ máu, nên họ không dám từ bỏ con đường độc tôn nắm giữ quyền cai trị bằng bạo lực của "Xã Hội Chủ Nghĩa". Chưa kể đến nợ máu của các chiến dịch Cải Cách Ruộng Đất, triệt hạ Nhân Văn Giai Phẩm, trấn áp "Xét Lại", chỉ riêng từ 1945 đến 1950 các nhà cách mạng Trương Tử Anh, Nguyễn Xuân Tiếu, Lý Đông A, Huỳnh Phú Sổ, và nhiều đảng viên Quốc Dân Đảng, Đại Việt, Dân Xã, và nhóm Đệ Tứ Quốc Tế đã bị

ĐCSVN giết sạch. Cuộc tàn sát tiếp tục sau đó cho tới ít nhất năm 1954. Chưa có một khảo sát chính xác nào về các cuộc tàn sát này, nhưng theo ước lượng của những người sống sót tổng số đảng viên các đảng phái quốc gia bị ĐCSVN thủ tiêu có thể vượt con số 100.000. Họ đều là những người yêu nước, đặt tổ quốc lên trên hết, nhưng bị ám sát vì không theo chủ nghĩa Cộng Sản. Đây chính là "định mệnh chính trị"của ĐCSVN !!!

Chương 2

Bốn Nguy Cơ Cho ĐCSVN Do Sự Kiện Tự Nhiên Đến Từ Quốc Tế

---

12. *Nguy cơ do đối đầu chính trị và ý thức hệ giữa Mỹ & TC*

Giữa năm 2020, thương chiến Mỹ-Trung đã chuyển sang đối đầu chính trị và ý thức hệ (*Tự Do đối đầu Cộng Sản*) để đạt được đích nhắm là vị trí đứng đầu thế giới. Tờ báo *La Croix* của Pháp ghi nhận từ khi Mỹ và Liên Xô hòa hoãn với nhau, chưa từng có một cuộc đấu tranh dữ dội nào giữa các cường quốc như cuộc đối đầu Mỹ-Trung lần này.

Truyền thông quốc tế hừng hực tấn công liên tục vào những điều "dối trá" của Đảng Cộng Sản Trung Quốc (ĐCSTQ). Tại Liên Hiệp Quốc, nhiều nghị quyết bị bế tắc vì đối đầu ngoại giao giữa Trung Cộng (TC) và Mỹ. Trên tờ *Foreign Policy*, ngày 22/05/2020 có bài viết về hai con đường TC đang đi đến tham vọng bá chủ thế giới do hai chuyên gia về quan hệ quốc tế là Hal Brands - Giáo sư nổi tiếng đang làm việc tại Khoa Nghiên cứu Quốc tế Tiên tiến thuộc Đại học Johns Hopkins - và ông Jake Sullivan, nghiên cứu sinh cấp cao tại Tổ chức Hòa bình Quốc tế Carnegie. Hai tác giả cho rằng, Chủ tịch TC Tập Cận Bình bắt đầu thể hiện rõ ý định bá chủ thế giới từ năm 2017 khi ông tuyên bố Trung Quốc đang bước vào "kỷ nguyên mới" và ***cần phải đứng ở trung tâm thế giới***.

Hôm 24/06/2020, Cố vấn An ninh Quốc Gia Mỹ Robert O'Brien phát biểu tại TP Phoenix, Arizona, Hoa Kỳ, về vấn đề "Ý Thức Hệ của ĐCSTQ và Tham Vọng Toàn Cầu" *(The Chinese Communist Party's Ideology and Global Ambitions)*, xác định rõ nước Mỹ cuối cùng đã thức tỉnh trước mối đe dọa từ các hành động của ĐCSTQ như sau:

➤ Xâm nhập vào nền kinh tế Mỹ để ăn cắp công nghệ.

➤ Tạo ra một "Cộng đồng chung vận mệnh cho Nhân loại" (Community of Common Destiny for Mankind), và định hình lại thế giới theo lý tưởng của ĐCSTQ.

> Ăn cắp tài sản trí tuệ, bí mật kinh doanh của các công ty Hoa Kỳ, bí mật quốc phòng của Mỹ, dữ liệu cá nhân của hàng trăm triệu ngườơi Mỹ và công dân các nước giàu mạnh, khống chế cơ quan WHO, UNESCO và Human Rights Council của LHQ, v.v. … để khai thác cho mục tiêu tuyên truyền giấc mộng bá chủ thế giới, v.v…

Cuối cùng, ông khẳng định giờ đây cùng với các đồng minh và đối tác, Hoa Kỳ sẽ chống lại các nỗ lực của ĐCSTQ đang thao túng người dân và chính phủ Mỹ, gây thiệt hại cho nền kinh tế của Hoa Kỳ và làm suy yếu chủ quyền của Hoa Kỳ. Nhưng *Hoa Kỳ không chống lại nhân dân Trung Quốc* vì lý do ĐCSTQ không phải là quốc gia Trung Quốc hay người dân của nó.

Theo **Reuters** hôm 15/09/2020, TT Mỹ Donald Trump tuyên bố: *"Chúng ta sẽ phải làm gì đó với WTO vì họ đã để Trung Quốc thoát tội. Chúng tôi sẽ xem xét điều đó. Tôi không phải người hâm mộ của WTO, đó là điều tôi có thể nói ngay bây giờ"* (Nguyên văn "Then we'll have to do something about the WTO because they've let China get away with murder,"). Tiếp theo, Đại diện Thương mại Hoa Kỳ Robert Lighthizer cho biết: *"WTO hoàn toàn không đủ khả năng để ngăn chặn các hoạt động công nghệ có hại của Trung Quốc"* (https://www.reuters.com/article/idUSKBN26639D).
Con đường thứ nhất mà TC có thể đi để hiện thực hóa tham vọng bá chủ là đi qua khu vực, vốn được Bắc Kinh coi là "sân nhà" của mình, là Tây Thái Bình

Dương. Khi đó TC phải tập trung vào việc xây dựng Tây Thái Bình Dương thành bàn đạp cho sức mạnh toàn cầu bằng cách thiết lập quyền bá chủ trong khu vực này một cách vững chắc. Đây là chiến lược gây nguy hại cho VN. Con đường thứ hai là đánh thắng vào hệ thống liên minh của Mỹ, cũng như tăng cường sự hiện diện của TC trong hệ thống đó, bằng cách phát triển sức ảnh hưởng về chính trị, ngoại giao và kinh tế của TC trên quy mô toàn cầu. Ưu tiên trọng tâm trong cách tiếp cận này sẽ là coi sức mạnh kinh tế và kỹ thuật quan trọng hơn sức mạnh quân sự truyền thống trong việc lãnh đạo thế giới. Với logic đó, TC sẽ chỉ đơn giản giữ cân bằng quân sự ở khu vực Tây Thái Bình Dương nhưng thống trị toàn cầu trên các quyền lực khác là chính trị, ngoại giao và kinh tế.

Hai chuyên gia nói trên đã nhận định rõ chiến lược của TC hiện nay là kết hợp cả hai cách tiếp cận nói trên. Bắc Kinh không ngừng vừa cũng cố phương tiện, vừa tìm kiếm những ảnh hưởng địa chính trị để đối đầu với Mỹ trên vùng Tây Thái Bình Dương. Alice Ekman, chuyên gia về Châu Á thuộc Viện nghiên cứu an ninh của Liên Hiệp Châu Âu cho rằng: "Chính quyền Trung Quốc cũng cố ảnh hưởng trong các định chế đã tồn tại, nhất là trong hệ thống Liên Hiệp Quốc, hoặc tạo ra các định chế mới như Ngân hàng Đầu tư Hạ tầng cơ sở Châu Á, tự cho mình vai trò đề xuất những thay đổi luật lệ quốc tế đã có". Cuộc khủng hoảng tài chính 2008 đã cho thấy sơ bộ kịch bản đó qua các chiến dịch thôn tính doanh nghiệp Châu Âu và dự án con đường tơ lụa mới của TC.

Giờ đây là khủng hoảng Covid-19, nên cuộc cạnh tranh chiến lược lại tiếp tục diễn ra dữ dội. Trước tham vọng khổng lồ của TC, tất nhiên Mỹ không thể ngồi yên. Vào cuối tháng 5/2020 Mỹ đã đề xuất cấm công dân TC đến Mỹ học về công nghệ cao do lo ngại bị "ăn cắp ý tưởng". Nghị sĩ Mỹ là ông Cotton cho rằng các sinh viên TC đến Mỹ để được hưởng nền giáo dục nước này, sau đó trở về Trung Quốc để "cạnh tranh với công việc của chúng ta, ăn cắp ý tưởng sáng tạo của Mỹ". Ông Cotton nói vì lý do này, sinh viên TC phải bị cấm đến Mỹ nghiên cứu khoa học tại các trường đại học và cao đẳng.

Học giả Nghiêm Thuần Câu từ Đại học Trung Quốc ở Hồng Kông nhận định rằng ĐCSTQ không thể chống đỡ nổi các vũ khí kinh tế, chính trị & ngoại giao đang tấn công vào TC. Học giả này phân tích: "Chiêu này trước tiên là trấn định thế trận các nước đồng minh của Mỹ, giống như biểu thị quyết tâm không chắc chắn với Liên Hiệp Châu Âu, Liên minh Ngũ Nhãn, Nhật Bản, Hàn Quốc, Đài Loan, trong chiến lược đối kháng ĐCSTQ, từ đó không có ai nghi ngờ quyết tâm lớn lao này của người Mỹ".

Dựa vào điểm này, thì thấy ngay Chính phủ Mỹ đã không tiếc mọi giá, muốn đối phó với ĐCSTQ cho đến cuối cùng cuộc chiến. Trước đó, Chính phủ Mỹ khuyến cáo các công ty Mỹ rút khỏi TC và cam kết bồi thường tổn thất. Do vậy những công ty này không dám lưu luyến TC, bởi vì tranh chấp Mỹ-TC đến cực điểm sẽ có rủi ro chiến tranh! Khi chiến tranh nổ ra, doanh nghiệp của nước địch thủ sẽ không có khả năng sinh tồn. Đòn kinh tế này của Mỹ cũng còn có hiệu quả tấn công vào ý chí chiến đấu của quan chức ĐCSTQ. Những người chấp chính hiện nay tại TC thực sự muốn đối kháng tiếp tục với Mỹ, bởi vì họ không thể lùi, lùi lại sẽ dẫn đến bản thân rớt đài, còn trong quan trường họ đã đắc tội với quá nhiều người, bản thân rớt đài xong chắc chắn bị thanh toán, không còn đường sống, cho nên nhất định phải chống đỡ đến cùng. Tuy nhiên, những người thuộc các phe phái khác tại TC cũng không nhất thiết phải sinh tồn cùng ĐCSTQ, ngược lại đều muốn nhanh chóng tự bảo vệ bản thân, cho nên nội bộ ĐCSTQ đang rung rinh là một lợi thế cho họ.

Đến bước này, việc Mỹ đối phó với TC sẽ không phải là vấn đề thương mại, không phải là vấn đề khoa học kỹ thuật, cũng không phải là vấn đề kinh tế tài chính, mà là vấn đề chiến lược quân sự. Trước đó Mỹ đã lựa chọn một số đối sách lớn về khoa học kỹ thuật, một là yêu cầu công ty Taiwan Semiconductor Manufacturing Company (TSMC) chuyển nhà máy đến Mỹ để cắt đứt chuỗi cung ứng chip cho công ty quốc doanh Hoa Vi (Huawei) của TC; hai là ngoại trưởng Mỹ ông Michael Pompeo đã đích thân đến Israel cắt đứt giao lưu khoa học kỹ thuật giữa Israel và ĐCSTQ. Hai chiêu thức tấn công này đã cắt đứt đường đi của ĐCSTQ trong khoa học công nghệ cao, ĐCSTQ từ đó đã bị tách khỏi trào lưu khoa học công nghệ thế giới, ngoại trừ còn chút ít gắn bó với Nga & Iran. Mỹ gần đây lại có một số hành động quân sự lớn lao, một là để Israel phái chiến đấu cơ F35 đi thẳng vào Syria, phá hủy chiến đấu cơ Syria do Nga chế tạo, như đi vào chỗ không người; hai là thử thành công súng laser tiêu diệt máy bay không người lái ngay tại chỗ; ba là cả ba đội hình hàng không mẫu hạm hiện đang vào Tây Thái Bình Dương, trên mẫu hạm USS Ronald Reagan có rất nhiều máy bay chiến đấu. Những động tác quân sự này có ý cảnh cáo ĐCSTQ rằng nếu so cao thấp trên chiến trường, thì Mỹ đã có sự chuẩn bị đầy đủ. Tuy chiến tranh Trung-Mỹ chưa xảy ra, nhưng Hoa Kỳ đã giăng thiên la địa võng về quân sự để bao vây Trung Cộng, bủa kín các phía, từ trên trời, dưới đất & dưới nước đều không có lối thoát. Một vành đai từ căn cứ hỏa tiễn chiến lược ở Alaska xuống đến Hạm đội 3, Hạm đội 7, Nhật Bản, Hàn Quốc, căn cứ Mỹ ở Okinawa, Hawaii đến Úc Châu, Singapore và lực lượng quân sự Ấn Độ ở Ấn Độ Dương. Trên trời thì có tàu không gian con thoi không người lái X-37B, vận hành bằng năng lượng mặt trời qua hai tấm pin lớn, với thời gian bay kỷ lục là 677 ngày, tốc độ 28.044 Km /giờ. X-37B đã được hỏa tiễn Atlas-5 đưa vào quỹ đạo cách mặt đất 300 Km và đáp xuống như máy bay bình thường trên đường băng. Những khả năng đặc biệt của X-37B là có thể thay đổi quỹ đạo bay để tránh hỏa tiễn dưới đất bắn lên, bắt cóc vệ tinh của đối phương, và đặc biệt là có khả năng phóng hỏa tiễn đánh vào các mục tiêu trên mặt đất. Hiện tại, X-37B đang làm chủ không gian và không có đối thủ. Ngoài ra còn có vũ khí gây kinh hoàng cho tàu sân bay Trung Quốc, đó là vũ khí X-47B tức máy bay tàng hình công nghệ cao, không người lái, tiếp nhiên liệu trên không, với tầm hoạt động 4000 Km. Máy bay này chứa 2000 Kg bom và hỏa tiễn. Công nghệ tàng hình tối cao cho phép máy bay này xâm nhập vào lãnh thổ đối phương. Máy bay X-47B được chế tạo cho tàu sân bay nên có thế cất cánh và đáp xuống trên sàn tàu sân bay. X-47B là sát thủ vô hình gây kinh hoàng cho tàu sân bay Trung Cộng. Ở đáy biển, "vạn lý trường thành dưới nước" của Trung Cộng là hệ thống tàu ngầm và những thiết bị bảo vệ con đường dưới nước từ căn cứ tàu ngầm Du Lâm ở thành phố Tam Á, đảo Hải Nam, để tàu ngầm Trung Quốc tiến ra biển lớn, nhưng Vạn Lý Trường Thành này bị phá vỡ bởi các loại tàu ngầm không người lái hiện đại nhất của Hoa Kỳ. Đó là tàu ngầm không người lái và tàu nổi không người lái săn tàu ngầm có tên là Sea Hunter. Tàu ngầm không người lái (UUV=Unmanned Undersea Vehicle) thế hệ mới, kích cở nhỏ, từ 3m đến 15m. Điểm thuận lợi và nổi bật nhất của Sea Hunter là hoạt động ở vùng nước cạn rộng lớn ở Biển Đông, chỉ sâu có 100m nên các loại tàu ngầm thông thường không hoạt động được. Ngoài việc tìm diệt tàu ngầm của Trung Quốc, tàu ngầm nhỏ bé Sea Hunter này còn có khả năng rà phá mìn, thu thập tin tức tình báo. Tham dự việc tiêu diệt Vạn Lý Trường Thành dưới nước của Trung Quốc còn có tàu nổi không người lái diệt tàu ngầm lọai Sea Hunter mới, có khả năng diệt tàu ngầm, trinh sát, quét thủy lôi và giải mã những thông điệp đã được mã hóa của đối phương. Hiện không phải là lúc người Hồng Kông hay Đài Loan đấu đến cùng với ĐCSTQ, mà là Trung-Mỹ đấu đến cùng và toàn thế giới đấu đến cùng với ĐCSTQ.

Sáng thứ hai, 24/08/2020, Viện Athenai Institute, trụ sở tại Hoa Thịnh Đốn, trách nhiệm soạn thảo mô hình dự luật *"Hành Động Chống Sự Bành Trướng Ảnh Hưởng của Chủ Nghĩa Độc Tài ("The Action to Halt the Expansion of Neo-Authoritarian Influence Act – ATHENAI"),* ra thông cáo báo chí cho biết sau nhiều nỗ lực vận động và soạn thảo, mô hình dự luật Athenai Act đã hoàn tất, giúp Hoa Kỳ tiến gần thêm 1 bước nữa trong việc đóng cửa 75 Viện Khổng Học (*Confucius Institutes*) do đảng CS Trung Quốc tài trợ hoạt động trên 44 tiểu bang của Hoa Kỳ. Mục tiêu của Dự Luật A.T.H.E.N.A.I là triệt tiêu "Tiền Đồn" của CSTQ tại Hoa Kỳ. Chút "credit" (Nhân/ Nghĩa/ Lễ/ Trí/ Tín) của Đại Sứ Văn Hóa Khổng Phu Tử, cùng toàn bộ Tứ Thư Ngũ Kinh của Nho Giáo, không sao che lấp được những hành vi vô văn hóa mà hàng triệu người Tàu đi du lịch vẫn phô diễn hàng ngày ở khắp mọi nơi hiện nay.

Trung Cộng không phải là Trung Hoa. Cố đánh tráo Văn Minh Trung Hoa bằng Văn Minh Trung Cộng là một cố gắng vô vọng. Ép Khổng Tử phải làm cán bộ tuyên truyền cho cái thứ "Văn Hoá Cộng Sản" thì rõ ràng là đã biến ông thành một kẻ lố bịch và rất đáng thương. Hôm Chủ Nhật 23/08/2020, TT Mỹ Donald Trump tuyên bố thêm trên đài Fox News: *"Không có quốc gia nào gây hại đối với chúng ta hơn TC. Chúng ta đã mất hàng tỷ, hàng trăm tỷ USD cho họ. Chúng ta không nhận được gì từ TC. Tất cả những gì chúng ta làm là mất tiền. Khi tôi áp mức thuế 25% lên hàng hóa Trung Quốc, chúng ta đã có được rất nhiều doanh nghiệp hồi sinh".*

> *Đối đầu "dữ dội" giữa Mỹ và ĐCSTQ, giữa quốc tế và ĐCSTQ là một nguy cơ cho đảng CSVN vì Đảng này có cùng ý thức hệ tư tưởng và gắn bó với Đảng Cộng Sản Trung Quốc như anh em "răng môi" có cùng ý thức hệ tư tưởng.*

13. Nguy cơ do thế giới biến đổi lớn lao sau nạn dịch Covid-19

Ngày 11/04/2020, Tổng thống Đức Frank - Walter Steinmeier, người giữ chức vụ cao nhất Cộng hòa liên bang Đức, phát biểu trước toàn quốc về sự phát triển của xã hội Đức sau cuộc khủng hoảng virus Vũ Hán 2019: "Thế giới sau sự kiện Covid-19 này sẽ khác đi nhiều. Nó sẽ như thế nào, điều đó do chúng ta quyết định!". Trước đó toàn cầu hóa và chủ nghĩa phóng khoáng bùng lên sau khi Liên Xô sụp đổ, đã đặt quyền lợi kinh tế lên trên tất cả khiến Mỹ và thế giới đã bỏ hết trứng vào cái giỏ Trung Cộng. Hậu quả là Covid-19 làm cho thế giới chao đảo và trả giá đắt vì sự lệ thuộc này. Do đó, việc phong tỏa và cô lập TC kể từ nay là một quyết tâm cao, có sự chuẩn bị chu đáo và phối hợp đồng bộ giữa các nước đang có nền kinh tế thị trường thực sự, chứ không phải là "Kinh Tế Thị Trường theo định hướng XHCN".

Quá trình xét lại toàn cầu hóa không thể đảo ngược, mà chỉ có thể điều chỉnh cho phù hợp với hoàn cảnh mới. Nhiều ngành nghề như sản xuất và gia công cần nhiều lao động đã chuyển dịch hoàn toàn sang các nước đang phát triển. Toàn cầu hóa bằng cách bỏ hết trứng vào giỏ TC sẽ kết thúc sau đại dịch Covid-19 và chuyển sang hình thái "khu vực hóa", tức là chia nhỏ các nhà máy và chia đều ra năm châu. Châu Á sẽ phục vụ cho thị trường Châu Á, Châu Âu sẽ phục vụ cho thị trường Châu Âu.

Kế hoạch rời TC đang được các cường quốc kinh tế G7 & G19 (đã loại trừ nước Nga) bắt đầu thực hiện ngay năm 2020 này. Nhật Bản đã chi 2,2 tỷ USD để hỗ trợ các công ty Nhật chuyển nhà máy từ Trung Quốc về trong nước hoặc chuyển sang Đông Nam Á. Gần đây nhất, Bộ Kinh tế, Thương mại và Công nghiệp Nhật Bản ngày 17/7/2020 đã tiết lộ 87 công ty Nhật Bản đầu tiên được nhận trợ cấp để chuyển hoạt động sản xuất từ Trung Quốc sang Đông Nam Á hoặc về lại Nhật Bản..

Tuần báo *Politico* ngày 21/04/2020 đưa tin, Cao ủy Thương mại Liên Hiệp Châu Âu Phil Hogan cho biết khối này sẽ tìm cách "giảm sự lệ thuộc thương mại" vào TC sau đại dịch. Nếu đảng CSVN không dám thay đổi cơ bản và từ bỏ "định hướng xã hội chủ nghĩa" để có được một nền kinh tế thị trường toàn vẹn thì nhiều công xưởng sản xuất các mặt hàng tiêu dùng thiết yếu của các nước Anh, Pháp, Đức, Canada, Mỹ & Úc từ TC sẽ không được di chuyển từ TC sang Việt Nam, vì 2 nước này đều cùng nhau có chung "định hướng xã hội chủ nghĩa". Giám đốc Hội đồng Kinh tế Quốc gia của Mỹ Larry Kudlow nói Hoa Kỳ nên trả chi phí để các công ty Mỹ đưa sản xuất rời khỏi TC về lại Hoa Kỳ. Vì vậy, TC sẽ là một trong những nước khốn đốn nhất về kinh tế hiện nay và sau đại dịch Covid-19 này.

Nếu Hoa Kỳ và Nhật Bản, các nền kinh tế lớn nhất và lớn thứ ba thế giới lần lượt rời khỏi Trung Quốc, thì điều này sẽ có tác động rất lớn đến nền "kinh tế thị trường theo định hướng XHCN" của những chế độ XHCN tương tự như TC. Nền kinh tế của TC bắt đầu rơi vào khủng hoảng khiến chủ tịch Tập Cận Bình bắt buộc phải lùi bước và Covid-19 sẽ làm cho quá trình đó diễn ra nhanh hơn. Trật tự thế giới sẽ thay đổi sau Covid-19, làm cho Trung Cộng sẽ rút lui và co cụm lại trước khi tan vỡ, và sẽ làm cho tất cả các chuyên gia về Trung Quốc đều sững sờ, kinh ngạc. Cả thế giới cũng vậy, từ giới tinh hoa cho đến dư luận quần chúng đã và sẽ phải kinh ngạc khi họ bất ngờ khám phá bộ mặt thật của một siêu cường đầy đe dọa, thủ đoạn, ngạo mạn, khác hẳn với hình ảnh một đất nước cần cù, ít phô trương. Con virus corona đã làm người ta mở mắt và xóa đi mọi ảo tưởng.

Theo Asian Nikkei Review, hôm 02/09/2020, CHLB Đức vừa thông qua chính sách mới về Ấn Độ Dương – Thái Bình Dương, giảm nhẹ liên hệ với Trung Cộng, tăng cường hợp tác với các nước Nhật, Hàn, Ấn và ASEAN. Ngoại trưởng Đức Heiko Maas cho biết mục tiêu chính sách này khá rõ: "*Chúng tôi muốn giúp định hình trật tự toàn cầu trong tương lai dựa trên các quy tắc và hợp tác quốc tế, không dựa trên luật lệ của kẻ mạnh. Đó là lý do tại sao chúng tôi tăng cường hợp tác với những nước có chung các giá trị dân chủ và tự do*". Các công ty Đức hoạt động ở TC đã bị chính quyền Trung Quốc cưỡng ép chuyển giao công nghệ. Các công ty Đức cũng lo ngại về việc kinh doanh và bảo vệ tài sản trí tuệ của họ ở Trung Cộng, đặc biệt sau khi nhà sản xuất thiết bị TC là Midea Group mua nhà sản xuất robot Kuka của Đức vào cuối năm 2016.

Giáo sư Patrick Koellner thuộc Viện Nghiên cứu Khu vực và Toàn cầu của Đức cho biết Châu Âu nói chung đang đánh giá lại mối quan hệ với Trung Cộng. Ông nói sự chuyển hướng sang một chiến lược tỉnh táo hơn đối với Bắc Kinh đã diễn ra. Có thể nói, Châu Âu đang học theo quan điểm và chính sách của chính phủ Mỹ về khu vực Ấn Độ Dương – Thái Bình Dương nói chung và TC nói riêng.

Giáo sư Francis Fukuyama từng tuyên bố về "Sự cáo chung của lịch sử", cho rằng, theo cách tư duy của Hegel, chế độ dân chủ sẽ là "cuối cùng" của lịch sử tiến hóa văn minh nhân loại. Trong những công trình gần đây, ông đã giải thích cho nhận định đó bằng hiện tượng "tính chính danh" của các quốc gia và các chế độ trong một thế giới đầy những biến động phức tạp. Chính sách "làm cho nước Mỹ vĩ đại trở lại" của Tổng thống đời thứ 45 nước Mỹ Donald Trump báo hiệu "trật tự thế giới" bắt đầu thay đổi mạnh – dù người nào khác thay thế ông Trump trong thời gian 4 năm tới đây thì chính sách "làm cho nước Mỹ vĩ đại" vẫn khó thay đổi vì chính nó là xương sống của Mỹ từ ngày lập quốc đến nay.

Quan hệ quốc tế đa phương hóa đang được xem xét lại và thay thế bởi chính sách **song phương theo dân chủ & kinh tế thị trường**. Nhiều nhà phân tích chiến lược chính trị, kinh tế trên thế giới có nhận định chính xác rằng sau đại dịch Covid-19 này thế giới sẽ không thể quay về với "trật tự cũ". Việt Nam phụ thuộc rất nhiều vào thế giới nên phải biết và hiểu rõ tình hình thế giới mới để có những hoạch định đúng về các chính sách. Việt Nam không thể một mình một con đường riêng kiểu *"định hướng Xã Hội Chủ Nghĩa"* mà phải hòa mình vào dòng chảy chung của thế giới và của thời đại.

Hơn nữa, *Làn sóng dân chủ thứ tư* đã bắt đầu từ năm 2010 nhằm vào các nước độc tài đang mở cửa về mặt kinh tế. Bản chất của các chế độ độc tài này đơn thuần chỉ là cướp bóc chứ không hề có tư tưởng hay một dự án chính trị nào. Chúng tồn tại dựa trên sự đàn áp vì thế không thể tiếp tục.

> *Đây là một nguy nan lớn của đảng CSVN do bối cảnh mới trên toàn cầu kể từ năm 2020, vì đảng CSVN không có khả năng tự thay đổi theo trào lưu văn minh, dân chủ và nhân quyền của nhân loại.*

14. Nguy cơ từ "Liên minh vòng cung Biển Đông"

Từ năm 2015, một liên minh quân sự & chính trị âm thầm do Mỹ, Nhật & Ấn Độ chủ xướng đã hình thành, lớn mạnh và không chính thức nêu tên cho đến nay (*có thể tạm gọi là "liên minh vòng cung Biển Đông"*) nhằm bao vây Trung Cộng từ Ấn Độ Dương sang Thái Bình Dương để bảo vệ Biển Đông. "Liên minh" này đã có sự tham gia tích cực của Úc, Pháp, Anh, Singapore, Malaysia và Indonesia mà người ta có thể nhận ra qua các hành động hải quân của các nước này trên Biển Đông từ 2016 cho đến nay. Úc và Ấn Độ đã ký kết thỏa thuận về việc cùng sử dụng chung căn cứ quân sự của hai nước vào ngày 04/06/2020 cho phép hai bên sử dụng căn cứ quân sự của nhau. Hai bên đồng thời đồng ý tăng cường hợp tác ở vùng Ấn Độ - Thái Bình Dương trong bối cảnh quan hệ của hai nước với Trung Cộng đang có dấu hiệu căng thẳng. Thông cáo công bố sau khi ký kết nêu rõ: *"Hai bên đồng ý tiếp tục gắn bó và mở rộng hợp tác quốc phòng qua việc tăng cường quy mô và tính phức tạp các cuộc tập trận song phương và các hoạt động khác nhằm phát triển những hướng mới đối phó với những thách thức về an ninh mà hai bên cùng chia sẻ"*. Theo *South China Morning Post* và *BBC Services* thì một liên minh lập pháp *(quốc hội)* của 9 quốc gia và quốc hội Châu Âu ngày 05/06/2020 đã công bố việc thành lập Liên Minh Nghị Viện Đa Quốc (IPAC) để *"có lập trường cứng rắn hơn đối với Đảng Cộng Sản Trung Quốc thông qua các chiến lược tập thể"* và nhằm đối đầu với sức mạnh bành trướng địa lý chính trị ngày càng gia tăng của TC. Liên Minh lập pháp này gồm Quốc Hội các nước Úc, Canada, Quốc hội Châu Âu (EP/EPP), Cộng hòa liên bang Đức, Nhật Bản, Na-Uy, Thụy Sĩ, Anh Quốc, Mỹ và Lithuania.

Trước đó thì toàn văn bài phát biểu của tổng thống Mỹ Donald Trump trong cuộc họp báo tại Nhà Trắng hôm 29/05/2020 đã nêu rõ nguyên nhân chiến pháp của Mỹ đối với Trung Cộng: *"Mô hình hoạt động sai trái của Trung Quốc vốn đã nhiều tai tiếng. Trong nhiều thập niên qua, họ đã xé toang Hoa Kỳ, điều mà chưa có quốc gia nào đã từng làm trước đây. Trung Quốc cũng đã tuyên bố quyền lãnh hải một cách bất hợp pháp tại Thái Bình Dương, đe dọa tự do hàng hải và thương mại quốc tế. Thế giới hiện đang bị tổn thương do sự bất minh của chính phủ Trung Quốc. Hoa Kỳ cũng sẽ thực hiện các bước cần thiết để xử phạt Cộng hòa nhân dân Trung Quốc (PRC). Hành động của chúng ta sẽ mạnh mẽ, hành động của chúng ta sẽ mang lại nhiều ý nghĩa".*

Đầu năm 2020, thế giới biết được rằng một nhóm kinh tế khá mạnh, gồm Mỹ, Nhật, Úc & Ấn Độ dưới tên "Bộ Tứ Kim Cương" (*Nhóm QUAD*) đã hình thành từ 2007 và hiện nay đang lôi kéo thêm Hàn Quốc, New Zealand và Việt Nam để thay đổi danh xưng chính thức thành "Mạng Lưới Kinh Tế Thịnh Vượng".

Bộ Ngoại giao các nước Anh, Pháp, Đức (còn gọi là nhóm E3) hôm 16/09/2020 đã chính thức gửi công hàm lên Liên Hiệp Quốc (UN), phản đối yêu sách chủ quyền quá đáng của Trung Quốc ở Biển Đông, đồng thời khẳng định tự do hàng hải và hàng không xuyên qua khu vực này. Đây là công hàm mới nhất gửi lên UN phản đối yêu sách của Trung Quốc ở Biển Đông sau một loạt các công hàm tương tự được gửi đi từ các nước Philippines, Việt Nam, Indonesia, Malaysia, Hoa Kỳ, Australia, tính từ lúc công hàm của Malaysia gửi UN hồi tháng 12 năm 2019 để đăng ký phần thềm lục địa mở rộng ở khu vực phía Bắc Biển Đông.

Trong công hàm mới, nhóm E3 khẳng định việc các quốc gia tuân thủ Công ước về luật biển UNCLOS của UN, bác bỏ yêu sách đường cơ sở thẳng mà Trung Quốc áp dụng đối với toàn bộ quần đảo Hoàng Sa. Nhóm E3 cũng nhấn mạnh *"các đòi hỏi (về chủ quyền) liên quan đến quyền lịch sử của TC ở Biển Đông là không đúng với luật quốc tế và các điều khoản của UNCLOS"*, đồng thời khẳng định điều này trong phán quyết của Toà Trọng tài quốc tế đưa ra hồi năm 2016 bác bỏ tính hợp lệ của đường đứt khúc 9 đoạn mà Trung Quốc tự vẽ ra trên biển. Biến cố này gia tăng sức mạnh cho "Liên Minh vòng cung Biển Đông" nhắm bao vây TC, một đối tác chiến lược toàn diện của Đảng CSVN.

Ngày 15/09/2020, các đại biểu Quốc Hội Hoa Kỳ đã hội nghị trực tuyến với 86 tổ chức từ khắp nơi trên thế giới để bàn về kết quả cuộc trưng cầu ý kiến của người dân Việt Nam về hành động gây hấn của Trung Cộng tại Biển Đông. Hơn 1.1 triệu người Việt đã tham gia, với 95% ủng hộ việc khởi kiện Trung Cộng tại các tòa án quốc tế. Hoan nghênh nỗ lực của tất cả các tổ chức liên quan, Dân biểu Alan Lowenthal tuyên bố tại hội nghị: *"Chúng ta phải quy trách nhiệm cho Trung Cộng và buộc họ phải tuân thủ phán quyết của Tòa Trọng Tài Quốc Tế. Tôi sẽ cùng các bạn đứng lên chống lại sự xâm lăng của Trung Cộng trên Biển Đông"*. Nữ Dân Biểu Stephanie Murphy phát biểu trước hội nghị về sự cần thiết phải đứng lên vì lợi ích của Mỹ trước sự xâm lược từ Trung Cộng. Dân biểu Ted Yoho bày tỏ quan ngại về cái gọi là "đường 9 đoạn" và nhắc nhở cử tọa rằng *"Hoa Kỳ luôn sát cánh* cùng các bạn và ủng hộ một khu vực hàng hải tự do và rộng mở ở Biển Đông Nam Á và Biển Đông”. Thượng Nghị Sĩ John Cornyn nhấn mạnh: *“Giờ đây, điều quan trọng hơn bao giờ hết là người dân phải đứng lên chống lại Trung Cộng xâm lăng Biển Đông”*. Ông hứa sẽ *“tiếp tục tranh đấu chống lại toan tính của Trung Cộng áp đặt yêu sách phi pháp ở Biển Đông. Điều tối quan trọng cho nền an ninh và sự thịnh vượng của cộng đồng quốc tế là Biển Đông không bị Trung Cộng cưỡng chiếm”*. Thượng Nghị Sĩ Mark Warner lưu ý: *“Đảng Cộng Sản Trung Quốc đang có khuynh hướng bành trướng khổng lồ. Đây phải là mối quan tâm cho tất cả mọi người ở Đông Nam Á”*.

Hội Nghị nầy cũng có sự tham gia của các văn phòng đại biểu khác, đặc biệt là của Dân biểu Ron Wright, Dân biểu Ro Khanna và bốn văn phòng khác. Theo ban tổ chức, hội nghị này *“không ảo tưởng rằng nhà cầm quyền CSVN sẽ lưu tâm đến nguyện vọng của người dân và kiện Trung Cộng. Trên thực tế, chúng ta đã chứng tỏ với thế giới điều ngược lại là 95% người Việt muốn chủ quyền lãnh hải và hành hoạt trong một khuôn khổ luật pháp quốc tế”*. Từ chối viễn ảnh về một tương lai do ĐCSTQ thống lãnh qua những hình ảnh đen tối của Tây Tạng, Tân Cương, Hồng Kông và Biển Đông, Hội nghị của 86 tổ chức này kêu gọi LHQ và các chính phủ trên thế giới tuyên bố ***ĐCSTQ là một tổ chức tội phạm xuyên quốc gia***.

Ngày 01/06/2020, đại sứ Mỹ tại Liên Hiệp Quốc là Kelly Craft đã chuyển một công hàm ngoại giao của

Mỹ cho Tổng thư ký Liên Hiệp Quốc Antónios Guterres để khẳng quyết: *"Mỹ bác bỏ hoàn toàn yêu sách của Trung Quốc về Biển Đông"* và yêu cầu Tổng thư ký Liên Hiệp Quốc thông báo khẳng quyết này đến tất cả các nước thành viên Liên Hiệp Quốc.

Sau đó, vào ngày 13/07/2020, Washington đã chính thức tuyên bố một sự thay đổi lớn về lập trường đối với tình trạng pháp lý của yêu sách đường 9 đoạn của Trung Cộng về chủ quyền ở Biển Đông. Tuyên bố này của Mỹ đã chính thức bác bỏ giá trị pháp lý quốc tế của tất cả các yêu sách hàng hải của Trung Quốc trên Biển Đông.

Nước Úc, mười ngày sau đó, đã theo gương bằng một tuyên bố chính thức gởi cho Liên Hiệp Quốc. Sau cuộc hội đàm cấp cao ở thủ đô Washington hôm 28/07/2020, Mỹ-Úc đã đi đến thống nhất trong một tuyên bố chung rằng hai nước sẽ tăng cường hợp tác quân sự để chống lại các mối đe dọa từ chính quyền Trung Cộng.

Nhiều nước như Anh, Úc, Đức dường như đã thấy Bắc Kinh không phải là một thực thể "vừa hợp tác vừa cạnh tranh" mà thực sự là một hiểm họa đối với nhân loại. Bên cạnh các 'cú ra đòn' liên tiếp, không khoan nhượng của Hoa Kỳ vào tham vọng đen tối của chính quyền TC, các xã hội dân chủ khác cũng liên tục có động thái nhằm ngăn chặn lực lượng này gây thêm tai họa đối với thế giới.

Những sự kiện nói trên đánh dấu nấc thang tột đỉnh của của cuộc đối đầu Mỹ-Trung trên Biển Đông và cho thấy tình thế đã tiến gần đến rủi ro chiến tranh. Theo giáo sư Minxin Pei (a Chinese-American political scientist and expert on governance in the People's Republic of China, U.S.-Asia relations, and democratization in developing nations), cách tư duy của lãnh đạo Trung Quốc làm cho họ mắc phải một loạt "sai lầm chiến lược tai hại". Không có lãnh đạo Trung Quốc nào dự đoán được Mỹ "sẵn sàng hy sinh thị trường Trung Quốc để theo đuổi các mục tiêu địa chiến lược rộng lớn hơn. Vì vậy, chiến lược "tách đôi" (decoupling) đã làm cho họ "hoàn toàn bị bất ngờ".

Ngày 01/08/2020, EU kêu gọi đoàn kết chống lại Trung Quốc 'hung hăng' qua lời tuyên bố của Đại diện Ngoại giao và An ninh Cấp cao kiêm Phó Chủ tịch Ủy ban châu Âu Josep Borrell về đề nghị một cách tiếp cận thống nhất hơn từ 27 quốc gia thành viên EU đối với chính quyền TC độc đoán và hung hăng: *"Trung Quốc đang ngày càng quyết đoán trên trường quốc tế ... đại dịch virus corona đã làm nổi bật điều này. Trung Quốc đã cản trở nên cương quyết hơn, thậm chí là hung hăng hơn trong khu vực, đặc biệt là tại Biển Đông và tại biên giới giáp ranh Ấn Độ. Ngoài ra, giới lãnh đạo Bắc Kinh không ngần ngại phớt lờ các cam kết quốc tế khi áp đặt Luật An ninh Quốc gia đối với Hồng Kông"*.

Bộ trưởng Quốc phòng Mỹ Mark Esper hôm thứ Tư, 16/09/2020, vừa công bố kế hoạch bổ sung lực lượng Hải quân Mỹ bằng một loạt tàu chiến, tàu ngầm và máy bay tự hành & không người lái để đối đầu các thách thức hàng hải ngày càng gia tăng từ Trung Quốc, theo SCMP. Phát biểu trong buổi lễ kỷ niệm ngày 11/09/2020 thường niên lần thứ 19 tại Ngũ Giác Đài, ông Esper nhắc lại rằng Trung Quốc là mối đe dọa an ninh hàng đầu của Mỹ, và khu vực Ấn Độ Dương – Thái Bình Dương là "khu vực trọng tâm" của quân đội Mỹ. Ông nói: *"Khu vực này không chỉ quan trọng vì là trung tâm giao thương và thương mại toàn cầu, mà còn là tâm điểm của cuộc cạnh tranh cường quốc với Trung Quốc"*.

Theo tin Reuters, Hoa Kỳ đang hợp tác với 6 nước Úc, Ấn Độ, Nhật Bản, New Zealand, Hàn Quốc & Việt Nam để đẩy nền kinh tế toàn cầu tiến lên, trong đó có chính sách tái cấu trúc chuỗi cung ứng để không bị lệ thuộc vào nguồn cung ứng của TC giống như hiện nay. Bảy quốc gia này sẽ hợp thành một "mạng lưới thịnh vượng kinh tế" và một trong những chuyện họ sẽ làm là đưa các công ty của Mỹ đang có cơ sở sản xuất tại Trung Quốc hoặc trở về Mỹ hoặc chạy sang các nước trong mạng lưới, bởi vì các nước này là những "đối tác đáng tin cậy" của Mỹ. Nguy cơ của đảng & Nhà nước CSVN là cái đuôi *"định hướng xã hội chủ nghĩa"* ngăn cản hoàn toàn việc tham gia vào "mạng lưới thịnh vượng kinh tế" này, dù mạng lưới đã cho phép CSVN gia nhập.

> *Nguy cơ này do bởi "định hướng xã hội chủ nghĩa" vốn rất lạc hậu từ 30 năm qua nên đã không giúp gì cho CSVN hội nhập để có được vai trò tích cực trong mạng lưới thịnh vượng và liên minh quốc tế bảo vệ Biển Đông nói trên, trong một thế giới "toàn cầu hóa mới" sau nạn dịch Covid-19.*

15. Nguy cơ do cuộc đối đầu Mỹ-Trung tiến gần đến rủi ro chiến tranh

Rõ ràng, xét trên mọi phương diện, nước Trung Hoa dưới thời Đảng Cộng sản Trung Quốc (ĐCSTQ) lãnh đạo yếu thế hơn nhiều so với Hoa Kỳ, quốc gia được xem là 'thủ lĩnh' của thế giới tự do. Điều này càng được phản ánh rõ hơn khi Hoa Kỳ, dưới thời TT Donald Trump, đã nhận thức đầy đủ hơn về mối nguy hại Bắc Kinh và không ngừng gia tăng các hành động nhằm đẩy lùi tham vọng của lực lượng đang nắm quyền cai trị Trung Quốc. Những diễn biến này cho thấy Hoa Kỳ đang tiếp tục ở thế thượng phong trong cuộc "chiến tranh đa diện mới" với TC.

Tiếp tục các động thái "vạch mặt" Bắc Kinh, Thượng nghị sỹ Hoa Kỳ Tom Cotton, hôm 28/07/2020, đã khuyến cáo rằng không nên tin bất kỳ điều gì từ chính quyền Trung Cộng, và nói rằng Washington cuối cùng đã đứng lên ngăn chặn hành vi hung hăng lâu dài chống Mỹ của ĐCSTQ. The Guardian, hôm thứ Tư 29/07/2020, đưa tin Liên minh tình báo "Ngũ nhãn" (gồm Mỹ, Úc, Anh, Canada và New Zealand) có thể sẽ kết nạp thêm thành viên Nhật Bản và mở rộng quan hệ hợp tác kinh tế chiến lược để đẩy lùi các hành vi sai trái của chính quyền Trung Cộng.

Theo bản tin hôm thứ Năm (30/07/2020) của SCMP, bà Lisa Curtis, giám đốc cấp cao phụ trách khu vực Nam và Trung Á của Hội đồng Bảo an Quốc gia Hoa Kỳ, tiết lộ rằng, Tổng thống Trump *"sẵn sàng chấp nhận rủi ro hơn nữa"* trong mối quan hệ với Bắc Kinh để chống lại các tham vọng bành trướng của chính quyền Trung Cộng.

Vì thế, những liên minh chống Trung Cộng đang được hình thành để đẩy lực lượng của ĐCSTQ vào nơi mà nó không thể làm hại nhân loại. *"**Muốn bảo vệ tự do cho nước Mỹ và tự do cho Thế giới thì TC phải có tự do**"* chính là tóm tắt chiến lược "tấn công ĐCSTQ" được giải thích qua 4 bài phát biểu, từ 24/06/2020 đến 23/07/2020, của 4 vị lãnh đạo chính trị Mỹ là Cố vấn An ninh quốc gia Robert O'Brien nói về chống ý thức hệ XHCN của TC, Giám đốc FBI Chris Wray nói về chống gián điệp TC, Bộ trưởng Tư pháp William Barr nói về chống kinh tế XHCN và Ngoại trưởng Michael Pompeo nói về chiến lược chống TC của thế giới Tự Do.

Thêm nữa, Tổng thống Hoa Kỳ Donald Trump hôm 22/09/2020 đã phát biểu trực tuyến hơn 7 phút tại phiên họp thường niên của Đại hội đồng Liên Hiệp Quốc. Trích nguyên văn các đoạn ngắn lên án TC mạnh mẽ nhất, như sau: *"... Chúng ta đã phát động một cuộc chiến khốc liệt chống lại kẻ thù vô hình –*

virus Trung Quốc – thứ đã cướp đi sinh mạng của vô số sinh mạng ở 188 quốc gia...Chúng tôi sẽ phân phối vắc-xin, chúng tôi sẽ đánh bại virus, chấm dứt đại dịch, và bước vào một kỷ nguyên mới của sự thịnh vượng, hợp tác và hòa bình chưa từng có. Khi chúng ta theo đuổi tương lai tươi sáng này, chúng ta phải buộc quốc gia phát tán dịch bệnh cho thế giới chịu trách nhiệm: Trung Quốc. ... Liên Hợp Quốc phải buộc Trung Quốc chịu trách nhiệm cho các hành vi của họ. ... Chúng tôi đã chống lại hai thập kỷ Trung Quốc lạm dụng thương mại. ... Chúng tôi đang sát cánh cùng người dân Cuba, Nicaragua và Venezuela trong cuộc đấu tranh chính nghĩa vì tự do của họ. ... Trên cương vị Tổng thống, tôi đã bác bỏ những cách tiếp cận thất bại trong quá khứ và tôi tự hào đặt nước Mỹ lên trên hết, và các vị cũng nên làm điều tương tự với đất nước của mình. Đó là điều các vị nên làm. ... (Remarks by President Trump to the 75th Session of the United Nations General Assembly - FOREIGN POLICY, Issued on September 22, 2020. https://www.whitehouse.gov/briefings-statements/remarks-president-trump-75th-session-united-nations-general-assembly/).

Đứng trung lập giữa Mỹ & TC là một nguy cơ quốc tế khá lớn cho đảng & nhà nước CSVN, vì Cộng Sản Việt Nam và TC gắn bó với nhau bằng "4 Tốt & 16 Chữ Vàng trong tình đồng chí xã hội chủ nghĩa anh em" thì khó có quốc gia nào khác tin rằng CSVN sẽ thiên về phía Mỹ trong cuộc đấu tranh Trung-Mỹ triệt để này.

Chương 3

Mười Một Nguy cơ đến từ Trung Cộng

*K*ể từ lúc Giấc Mộng Trung Hoa" xuất hiện và nhất là khi xảy ra nạn dịch Covid-19 toàn cầu, thì EU và Mỹ bắt đầu xem Trung Cộng như là một đối tác thù địch. Hoa Kỳ và các cường quốc ở Châu Âu như Anh, Pháp, Đức, và các khu vực khác như Nhật, Canada, Úc đang và sẽ có những thay đổi căn bản trong quan hệ với Trung Cộng. Điều này diễn ra trước hết do bởi cách hành xử của Trung Cộng theo một sách lược quá chủ quan, rủi ro cao và nguy hiểm của chủ tịch Tập Cận Bình. Dù vậy, trong quá khứ đảng CSVN cũng đã từng có nhiều kinh nghiệm đắng cay với Trung Cộng (TC) - người đồng chí khổng lồ phương Bắc, kinh qua các sự cố do TC gây ra vào các thời điểm vào thời kỳ: 1954, 1975-1988 và chính sách độc chiếm Biển Đông hiện nay.

Về nội tại, ĐCSTQ từ 2017 đã lâm nguy tứ phía, trong ngoài không yên do nhiều áp lực nặng nề như dịch bệnh hoành hành, lũ lụt lan rộng, kinh tế lao dốc, ngoại giao thất bại và đang bị lực lượng công lý quốc tế bao vây nhằm tiêu diệt. Mặc dù vậy, các cuộc đấu đá thanh trừng nội bộ của ĐCSTQ vẫn chưa có dấu hiệu dừng lại, trái lại ngày càng diễn biến ác liệt hơn. Về đối ngoại hiện tại thì rõ ràng là Trung Cộng đang siết chặt bao vây Việt Nam bằng 4 gọng kìm: Lào, Campuchia, đất liền biên giới và Biển Đông. Loại nguy cơ do ĐCSTQ gây ra cho ĐCSVN có thể thấy rõ như sau:

16. Nguy cơ do chiêu thức thâu tóm đất vàng của Trung Cộng

Để sở hữu các lô đất vàng khắp nơi tại Việt Nam, TC đã nghiên cứu và lợi dụng các kẻ hở của Luật Đầu Tư 2014 về việc góp vốn bằng đất đai để liên doanh thành lập doanh nghiệp và công tác quản lý nhà nước ở các lĩnh vực đầu tư đất đai. Bộ Quốc Phòng CSVN đã mô tả chiêu thức thâu tóm đất vàng được thực hiện theo hai hình thức, qua doanh nghiệp và qua cá nhân.

➢ Thứ nhất, người Trung Quốc thành lập doanh nghiệp liên doanh với Việt Nam *(là bên góp vốn chủ yếu bằng mặt bằng đất đai)* và dần dần nắm các khu đất vàng thông qua việc tăng vốn sở hữu để giành quyền điều hành doanh nghiệp.

➢ Thứ hai, người Trung Quốc đầu tư tiền cho cá nhân người Việt Nam *(đa phần là người Việt gốc Hoa)* để mua đất vàng.

Theo Bộ Quốc Phòng CSVN, 83% doanh nghiệp "có yếu tố" TC đang hoạt động tại khu vực biên giới biển (5.393,7 ha), và 17% còn lại tại khu vực biên giới đất liền (943,7 ha), tổng cộng hơn 6.300 ha đất biên giới. Đáng chú ý tổng số vốn đầu tư cho khu vực biên giới biển là 29235 tỷ đô-la so với 1637 tỷ đô-la tại khu vực biên giới đất liền. Địa bàn tập trung nhiều doanh nghiệp Trung Quốc nhất là Đà Nẵng, Quảng Ninh, Hải Phòng, Bình Định, Hà Tĩnh, Bình Thuận...

Một ví dụ khác là công ty China Policy Limited (CPL, đăng ký tại thiên đường trốn thuế British Virgin Islands) lừa đảo công ty cổ phần địa ốc Hồng Phát của Việt Nam để chiếm đoạt 500 ha đất vàng tại Long An mà cơ quan trọng tài quốc tế VIAC cũng chưa giải quyết xong việc kiện cáo kéo dài từ năm 2007 đến nay.

Theo báo Tuổi Trẻ: *"Người Trung Quốc đang sử dụng hơn 12000 ha đất biên giới, ven biển thông qua hai hình thức thành lập doanh nghiệp liên doanh và đầu tư tiền cho người Việt gốc Hoa mua đất. Đây là thông tin được Bộ Quốc phòng đưa ra trong báo cáo trả lời chất vấn của cử tri được gửi tới Quốc Hội CSVN mới đây. Hầu hết các lô đất thuộc 'sở hữu' của người Trung Quốc đều ở vị trí các đường lớn, ven biển, đắc địa cho hoạt động kinh doanh và có ý nghĩa quan trọng trong lãnh vực phòng thủ"*.

Ngoài Biển Đông thì TC dùng vũ lực chiếm biển đảo, trong đất liền thì dùng chiến dịch "tằm ăn dâu" qua các chiêu bài mở hàng loạt doanh nghiệp tại Việt Nam, thâu tóm trên 3.000 dự án kéo theo hàng trăm ngàn lao động Trung Quốc vào Việt Nam lấy vợ sinh con, mua đất xây nhà lén lút từ Nha Trang, Đà Nẵng, Hải Phòng, đến Quảng Ninh... Sự kiện mới đây Bộ Quốc phòng CSVN nêu đích danh các cá nhân và doanh nghiệp TC thâu tóm doanh nghiệp và đất đai quốc phòng là vấn đề đáng lưu tâm. Với sự quản trị không rõ ràng về trách nhiệm và thiếu một cơ chế hữu hiệu để kiểm soát quyền lực, CSVN đang là mảnh đất màu mỡ cho tham nhũng. TC vốn rất có kinh nghiệm trong việc sử dụng các "biện pháp kinh tế cưỡng đoạt" cùng với các đe dọa về sử dụng sức mạnh để can thiệp vào chính trường Việt Nam. Và điều này vẫn đang xảy ra hàng ngày. Tất cả đã dần dần tỏ rõ âm mưu của TC muốn nuốt trọn Việt Nam trong một ngày không xa.

> *Đây chính là nguy cơ xâm lăng mềm do TC chủ động gây ra và cấu kết với các nhóm lợi ích trong và ngoài đảng CSVN để mưu toan khống chế Đảng này.*

17. Nguy cơ do bức tường bao bọc xung quanh ĐCSTQ không kiên cố & không phải bất khả xuyên thủng

Những biến cố xảy ra mấy tháng đầu năm 2020 quanh đại dịch Covid-19 cho thấy bức tường bao quanh Đảng Cộng Sản Trung Quốc (ĐCSTQ) không kiên cố, và không phải bất khả xuyên thủng như người ta vẫn lầm tưởng xưa nay.

Đà phát triển kinh tế dựa trên công nghiệp hóa có chu kỳ khoảng 30 năm, khoảng thời gian mà các yếu tố nhân công giá rẻ, chi phí đất đai, nguyên liệu và năng lượng thấp được khai thác hết. Ở Trung Quốc, chu kỳ này đã tới hạn. Kinh tế phát triển chậm lại sẽ kéo theo các nguy cơ về tài chính. Ảnh hưởng cuộc chiến thương mại với Mỹ khiến đầu tư nước ngoài sụt giảm và thất nghiệp gia tăng, làm cho bất ổn xã hội có nguy cơ xuất hiện thường xuyên.

Mới đây, Lữ Nguyệt (Lu Yue), một phóng viên thâm niên của Hong Kong, đã viết một bài chính luận và thu hút được sự chú ý của chính giới phương Tây. Bài chính luận có tiêu đề *Làm thế nào Chủ tịch Tập tăng tốc chiếc ôtô hết xăng* đã được xuất bản trên tờ *Apple Daily* của Hong Kong hôm 24/06/2020. Mở đầu bài viết, tác giả đã chỉ ra rằng sau Đại hội ĐCSTQ lần thứ XIX, chiếc xe điên rồ Trung Cộng đang đạp mạnh chân ga và "lao ra ngoài", "hơn nữa ngày càng mất kiểm soát". Bài viết này ví Trung Cộng sau Đại hội Đảng Cộng sản Trung Quốc (ĐCSTQ) lần thứ XIX như một chiếc xe hơi mất phương hướng nhưng lại đang lao nhanh về phía trước.

Bài báo còn chỉ ra rằng chiếc xe mất lái này không những phải đối mặt với những khủng hoảng nghiêm trọng do dịch bệnh viêm phổi Vũ Hán, lũ lụt và Luật an ninh quốc gia gây ra, mà hiện giờ nó còn "hết sạch xăng rồi", và vì để bóc lột thêm nhiều thuế hơn,

ĐCSTQ sắp "tạo ra một lượng lớn các công ty/cá thể phá sản". ĐCSTQ hiện tại đang phải đối mặt với một "con thiên nga đen" khác, đó là việc "chiếc xe mất kiểm soát" Trung Quốc cũng đã hết nhiên liệu. Nói cách khác, ĐCSTQ đang đối mặt với một cuộc khủng hoảng mà không có kinh tế và tài chính để hỗ trợ và chèo chống…

Bài báo nói rằng, ĐCSTQ đã dành hai năm để đánh cuộc chiến thương mại với chính phủ Hoa Kỳ, và sau đó dành một năm để đàn áp phong trào "chống Dự luật dẫn độ" của người Hong Kong. Bài báo còn chỉ ra rằng Luật An ninh Quốc gia Hong Kong là "con thiên nga đen" lớn nhất và ĐCSTQ hiện tại đang phải đối mặt với một "con thiên nga đen" khác, đó là việc "chiếc xe mất kiểm soát" Trung Cộng cũng đã hết nhiên liệu. Bây giờ, nó lại che giấu dịch bệnh viêm phổi Vũ Hán và quyết định thông qua Luật an ninh quốc gia phiên bản Hong Kong trong kỳ họp "Lưỡng hội" năm nay.

Sau một loạt những cuộc vật lộn này, chính quyền Trung Cộng cảm thấy rằng "thế giới mà họ từng nhìn bằng nửa con mắt nay đã thay đổi", bởi vì xã hội tự do do Hoa Kỳ đứng đầu "đang bao vây ĐCSTQ trên mọi phương diện". Ở phần kết của bài viết, một câu hỏi được đặt ra là: Chiếc xe hết nhiên liệu mang tên ĐCSTQ sẽ đi về đâu? (ntdvn.com/trung-quoc/truyen-thong-hong-kong-chiec-xe-mat-lai-dcstq-da-het-xang-48654.html).

Tình trạng đấu đá quyền lực trong nội bộ đảng cầm quyền cũng khiến các vấn đề mà Trung Cộng (TC) phải đối mặt trầm trọng hơn bao giờ hết. Trong nước, hơn 1,5 triệu quan chức đã bị phát hiện tham nhũng, thoái hóa biến chất và bị đưa ra xét xử, trong đó có cả những thành viên trong Bộ Chính trị ĐCSTQ đang cầm quyền. Vì là hai đảng anh em & "4 Tốt, 16 chữ Vàng" nên sự vụ này lây lan sang Việt Nam làm hai thành viên trong Bộ Chính trị đảng CSVN đã bị kỷ luật, có người bị kết án tù, có nhiều ủy viên trung ương bị cách chức, hàng loạt quan chức lãnh đạo hàng bộ trưởng dính án tham nhũng.

Dịch bệnh Covid-19 xuất phát từ Vũ Hán gây thiệt hại lớn cho nhiều quốc gia sẽ tạo thêm nhiều sức ép quốc tế lên TC. Ngay cả bản thân Bắc Kinh cũng ý thức được TC đang chịu sức ép quốc tế lớn nhất trong vòng 30 năm qua, kể từ cuộc thảm sát Thiên An Môn. Giấc mơ Trung Hoa của những người cộng sản Trung Quốc rốt cuộc có lẽ mãi mãi là một lâu đài trên cát. Nhận thức như thế, có xác suất cao là sách lược của Mỹ & Tây Âu đã, đang và sẽ tạo ra áp lực chính trị, kinh tế và quân sự kéo dài & lớn lao nhằm thúc đẩy một đổi thay nội chính triệt để tại TC.

Washington chắc chắn sẽ gắng giữ cường độ áp lực ở vị trí hiện tại, bởi họ trông thấy xác suất thành công mỗi lúc mỗi gia tăng. Tổng thống Trump từ lâu cam kết đưa hoạt động sản xuất ở nước ngoài về Mỹ. Giờ đây, theo giới chức cấp cao và một số quan chức Mỹ, thiệt hại kinh tế và số người tử vong cao do dịch Covid-19 tại Mỹ đang thúc đẩy chính phủ nước này chuyển sự phụ thuộc về sản xuất và chuỗi cung ứng ra khởi Trung Quốc. Thứ trưởng Ngoại giao Mỹ Keith Krach đã khẳng định rằng: *"Chúng tôi vẫn đang nỗ lực nhằm giảm sự phụ thuộc các chuỗi cung ứng vào Trung Quốc từ vài năm qua và hiện chúng tôi đang đẩy mạnh sáng kiến này"* - ông Krach nhấn mạnh đây là vấn đề then chốt cho an ninh Mỹ và chính phủ sẽ sớm thông báo bước đi mới về chiến lược này.

Bộ Thương mại & Bộ Ngoại giao cũng như các cơ quan khác của Mỹ đang tìm kiếm biện pháp nhằm thúc đẩy các công ty đưa hoạt động sản xuất ra khỏi Trung Quốc. Trong số những biện pháp đang được Mỹ cân nhắc có ưu đãi về thuế và các khoản trợ cấp. Một nguồn tin cho biết các cơ quan đang tìm hiểu xem lĩnh vực sản xuất nào nên được xem là "thiết yếu" và cách thức sản xuất những sản phẩm này bên ngoài TC. Đây chính là nguy nan của Trung Cộng, nhưng lại là cơ hội cho Việt Nam tiếp nhận thêm đầu tư mới nếu VN không còn "định hướng XHCN".

Từ khi ông Donald Trump lên nắm quyền Tổng thống Hoa Kỳ, điều tốt nhất là ông từng bước rút xương con rồng đỏ Trung Cộng, điều mà mãi đến khi đại dịch Coronavirus Vũ Hán bùng phát và đẩy hàng trăm ngàn sinh mệnh, đẩy nền kinh tế thế giới vào chỗ chết thì Tây Âu mới thức tỉnh (đến cuối Tháng 9/2020 con số tử vong toàn cầu đã vượt mức 1 triệu).

Trong nước, TC đang đối diện với nạn "thiên nga đen" có khả năng đẩy nhanh tiêu vong của chế độ, bởi vì việc làm và tăng trưởng kinh tế đang trên đà suy giảm là mối đe dọa lớn lao cho sự tại vị của ĐCSTQ *(TC đang có mức tăng trưởng chậm nhất kể từ năm 1990 và đang tiếp tục suy giảm).* Hôm 16/09/2020, Cựu giáo sư trường Đảng T.Ư, bà Thái Hà, một thái tử/công nương đỏ thế hệ 2 của ĐCSTQ dự đoán viễn cảnh ĐCSTQ sụp đổ theo 1 trong 3 tình huống. Bà nói: *"Rốt cục nó sẽ sụp đổ một cách chóng vánh, sau đó toàn bộ xã hội sẽ giống như một vụ nổ bom nguyên tử. Sau khi bị dồn nén trong một thời gian quá dài, cuối cùng sẽ nổ tung".*

Bà Thái Hà, một cựu giáo sư Trường Đảng tại phiên họp của Ủy ban Trung ương ĐCSTQ (ảnh chụp màn hình video). Photo source: https://www.dkn.tv/wp-content/uploads/2020/09/pjimage-4-8-700x366.jpg

Làn sóng chống Đảng Cộng sản Trung Quốc (ĐCSTQ) ngày càng lan rộng cả trong lẫn ngoài thể chế. Bà Thái Hà, gần đây đã chỉ trích ĐCSTQ duy trì một hệ thống toàn trị dựa trên bạo lực, dối trá và quản chế nghiêm ngặt, nó không thua kém chủ nghĩa phát xít của Adolf Hitler. Bà cũng phân tích 3 cách thức dẫn đến sự sụp đổ của ĐCSTQ, **cách thức có khả năng nhất là áp lực nội bộ quá lớn, cuối cùng gánh nặng lớn quá không chịu được khiến nó đột nhiên sụp đổ.** Ngày 09/09/2020, một đoạn ghi âm của bà Thái Hà đã được truyền rộng trên mạng, theo đó bà đã phân tích chi tiết tình thế của ĐCSTQ cũng như tình cảnh trong nước Trung Quốc hiện nay, đồng thời phân tích nguyên nhân dẫn đến cục diện hiện tại chính là do bản chất của cái chế độ này quyết định. Bà nói rằng:

Thực tế thứ nhất là bản chất của chế độ này kể từ sau khi ĐCSTQ lên nắm quyền, cho đến hiện nay là một hệ thống tập trung quyền lực theo chế độ Stalin và xem tất cả người dân Trung Quốc đều là nô lệ của nó. *"Đó là một chế độ tà ác cùng cực. Bản chất tàn bạo của chế độ này ít nhất cũng không thua kém chủ nghĩa phát xít của Hitler"*, bà Thái Hà nói *"Kỳ thực, sự thống trị của nó chính là được duy trì dựa trên bạo lực và khủng bố"*.

Thực tế thứ hai là nó phong tỏa sự thật, phong tỏa tin tức, bóp méo thông tin và dựa vào dối trá lừa gạt để duy trì sự thống trị.

Thực tế thứ ba là ĐCSTQ độc quyền tất cả các nguồn lực sâu xa. Ngay cả khi một ai đó ở ngoài thể chế, với tư cách là một nhà doanh nghiệp tư nhân, cá nhân đó được tự do về tài chính, có được không gian cá nhân rộng rãi và có thể độc lập về

inh tế, nhưng chỉ cần ĐCSTQ tùy tiện gán cho họ một tội danh nào đó, thì nó có thể bắt nhốt cá nhân đó ngay. Bà Thái Hà nhấn mạnh thêm: *"Nghĩa là nó độc chiếm tất cả mọi nguồn lực và bóp nghẹt cổ họng của tất cả mọi người"*, khiến họ không thể sống nếu không có nó.

Trong đoạn ghi âm này, bà Thái Hà cũng phân tích ba cách thức có thể khiến ĐCSTQ rốt cục sẽ sụp đổ.

1. Thứ nhất, ĐCSTQ sẽ được giải quyết bằng các cuộc chiến bên ngoài, các chế độ độc tài như Hitler và Gaddafi đều được giải quyết bằng các cuộc chiến bên ngoài.

2. Thứ hai là việc dựa vào cải cách nội bộ đảng, như cải cách nội bộ của Gorbachev đã mang đến sự thay đổi của cả chế độ, sự thay đổi này chính là từ bỏ chế độ, từ bỏ đảng chính trị và đưa toàn bộ xã hội chuyển tiếp một cách hòa bình. Nếu được vậy, thì điều cơ bản nhất là an toàn của mọi người có thể được đảm bảo. Hiện không một ai ở Trung Quốc có thể được coi là an toàn, chỉ là ĐCSTQ chưa động đến họ mà thôi, một khi nó muốn bắt ai, người đó sẽ bị bắt chỉ trong vài phút. Vậy nên, mọi người đều không có cảm giác an toàn. Xã hội Trung Quốc hiện giờ là không có giới hạn, ĐCSTQ làm việc gì cũng đều không có giới hạn.

3. Thứ ba là bởi chế độ này thống trị dựa trên khủng bố và bạo lực, nó không ngừng tạo ra các mâu thuẫn bên trong, cuối cùng dưới áp

lực cao độ theo dây chuyền từ trên xuống, mọi người đều không thể chịu đựng thêm nữa, và nó sẽ sụp đổ từ bên trong.

Bà Thái Hà xác quyết: *"Chính là nói cuối cùng nó cũng sụp đổ. Sự sụp đổ này là một sự kiện diễn ra một cách ngẫu nhiên. Rốt cục nó sẽ sụp đổ một cách chóng vánh, sau đó toàn bộ xã hội sẽ giống như một vụ nổ bom nguyên tử. Sau khi bị dồn nén trong một thời gian quá dài, cuối cùng sẽ nổ tung. Có tình huống như vậy hay không? Tôi cảm thấy có xác suất rất cao"*.

Vị giáo sư trường Đảng T.Ư này nhấn mạnh thêm rằng khả năng hai giả định đầu tiên xảy ra là rất nhỏ. Bởi trong xã hội văn minh hiện nay, muốn thế giới bên ngoài tiêu diệt ĐCSTQ điều đó dường như không khả thi. Cách thức thứ hai, tình thế hiện nay là lực lượng cải cách trong đảng không dám manh động, bởi Tập Cận Bình hiện đang nắm giữ nòng súng và con dao đồ tể trong tay, vậy nên mọi người chẳng thể làm gì được.

Một sự kiện ví dụ là ông Nhậm Chí Cường, trùm địa ốc nổi tiếng Trung Quốc và là "thế hệ đỏ thứ hai", đã dám nói lên sự thật, nhưng chưa đến chục ngày sau thì ông ấy đã mất tích, còn bà Thái Hà thì bị khai trừ khỏi đảng CSTQ và hủy bỏ lương hưu cũng như khóa tài khoản ngân hàng. Vì vậy, lực lượng cải cách trong đảng đang ẩn náu, đều không thể hành động. Mọi người ai ai cũng muốn thay đổi, nhưng không ai có thể xoay chuyển được cục diện, chỉ đợi nó tự sụp đổ, đợi bản thân ông Tập Cận Bình không chống đỡ thêm được nữa, từ đó mất kiểm soát.

Vì vậy, bà Thái Hà tin rằng *kiểu sụp đổ thứ ba có khả năng cao nhất*. Bởi bây giờ chính phủ trong nước đã không có tiền, Tập Cận Bình muốn dùng tiền kỹ thuật số, điều này có thể giảm bớt hoàn cảnh khó khăn của việc in tiền mặt, nhưng tiền in sẽ dẫn đến lạm phát, thất nghiệp và nạn đói trên quy mô lớn ở Trung Quốc. Bà Thái Hà phân tích thêm: *"Rồi ba cỗ xe ngựa 'đầu tư, tiêu dùng, xuất khẩu' của nền kinh tế Trung Quốc toàn bộ đều bị đình trệ. Và nó bị tê liệt trong một thời gian dài. Một khi nó không hoạt động nữa, chỉnh thể xã hội sẽ bị tê liệt"*.

Trong một đoạn ghi âm được phát hành vào đầu tháng 6 năm 2020, bà Thái từng chỉ trích ĐCSTQ là "thây ma chính trị" và Tổng Bí thư ĐCSTQ Tập Cận Bình là "trùm băng đảng xã hội đen". Thể chế ĐCSTQ này đã không có lối thoát, dẫu có cải cách thế nào cũng vô dụng, vậy nên cách duy nhất chính là phải vứt bỏ nó. Bà Thái Hà kết luận: *"Mọi người sẽ không bao giờ tưởng tượng được ĐCSTQ tà ác đến mức nào"*.

Trong dự đoán của mình, học giả Bùi Mẫn Hân, tác giả của tác phẩm nổi tiếng *"Tư bản thân hữu Trung Quốc"* cho thấy chế độ chính trị TC sẽ sụp đổ sớm hơn nếu như không chịu cải cách. Bên ngoài, Trung Cộng đang đối diện với làn sóng tẩy chay, cảnh giác và phản ứng cứng rắn từ các nước đã phát triển. Điều quan trọng nhất mà TC đối mặt là xu hướng cứng rắn đang lên của chính quyền Tổng thống Trump. Nhưng nếu không phải ông Donald Trump, thì ứng cử viên Tổng thống Mỹ kỳ tới cũng sẽ cứng rắn hơn với Trung Quốc.

Jake Sullivan, một cố vấn cấp cao của ứng viên Joe Biden, đã nói như vậy trong cuộc trả lời phỏng vấn Reuters mới đây. Theo VOA, bà Nadege Rolland, một nhà nghiên cứu cao cấp tại Văn phòng Nghiên cứu Châu Á tại Washington DC cho rằng Bắc Kinh đang gặp phải thách thức lớn nhất kể từ khi thành lập. Bà nói: *"Như chính ông Tập Cận Bình thừa nhận, đây là thời điểm vô cùng khó khăn đối với Bắc Kinh và là một thách thức chưa từng có. Kể từ khi thành lập, đây là một cuộc khủng hoảng chưa từng có"*. Bắc Kinh đang rơi vào một vòng xoáy của thảm họa và áp lực lớn do chính mình gây ra.

Vào ngày 20/05/2020, *PolicyTimes* của Mỹ cho biết 27 công ty của Mỹ đang rút khỏi Trung Cộng để chuyển qua Indonesia, vì Bắc Kinh đã lợi dụng chuỗi cung ứng toàn cầu để tạo sức ép với Mỹ và các quốc gia EU trong đợt dịch Covid-19 vừa qua, nhưng tại sao Việt Nam không được 27 công ty này chọn? Phải chăng Việt Nam bị bỏ lại phía sau rất xa so với Indonesia?

Ông Christopher Francis Patten, (tiếng Trung 彭定康), là một chính trị gia người Anh, từng là Thống đốc cuối cùng của Hồng Kông từ năm 1992 đến 1997, hiện nay là Chưởng Ấn của Đại học Oxford, mới đây có nêu rõ *"Chủ nghĩa cộng sản - như luôn được duy trì bởi bí mật và dối trá. Kẻ giết người này (Coronavirus) không phải là một số gen văn hóa hoặc thể chất của Trung Quốc, mà chính là Đảng cộng sản Trung Quốc... Chúng ta không thể đơn giản quay lại giao dịch với Đảng Cộng Sản Trung Quốc và làm kinh doanh như trước đây".* Một trong 2 tử huyệt mà ĐCSTQ tự tạo ra cho chính mình là đập Tam Hiệp – tử huyệt kia là virus Vũ Hán (Theo sách Between State Power, Technical Immensity, and Regional Implications", của tác giả Thierry Sanjuan.

Để đối phó với sự xâm nhập nghiêm trọng của ĐCSTQ vào các tổ chức Liên Hiệp Quốc, hôm thứ Sáu 07/08/2020, Dân biểu Michael McCaul, thành viên Ủy ban Đối ngoại Hạ viện và Chủ tịch Nhóm Công tác Trung Quốc của Hạ viện Mỹ, đã đề xuất "Đạo luật Minh bạch và Trách nhiệm giải trình năm 2020 về Liên Hiệp Quốc (United Nations Transparency and Accountability Act of 2020)". Dự luật yêu cầu Ngoại trưởng Mỹ chỉ đích danh các quốc gia thành viên được xác định có hành vi gây ảnh hưởng xấu và vi phạm Hiến chương Liên Hiệp Quốc, và ủy quyền cho Tổng thống Mỹ chỉ định các quốc gia thành viên này là "tác nhân gây độc hại toàn cầu", nhằm chống lại các hành vi xấu trong hệ thống Liên Hiệp Quốc, đi ngược lại tiêu chí và hoạt động của tổ chức toàn cầu này.

Dự luật này còn có mục đích tăng cường vai trò lãnh đạo của Mỹ trong tổ chức quốc tế này. Trước đây, hai thượng nghị sĩ của Thượng viện Hoa Kỳ cũng đã từng đề xuất một dự luật đánh giá các hoạt động của ĐCSTQ tại Liên Hiệp Quốc và các tổ chức quốc tế khác. *Các nhà lập pháp hàng đầu của Đảng Cộng Hòa tại Hạ viện đã giới thiệu một dự luật vào ngày 20 tháng 10 tuyên bố Đảng Cộng sản Trung Quốc*

(ĐCSTQ) là "mối đe dọa kinh tế và an ninh quốc gia hàng đầu của Hoa Kỳ trong thế hệ này". (https://vietnamthoibao.org/vntb-ha-vien-trung-quoc-moi-de-doa-an-ninh-quoc-gia-hang-dau-hoa-ky/ 23/10/2020 (VNTB). Đạo luật dài 25 trang, có tên là Đạo luật Chuyên ban Trung Quốc, đã tổng hợp 137 khuyến nghị lập pháp quan trọng liên quan đến Trung Cộng, bao gồm các dự luật, nghị quyết và các biện pháp khác, để được thông qua nhanh chóng. Đạo luật này đề cập đến nhiều vấn đề, như đề xuất bán vũ khí cho Đài Loan, bảo đảm an toàn cho mạng 5G, trừng phạt sự đàn áp của chính quyền Trung Cộng đối với các dân tộc thiểu số, hạn chế nhập khẩu các sản phẩm Trung Cộng do lao động nô lệ sản xuất và lên án nạn buôn bán nội tạng của Trung Cộng.

Ngoài ra, các nhà trí thức có ảnh hưởng của TC, các nhà nghiên cứu TC nổi tiếng và thậm chí các đảng viên lão thành có đầu óc tự do lại tin rằng bây giờ là những ngày cùng tháng tận trong kỷ nguyên cầm quyền của ĐCSTQ, và đảng này sẽ bị xóa sổ nếu không chịu sớm tiến hành những cải cách chính trị nghiêm túc.

Trong cuốn sách năm 1992 tựa đề Sự CÁO CHUNG CủA LịCH Sử VÀ CON NGƯời CUối CÙNG (The End of History and The Last Man), Francis Fukuyama đã lập luận rằng dân chủ tự do phương Tây đại diện cho thể thức cuối cùng của sự cai trị con người và là điểm tận cùng trong sự tiến hóa của ý thức hệ. Fukuyama, bây giờ là một nghiên cứu viên cao cấp tại

Đại học Stanford, nói ông tin rằng TC sẽ đi theo con đường của hầu hết các quốc gia, có thể thông qua một quá trình tự do hóa dần dần vốn rốt cuộc dẫn tới dân chủ. Nhưng nếu điều đó không xảy ra, ông cho rằng các cuộc nổi dậy của người dân dưới dạng Mùa xuân Ả Rập cũng là một khả năng. Thế hệ mới của TC rất khác so với thế hệ đã từ bỏ nông nghiệp và thúc đẩy làn sóng công nghiệp hóa thứ nhất – thế hệ mới này được giáo dục tốt hơn, giàu có hơn nhiều và có những đòi hỏi mới, những đòi hỏi như không khí sạch, nước sạch, thực phẩm an toàn và những vấn đề khác vốn không thể được giải quyết chỉ bằng tăng trưởng kinh tế nhanh.

Nhưng cho tới vài năm trước đây, David Shambaugh, giám đốc Chương trình Chính sách TC tại Đại học George Washington và là chuyên gia hàng đầu về hệ thống chính trị TC, vẫn là một người ủng hộ mạnh mẽ quan điểm tăng trưởng kinh tế nhanh này. Nhưng ông đã thay đổi quan điểm và giờ đây tin rằng ĐCSTQ đang ở trong một trạng thái suy thoái và phản ảnh những ngày hấp hối của các triều đại Trung Quốc trong lịch sử trước đây.

Các dấu hiệu hấp hối cho điều này tại TC bao gồm một ý thức hệ nhà nước trống rỗng mà xã hội không còn tin tưởng, chỉ phục tùng mang tính chiếu lệ, tình trạng tham nhũng ngày càng tồi tệ, thiếu khả năng cung cấp cho người dân một hệ thống phúc lợi xã hội đầy đủ và một cảm giác mất an ninh và thất vọng lan tràn trong dân chúng. Các dấu hiệu khác bao gồm tình trạng bất ổn sắc tộc và xã hội gia tăng, nạn bè phái trong giới lãnh đạo, sưu cao thuế nặng với lợi nhuận chủ yếu chui vào túi các quan chức, tình trạng bất bình đẳng về thu nhập nghiêm trọng và càng ngày càng tăng, cùng với nền pháp trị không đáng tin cậy.

Shambaugh nói rằng một chỉ dấu mạnh mẽ cho thấy niềm tin vào hệ thống rất ít ỏi chính là số lượng những người giàu ở TQ có tài sản và nhà đất ở nước ngoài, tài khoản ngân hàng và số con em đang theo học tại các trường đại học phương Tây. *"Những cá nhân này đã sẵn sàng tháo chạy ngay lập tức, ngay khi chế độ chính trị lâm vào cảnh hấp hối – nhưng họ sẽ vẫn tiếp tục ở lại Trung Quốc để vơ vét tới tận đồng nhân dân tệ cuối cùng trước lúc thời khắc đó xảy tới,"* ông nói, *"Hành vi phòng bị nước đôi của họ nói lên nhiều điều về sự ổn định mong manh của nhà nước độc đảng ở Trung Quốc ngày nay."*

Perry Link, một giáo sư tại Đại học California Riverside và là một trong những chuyên gia phương Tây về TC được kính trọng nhất nói thêm: *"Ngày nay người ta vào đảng chỉ để tạo quan hệ và trục lợi hơn là vì các lý tưởng xã hội chủ nghĩa."* Giáo sư Link cho rằng *"Trung Quốc có nhiều sức mạnh quân sự, ngoại giao và kinh tế hơn so với trước đây rất nhiều và nó có thể yêu cầu những nước khác như Mỹ và Anh thoái lui theo cách mà trước đây nó không thể. Nhưng dù có rất nhiều sức mạnh đối ngoại mới như vậy thì ở trong nước nó dường như lại yếu đuối hơn rất nhiều, quan ngại hơn rất nhiều về việc nó còn có thể trụ lại được trên chảo dầu đang sôi này bao lâu nữa."*

"Tài liệu số chín", một văn bản mật được phân phát cho các cán bộ hồi tháng Tư/2020 và bị rò rỉ ra báo chí hải ngoại, đã cho thấy ban lãnh đạo ĐCSTQ bất an đến thế nào về những mối đe dọa được nhận thấy đối với sự cai trị của đảng. *"Các thế lực thù địch phương Tây và những kẻ bất đồng chính kiến trong nước đang thường xuyên thâm nhập vào lãnh địa tư tưởng"*, tài liệu cho biết *"Nhằm bảo vệ sự cầm quyền của đảng, cần phải chú ý đến những cách nghĩ, lập trường và hành động sai lầm"*. Theo tài liệu này, đảng đã tham gia vào một cuộc đấu tranh "khốc liệt" liên quan đến bảy mối đe dọa nghiêm trọng mà bây giờ thường được nhắc đến trong giới học giả Trung Cộng là "bảy điều không được bàn đến". Đứng đầu danh sách này là *"dân chủ lập hiến phương Tây"*, theo sau đó là những điều cấm kỵ khác như ủng hộ nhân quyền, tư pháp độc lập, báo chí truyền thông độc lập và việc chỉ trích quá khứ của Đảng CSTQ.

Theo GS Link *"Nếu đúng như vậy thì Trung Quốc không có hy vọng gì và cuối cùng sự giận dữ trong xã hội sẽ bùng nổ trở thành các cuộc nổi dậy của dân chúng."* Theo logic chính trị kinh tế, khả năng mang lại tăng trưởng nhanh chóng và nâng cao mức sống – nguồn mang lại tính chính danh của ĐCSTQ từ khi đoạn tuyệt chủ nghĩa Mao – lại chính là điều rốt cuộc sẽ dẫn tới việc đảng mất quyền kiểm soát tuyệt đối về chính trị.

Tính theo cách nào đi nữa thì Trung Quốc cộng sản giờ đây là một trong những xã hội bất bình đẳng nhất trên thế giới, với phần lớn của cải tập trung vào tay một giới tinh hoa nhỏ có các mối quan hệ với chính quyền. Mao Yushi, một nhà kinh tế 84 tuổi được coi là cha đẻ của kinh tế học vĩ mô hiện đại của TC, cho rằng *"30 năm vừa rồi là giai đoạn kéo dài duy nhất không có chiến tranh, nạn đói hay hành quyết tập thể trong vòng hai thế kỷ qua, một giai đoạn mà cuộc sống mọi người dân đều khá giả hơn. Tính chính danh của chế độ chủ yếu đến từ thành công trong cải cách kinh tế nhưng vấn đề nghiêm trọng là các kỳ vọng giờ đây là quá lớn".* Mao Yushi dự đoán rằng TC sẽ đối mặt với một cuộc khủng hoảng tài chính "không thể tránh khỏi" trong vòng từ một đến ba năm tới do khối lượng nợ xấu khổng lồ đang tích tụ và một bong bóng tài sản khổng lồ, nhưng ông nghĩ rằng điều này sẽ đẩy đất nước đến với dân chủ. *"Tôi nghĩ một cuộc khủng hoảng tài chính thực ra lại tốt cho Trung Quốc vì nó sẽ buộc chính phủ phải thực thi các cải cách kinh tế và chính trị"*, Mao nói. *"Đó là kịch bản tốt nhất nhưng kịch bản xấu nhất sẽ là một cuộc nổi dậy bạo lực và theo sau đó là một thời kỳ dài của bất ổn và suy thoái kinh tế, giống như tình hình ở Ai Cập".*

Bằng cách vay nợ và đánh đổi các giá trị môi trường, TC đạt được nhiều thành tích kinh tế ngắn hạn, nhưng đi kèm với nó là sự tha hóa của toàn bộ đội ngũ cầm quyền. Tập Cận Bình khá thực lòng khi phát biểu công khai trong một hội nghị cấp cao của Đảng Cộng Sản Trung Quốc vào năm 2012: *"Chúng ta đang phải dựa vào một đội ngũ tội phạm để cai trị đất nước".* **Sự kiện nầy rất giống với hiện trạng của ĐCSVN.** Đất nước Trung Quốc quá lớn, quá đông dân và quá phức tạp. Trong nhiều thiên niên kỷ, người Trung

Quốc tồn tại bằng các cuộc chiến tranh xâm lược nối tiếp nhau. Văn hóa của họ được xây dựng trên nền tảng của lối tư duy nô dịch. Nếu biến động xã hội xảy ra ở TC, nó sẽ khiến đất nước này bị chia nhỏ làm nhiều phần. Đó sẽ là câu chuyện trong một tương lai xa. Còn hiện tại, với tư cách là một đại cường, ĐCSTQ có nhiều giải pháp để duy trì sự tồn tại của nó hơn là Việt Nam.

Nguy cơ TC tiến hành các cuộc chiến tranh quy mô nhỏ trong khoảng 10 năm tới là rất cao, và chiến tranh nhỏ sẽ là một công cụ mà Đảng Cộng Sản Trung Quốc vận dụng thường xuyên để đánh lạc hướng và xoa dịu các bất ổn chính trị trong nước. Có thể thấy rõ điều đó qua các phát ngôn ngày càng kiên quyết của Tập Cận Bình về các vùng lãnh thổ tranh chấp. Đó không phải là vấn đề quyền lợi quốc gia, nó giống một chiếc phao cứu sinh của Đảng Cộng Sản Trung Quốc trong bối cảnh ngày một mất dần tính chính danh trước xu thế thời đại. Chế độ cộng sản ở Trung Quốc rồi sẽ kết thúc, nhưng nó sẽ không chết một mình trước khi gây ra những tổn thương sâu sắc cho phần còn lại của thế giới, kể cả nước CHXHCNVN, và cho chính người dân Trung Quốc.

Nguy cơ này của đảng CSVN do chính sách gắn chặt nền kinh tế Việt Nam vào kinh tế Trung Cộng suốt 30 năm qua, ngày nay kinh tế, xã hội, nội & ngoại chính Trung Quốc lâm vào thế nguy nan thì Cộng Sản Việt Nam cũng khó tránh khỏi mối nguy dây chuyền từ TC lan sang.

18. *Nguy cơ do các nước trong khối tự do đang đoàn kết để đối đầu với hiểm họa Trung Cộng*

Mới đây, Washington Post nêu ý kiến của cựu Đại sứ Hoa Kỳ tại Liên Hiệp Quốc Nikki Haley như sau: *"Đây không phải là thử thách riêng đối với Hoa kỳ mà thôi, nhưng các nước trong khối tự do phải đoàn kết để đối đầu với hiểm họa Trung Quốc. Ở khu vực Thái Bình Dương, Nhật Bản, Ấn Độ và Úc đã nhận ra mối nguy hiểm của Trung Quốc. Những người bạn Châu Âu thì nhận ra bộ mặt thật của Trung Quốc chậm hơn, nhưng nhờ con vi khuẩn Corona Vũ Hán xuất phát từ Trung Quốc mà các nước Châu Âu này đang dần dần thức tỉnh. Các quốc gia đang phát triển đã lọt bẫy hào phóng giả tạo của Trung Quốc giờ đây đang nhìn vấn đề qua một lăng kính rõ ràng hơn. Chú tâm vào các hành động ngang tàng của Trung Quốc trong giai đoạn đại dịch này thật sự cần thiết, nhưng con vi khuẩn chỉ là một phần nhỏ trong các mối đe dọa do Trung Quốc sắp đặt. Thế giới càng sớm nhận ra điều đó, thì sự chuẩn bị càng tốt hơn để ngăn chặn hiểm họa Trung Quốc"*.

Hôm Thứ Hai, 31/08/2020, Bộ Ngoại giao và Bộ Quốc phòng Mỹ cùng lên tiếng về ý định thành lập liên minh tương tự như NATO để đối phó với TC. Washington đang dự tính chính thức hóa mối quan hệ quốc phòng Ấn Độ Dương – Thái Bình Dương chặt chẽ hơn với Ấn Độ, Nhật Bản và Australia – để tạo nên một "Bộ Tứ" – một cơ cấu tương tự Tổ chức Hiệp ước Bắc Đại Tây Dương (NATO), *theo SCMP.*

Mục tiêu của chính phủ Mỹ là hợp tác với nhóm bốn quốc gia này cùng một số quốc gia khác trong khu vực để tạo nên một bức tường thành chống lại thách thức từ Trung Cộng, đồng thời *"tạo ra một khối sức mạnh chia sẻ các giá trị và lợi ích chung, từ đó thu hút được nhiều quốc gia hơn tại khu vực Ấn Độ – Thái Bình Dương và thậm chí từ khắp nơi trên thế giới tham dự ... để liên kết lại theo một cách thức có cấu trúc hơn"*, Thứ trưởng Ngoại giao Mỹ Stephen Biegun cho biết như vậy. Ông nói: *"Khu vực Ấn Độ Dương – Thái Bình Dương thực sự đang thiếu các cấu trúc đa phương mạnh mẽ. Nơi này chưa có bất cứ điều gì có sức mạnh như NATO hoặc Liên minh Châu Âu. Tôi nghĩ, các khối liên kết mạnh nhất ở châu Á chưa mang tính bao quát. Vì vậy... cần đặt vấn đề là đến một thời điểm nào đó sẽ cần chính thức hóa một cấu trúc như vậy"*. Ông cũng lưu ý Washington thật sự mong muốn thiết lập một NATO phiên bản Thái Bình Dương. Ông nói rằng một liên minh chính thức như vậy "sẽ chỉ xảy ra nếu các quốc gia khác có sự cam kết như Hoa Kỳ".

Nhận xét của ông Biegun nối tiếp những bình luận của cố vấn an ninh quốc gia Mỹ Robert O'Brien, người gần đây đã gọi những yêu sách chủ quyền lãnh thổ của TC ở Biển Đông là "lố bịch". Ngoại trưởng Mỹ Mike Pomeo hôm 01/09/2020 nói rằng cả thế giới đang bắt đầu đoàn kết chống lại các hành vi không công bằng của Trung Cộng (TC). Trong cuộc phỏng vấn với Fox News hôm 01/09/2020 đó, Ngoại trưởng Mỹ Mike Pomeo đã phát biểu: *"Tôi nghĩ rằng mọi người đang thấy toàn thế giới bắt đầu đoàn kết với nhau xoay quanh nhận thức cốt yếu rằng Đảng Cộng sản Trung Quốc đơn giản là sẽ từ chối cạnh tranh một cách công bằng, có đi có lại và minh bạch".* Nhà ngoại giao hàng đầu nước Mỹ này khẳng định Tổng thống Trump sẽ đẩy lùi TC trên mọi mặt trận, kể cả việc TC dùng quyền lực mềm mưu toan bá chủ thế giới. Có thể nói mà không sợ mang tiếng cường điệu rằng Trung Cộng không thể xử dụng quyền lực mềm (ở bất cứ nơi đâu) giản dị chỉ vì **TC không hề thủ đắc thứ quyền lực đó.**

Điều may mắn trong cơn đại dịch Virus Vũ Hán chính là các quốc gia phát triển đã nhận thức được sự lệ thuộc vào Trung Quốc quá nhiều và đang làm giảm sự phụ thuộc này bằng cách đưa doanh nghiệp của họ từ Trung Quốc trở về nước, hoặc phân tán ra nhiều nước. Đây không chỉ việc giải quyết việc làm trong nước, mà còn là an ninh và tự chủ hàng hóa, kỹ thuật & công nghệ của các quốc gia.

Ngay trong lúc người Nhật phải vật vã chống chọi với cơn đại dịch Virus Vũ Hán, Thủ tướng Nhật Bản, ông Shinzo Abe, đã kêu gọi doanh nghiệp nước này rời khỏi Trung Cộng. Chính phủ Nhật còn cụ thể hơn, dành hơn hai tỷ đô la Mỹ trong gói gần 1000 tỷ đô-la kích thích kinh tế trong thời gian có đại dịch Virus Vũ Hán để hỗ trợ các doanh nghiệp Nhật Bản rút khỏi Trung Cộng. Liên Hiệp Châu Âu, từng cổ vũ rất nhiều cho việc đầu tư & làm ăn với Trung Cộng để đi tìm thị trường xuất khẩu cho các quốc gia trong khối, giờ đây đang nhận trái đắng khi nhiều quốc gia phát triển ở châu lục này đang quá lệ thuộc vào Trung Quốc.

Ông Bruno Le Maire, Bộ trưởng Kinh tế - Tài chính Pháp từng nói trên đài phát thanh France Internationale hồi tháng Ba, 2020: *"Cần phải giảm sự phụ thuộc vào việc nhập khẩu một số sản phẩm từ nước ngoài. Đặc biệt là Trung Quốc"*. Không như Mỹ, hay Nhật Bản, Châu Âu đang còn kín tiếng trong việc giao thương với Trung Cộng trong tương lai. Tuy nhiên, việc Liên Hiệp Châu Âu (EU), hay các quốc gia trong khối này công bố kế hoạch giảm sự phụ thuộc vào Trung Cộng trong thời gian sắp đến sẽ không lạ. Bởi chiến lược "Made in China 2025" nếu thành công, không chỉ Nhật Bản, Hàn Quốc, Bắc Mỹ, mà Châu Âu sẽ cùng chịu chung tổn hại nặng nề. Truyền thông quốc tế cho biết tại cuộc họp báo hôm 16/04/2020 ở Phủ Thủ Tướng tại Downing Street, London, khi được hỏi về mối quan hệ với Trung Quốc trong tương lai, Ngoại trưởng Anh Quốc Raab nói : *"Hiện chúng tôi phải xem xét tất cả những khía cạnh trong mối quan hệ với Trung Quốc và thực hiện một cách thức cân bằng, nhưng chắc chắn rằng nước Anh không thể làm ăn với Trung Quốc như bình thường sau cuộc khủng hoảng Coronavirus này"*.

Một yếu tố quan trọng trong cuộc đối đầu chiến lược của Washington đối với Bắc Kinh là việc tách rời kinh tế, một sự giảm thiểu đáng kể trong các mối quan hệ thương mại rộng lớn mà Hoa Kỳ và Trung Quốc đã xây dựng được trong bốn thập niên qua. Những người ủng hộ cho việc tách biệt như vậy là Tổng thống Hoa Kỳ Donald Trump, người đã phát động một cuộc thương chiến với Trung Quốc vào năm 2018 và các nghị sĩ Thượng Viện Mỹ.

Ông Trump tin rằng, bằng cách cắt TC ra khỏi thị trường rộng lớn và công nghệ tinh vi của Hoa Kỳ, Washington có thể làm giảm đi tiềm năng tăng trưởng của sức mạnh TC một cách đáng kể. Bất chấp việc thỏa thuận đình chiến trong cuộc thương chiến, sau thỏa thuận tạm thời mà Trump đã ký với Tập Cận Bình vào tháng 01/2020, việc tách rời kinh tế Mỹ-Trung gần như chắc chắn sẽ tiếp tục trong những năm tới, bất kể ai sẽ vào Tòa Bạch Ốc từ 2021, bởi vì làm giảm sự phụ thuộc kinh tế của Hoa Kỳ vào TC là quốc sách hiện nay của chính giới Mỹ. Chiến lược kìm hãm sự phát triển sức mạnh của TC hiện đang là mục tiêu của hai đảng Cộng Hòa & Dân Chủ của Mỹ.

Qua vụ việc Trung Cộng che giấu thông tin về dịch bệnh Covid-19 dẫn đến các thiệt hại vô cùng to lớn cho đất nước Việt Nam & nhiều nước khác, giờ đây đảng CSVN cần có biện pháp đề phòng ngay chính người đồng chí đến từ phương Bắc. Trung Cộng sẽ rút lui và con cụm lại dù có hay không có nạn dịch Covid-19. Sự kiện Covid-19 này chỉ khiến Trung Cộng rút lui và co cụm lại nhanh hơn. Từ giờ đến đầu năm tới chúng ta có thể thấy rõ điều đó. Trái với lo ngại của nhiều người là Trung Cộng sẽ gia tăng ảnh hưởng sau Covid-19, quan hệ giữa các nước phát triển và Trung Cộng sẽ thay đổi hoàn toàn sau đại dịch. Cô lập và phong tỏa Trung Cộng bằng cách rút các công ty đầu tư ra khỏi Trung Cộng là điều mà thế giới phải làm cho dù có tốn kém đến đâu đi nữa. Đây cũng là sự thay đổi bắt buộc của phong trào toàn cầu hóa.

Thay vì bỏ hết trứng vào cái giỏ của Trung Cộng thì thế giới sẽ "khu vực hóa" chuỗi sản xuất và cung ứng hàng hóa ra khắp năm châu... Hơn nữa, nền kinh tế Trung Cộng đã suy giảm lần đầu tiên sau nhiều thập kỷ: Trong quý đầu tiên của năm 2020, do dịch Covid-19 buộc các nhà máy và doanh nghiệp phải đóng cửa. Nền kinh tế lớn thứ hai thế giới suy giảm 6,8% theo dữ liệu chính thức được công bố hôm Thứ Sáu 16/04/2020.

Mối nguy lớn nhất là từ nay Bắc Kinh không còn khả năng đảo nợ - nghĩa là vay nợ mới để trả nợ cũ, trong khi khối nợ tổng cộng của họ đã lên tới mức kinh khủng là 40.000 tỷ đô-la, hay 350% GDP, và các quỹ đầu tư cũng không còn tiền để cho vay nữa. Nhiều đại công ty TC sẽ phá sản. Khủng hoảng kinh tế tại TC là chắc chắn, và hệ lụy gây ra suy trầm kinh tế toàn cầu sẽ tương tự như khủng hoảng tài chính thế giới 2007-2009.

Hơn nữa, Liên minh tình báo "Ngũ Nhãn" (5 EYES) gồm Mỹ, Úc, Anh, Canada và New Zealand đang lo kết nạp thêm thành viên Nhật Bản để mở rộng quan hệ hợp tác kinh tế chiến lược nhằm đối phó với Trung Cộng, theo bản tin ngày 29/07/2020 của *The Guardian*. Giám đốc Cơ quan Tình báo Quốc phòng Anh Trung tướng Jim Hockenhull nói với truyền thông Anh Quốc vào hôm Chủ nhật 13/09/2020 rằng *"Chế độ Trung Quốc là 'mối đe dọa lớn nhất đối với trật tự thế giới'..."*. Ông nói: *"Trung Quốc ngày càng độc tài và quyết đoán, Trung Quốc gây ra mối đe dọa lớn nhất đối với trật tự thế giới, tìm cách áp đặt các tiêu chuẩn và quy chuẩn của Trung Quốc và sử dụng sức mạnh kinh tế để gây ảnh hưởng và lật đổ, được hỗ trợ bằng đầu tư lớn vào hiện đại hóa các lực lượng vũ trang"*.

Vào ngày 22/07/2020, Bộ trưởng Ngoại giao Vương Quốc Anh Dominic Raab cho biết ông "quan ngại sâu sắc" về bằng chứng cho thấy *"Trung Quốc đang tham gia vào các cuộc tấn công mạng độc hại nhắm vào các tổ chức thương mại, y tế và học thuật, bao gồm cả những tổ chức đang ứng phó với đại dịch corona"*. Trước đó một ngày, Bộ Tư pháp Hoa Kỳ thông báo rằng hai tin tặc Trung Cộng đã bị truy tố vì đã tấn công vào các doanh nghiệp và cơ quan chính phủ ở một số quốc gia như Anh, Bỉ, Đức, Hoa Kỳ, Úc, Nhật Bản và đánh cắp bí mật thương mại và thông tin nhạy cảm khác có giá trị hàng triệu đô la đồng thời cố gắng đánh cắp nghiên cứu về vaccine chống COVID-19.

Đại dịch Covid-19 cho thấy sự phụ thuộc của phương Tây vào nguồn cung từ Trung Cộng liên quan tới các khoáng sản quan trọng và nguồn cung thiết bị y tế. Vì thế, "Ngũ Nhãn" đang lên các kế hoạch nhằm gia tăng sản xuất các kim loại hiếm và bán hiếm từ một số quốc gia khác để giảm bớt sự phụ thuộc vào Trung Cộng. Nghị sĩ Úc Andrew Hastie, một người có lập trường cứng rắn với Trung Cộng, ủng hộ ý tưởng về việc thiết lập một khối thương mại tự do "Ngũ nhãn". Tuần trước, Bộ trưởng Quốc phòng Nhật Bản Taro Kono đã ngỏ lời về đề xuất trở thành thành viên thứ 6 của nhóm tình báo Ngũ Nhãn này. Chủ tịch Ủy ban Đối ngoại Quốc hội Anh Tom Tugendhat đã bày tỏ quan điểm ủng hộ đề xuất nói trên.

Tình hình càng nguy hiểm vì các dấu hiệu bất phục tùng đã xuất hiện khắp nơi và ngay trong nội bộ ĐCSTQ làm cho uy tín của chủ tịch Tập Cận Bình đã bắt đầu bị thách thức. Lối thoát duy nhất của chế độ cộng sản Trung Cộng là co cụm lại và dùng bạo lực để cố duy trì sự thống nhất, ít nhất trên danh nghĩa. Nếu thành công, giải pháp này sẽ biến TC thành một thế giới riêng, một đế quốc biệt lập với thế giới bên ngoài, tuy nghèo nhưng mức sống cũng đã cao hơn nhiều so với 40 năm về trước khi Đặng Tiểu Bình bắt đầu chính sách kinh tế thị trường theo định hướng xã hội chủ nghĩa *(hay còn gọi là "đặc thù Trung Quốc")*. Giải pháp này cùng lắm chỉ giúp chế độ chính trị Trung Cộng kéo dài thêm được một thời gian ngắn. Mặt khác, sự suy sụp nhanh chóng sắp tới của TC sẽ khiến rất nhiều đảng viên cộng sản hiểu rằng chủ nghĩa Mác-Lênin là một thây ma đã mục rữa mà họ phải khẩn cấp tránh xa. Các sự kiện trong quý 01/2020 vừa qua đã cho thấy sự cai trị của ĐCSTQ dễ vỡ hơn nhiều so với nhiều hình thức phô trương bề ngoài của chính nó.

Sự kiện "dễ vỡ của ĐCSTQ" & "chiến lược kinh tế rời khỏi TC của quốc tế" là một nguy cơ thiết tử cho Đảng CSVN, vì thế giới vẫn còn nghi ngại là CSVN chưa hoàn toàn "thoát Trung" và vẫn còn đến 90% là một bản sao nhỏ của mô hình TC. "Việt Nam là bản sao mô hình Trung Quốc thu nhỏ" chính là một nguy cơ cho dân vận, quan hệ quốc tế, giao thương kinh tế và ổn định chính trị của đảng CSVN kể từ năm 2020 này.

19. *Nguy cơ do quốc tế đang có chiến tranh toàn diện với Đảng cộng sản Trung Quốc, dù chiến tranh quân sự chưa xảy ra*

Tổng thống Donald Trump đã nhận ra từ rất sớm, có lẽ trước khi ông ấy tranh cử tổng thống Hoa Kỳ, rằng ĐCSTQ đang thực hiện việc thống trị toàn thế giới dưới vỏ bọc mỹ miều của toàn cầu hóa, tự do thương mại, và kinh tế phát triển... Sự kiện đơn giản và quan trọng nhất đã được làm rõ như pha lê là quốc tế đang có **chiến tranh toàn diện với Đảng Cộng Sản Trung Quốc**, dù chiến tranh quân sự chưa xảy ra, nhưng không loại trừ khi tình hình mất kiểm soát từ hai phía. Đó là điều mà dư luận chiến lược quốc tế đang bàn đến. Không phải là về nước Trung Quốc, và càng không phải là về người dân Trung Quốc.

Trên thực tế, người dân Trung Quốc lại chính là nạn nhân lớn nhất của Đảng Cộng Sản Trung Quốc hơn 70 năm qua. Mục tiêu tấn công từ quốc tế là Đảng Cộng Sản Trung Quốc - một đảng tàn bạo lạnh lùng, lừa lọc, bất nhân và thiếu tôn trọng các giá trị phổ quát. Những điều này đã lộ rõ như ban ngày, vì đại dịch Vũ Hán đã phơi bày tất cả. Nó đã cho thế giới thấy được rõ ràng rằng chế độ TC là gì, họ muốn gì và họ sẽ làm gì để đạt được các mục đích của họ. Hiển nhiên họ muốn trở thành siêu cường của thế giới, với một kiểu quyền lực độc tôn. Những chư hầu của TC thì bị phơi bày như là những tay sai, thằng hề, đồng hành và đóng vai chó săn cho TC.

Kể từ năm 2017, Tổng thống thứ 45 của Mỹ là Donald Trump đã xem ĐCSTQ là một trong những đối thủ xảo quyệt nhất cần phải loại bỏ, với niềm tin rằng *"Bản chất ĐCSTQ không bao giờ thay đổi và chính là tà ác"*. Theo Reuters, 08/07/2020, Giám đốc FBI Christopher Wray tuyên bố: ***"ĐCSTQ là 'mối đe dọa lớn nhất' đối với Mỹ"*** và mô tả một chiến dịch đa hướng do chính phủ Trung Cộng thực hiện để phá hoại đời sống người Mỹ. Theo Ngoại trưởng Mỹ ông Michael Pompeo thì thế giới đang thức tỉnh trước một TC đã lộ nguyên hình là một thực thể lưu manh, ưa chuộng bạo lực và chà đạp Nhân Quyền. Ngày 23/07/2020, ông Pompeo đã chọn Thư Viện cố TT Richard Nixon để đọc bài phát biểu tuyên bố chính thức chiến lược ngoại giao 21 điểm với tiêu đề "Trung Quốc Cộng sản và Tương lai Thế giới Tự do"(Communist China and the Free World's Future), ngược chiều 180 so với chiến lược Nixon-Kissinger đã nuôi cho TC lớn mạnh suốt 50 năm qua kể từ 1972.

Bài phát biểu của Ngoại trưởng Mỹ Michael Pompeo, có tiêu đề ***Trung Quốc Cộng sản và Tương lai Thế*** *giới Tự do*" - là bài cuối cùng trong chuỗi 4 bài phát biểu về Trung Cộng của các "chiến tướng" trong chính quyền của TT Donald Trump, gồm Cố vấn An ninh quốc gia Robert O'Brien nói về ý thức hệ, Giám đốc FBI Chris Wray nói về gián điệp, và Bộ trưởng Tư pháp William Barr nói về kinh tế. Bài phát biểu này nhấn mạnh đến 21 điểm chính yếu sau đây:

1. *Sai lầm cốt lõi của Hoa Kỳ - **do Nixon-Kissinger tạo dựng** - là đã mở cửa phương Tây suốt 45 năm qua (1972-2017) cho đảng Cộng Sản Trung Quốc (ĐCSTQ) lớn mạnh và trở thành con quái vật Frankeinstein.*

2. *Phá bỏ **di sản nguy hại của Nixon-Kissinger về hợp tác với Trung Cộng** và quyết tâm không được quay lại mô hình này vì Hoa Kỳ muốn một thế kỷ 21 Tự Do.*

3. *Trung Cộng là kẻ phản trắc luôn tấn công và khai thác xã hội tự do & minh bạch của các nước phương Tây.*

4. *Hoa Kỳ và phương Tây đã sai lầm khi liên tiếp nhân nhượng chính quyền Trung Cộng để đổi lại thị trường tiêu thụ Trung Cộng.*

5. *Trung Cộng cướp bóc tài sản trí tuệ, bí mật thương mại và đột kích Hoa Kỳ để lôi kéo chuỗi cung ứng hàng hóa ra khỏi Mỹ.*

6. *Trung Cộng ngày càng độc đoán ở trong nước và hung hăng thù địch với Tự Do trên thế giới.*

7. Đối thoại với Trung Cộng là vô ích vì không đem lại thay đổi xứng đáng nào.

8. Tham vọng bá chủ toàn cầu của Tập Cận Bình là thống trị thế giới bằng tư tưởng Mác-Lê toàn trị.

9. Không được tin Trung Cộng mà phải xác minh và làm thay đổi TC bằng hành động không dựa trên những gì các nhà lãnh đạo TC nói, mà là cách họ làm.

10. Giao dịch với Trung Cộng không giống như giao dịch với một quốc gia bình thường tôn trọng luật pháp mà phải có cách hành xử khác.

11. Sinh viên Trung Cộng đến Mỹ để làm gián điệp và để ăn cắp sáng chế.

12. Quân đội Trung Cộng là quân đội không bình thường và phải đối phó theo cách khác.

13. Hoa Kỳ chống đối ĐCSTQ chứ **không chống nhân dân Trung Quốc** vì họ cũng là nạn nhân trực tiếp của Đảng CS Trung Quốc.

14. Đảng CS Trung Quốc luôn nói dối, không đại diện chu 1,4 tỷ dân Trung Quốc, và sợ lời nói thật của nhân dân Trung Quốc.

15. Hoa kỳ ủng hộ những thành phần bất đồng chính kiến ở TC.

16. Đảng CS Trung Quốc lặp lại các sai lầm của Liên Xô là không thừa nhận sở hữu tư nhân.

17. TC phụ thuộc vào thế giới nhiều hơn thế giới phụ thuộc vào TC.

18. Không thay đổi Trung Cộng thì Trung Cộng sẽ thay đổi thế giới.

19. Mỹ không cho phép Tập Cận Bình độc trị trong và ngoài Trung Cộng.

20. Khuyến khích các nước lớn nhỏ liên minh chống lại ĐCSTQ.

21. Thế giới tự do đã thức tỉnh về nguy hiểm của TC và phải liên minh lại để chống đối ĐCSTQ.

Bài phát biểu mang tính bước ngoặt của Ngoại trưởng Mỹ Michael Pompeo dưới tựa đề *"**Trung Quốc Cộng sản và Thế giới Tự do**"* là dự báo của "sự khởi đầu một kỷ nguyên mới" trong các vấn đề toàn cầu và sự thay đổi bước ngoặc trong chính sách đối ngoại chống đối ĐCSTQ.

Ngoài ra, ĐCSTQ đã xây dựng một mạng lưới toàn cầu gồm ít nhất 600 trạm tuyển dụng trên khắp thế giới nhằm chiêu mộ những chuyên gia và nhà khoa học hải ngoại để thu thập các công nghệ tối tân. Việc chính quyền ĐCSTQ sử dụng dự án "Nghìn nhân tài" để đánh cắp tài sản trí tuệ và công nghệ kinh doanh của Mỹ không phải là điều bí mật. Tuy nhiên, một báo cáo của Viện chính sách Chiến thuật Australia (ASPI) gần đây đã tiết lộ, chương trình "Nghìn Nhân Tài" chỉ là một trong số hơn 200 dự án tuyển dụng nhân tài của ĐCSTQ. Để chiêu mộ nhân tài khoa học và công nghệ tiên tiến từ các nước phát triển, ĐCSTQ đã xây dựng một mạng lưới tinh vi gồm ít nhất 600 trạm tuyển dụng nhân tài trên khắp thế giới, và hiện quy mô vẫn đang được tiếp tục mở rộng. Báo cáo của Viện Nghiên cứu Chính sách Chiến lược Australia (ASPI) ngày 20/08/2020 cho hay các trạm tuyển dụng này được phân bổ nhiều nhất ở Hoa Kỳ với 146 trạm, tiếp theo là Đức và Úc với 57 trạm mỗi nước, Anh là 49 trạm, Canada 47 trạm, Nhật Bản 46 trạm, Pháp 46 trạm. Ngoài ra, các trạm này cũng xuất hiện ở các quốc gia xa xôi như New Zealand và Thụy Điển.

Nghị sĩ Anh Tom Tugendhat chỉ ra rằng, giống như tất cả các chế độ độc tài, Chính phủ Trung Cộng (TC) rất xảo trá, họ bất chấp tất cả để duy trì quyền lực và kiểm soát người dân, bởi vậy họ phải che đậy sự thật về Virus Vũ Hán vì có thể gây ảnh hưởng đến uy quyền của họ. Ủy ban Ngoại giao của Hạ Viện Anh quốc do ông Tugendhat làm chủ tịch tuyên bố rằng TC đang quyết tâm xây dựng một trật tự toàn cầu mới do họ lãnh đạo. Toàn cầu hóa bắt đầu từ phương Tây, là con đường mà chủ nghĩa tư bản mở rộng trên toàn cầu. Toàn cầu hóa về hình thức khiến cho kinh tế thâm nhập lẫn nhau, làm cho các quốc gia liên kết, hợp tác và phụ thuộc vào nhau trong một chuỗi cung ứng sản xuất & tiêu thụ. Điều bất hạnh là, ĐCSTQ với bản tính ma mãnh đã nhận ra toàn cầu hóa chính là cơ hội vàng để thao túng thế giới, làm các nước mất đi chủ quyền quốc gia, phá hoại cơ sở kinh tế dân tộc, nhằm thực hiện mục tiêu cuối cùng là làm bá chủ thế giới.

Khi đại dịch bùng nổ, cả thế giới chao đảo vì nguồn cung cấp y tế và dược phẩm cũng như 90% hàng hóa phụ thuộc vào TC. Các quốc gia tiếp tục phải nhập khẩu từ TC và nhận được bài học cay đắng khi trong cơn khủng hoảng, TC dùng chính thảm họa để trục lợi họ bằng việc đầu cơ hàng tỷ khẩu trang của thế giới rồi bán lại các thiết bị y tế như máy thở với giá cắt cổ và các bộ xét nghiệm cho kết quả sai 80%, còn khẩu trang y tế thì được làm từ nguyên vật liệu là quần áo lót (underwear).

Ngày nay cả thế giới chìm ngập trong sản phẩm hàng hóa "made in China", và nó đã trở thành thương hiệu của toàn cầu hóa khi một mình TC thao túng mọi nguồn lực. Thông qua toàn cầu hóa, ĐCSTQ xâm nhập vào các ngành nghề, các tầng diện trong xã hội trên mọi phương diện về chính trị, kinh tế, pháp luật, giáo dục, truyền thông, nghệ thuật và xã hội, văn hóa. Với CSVN, mưu đồ của TC là khống chế toàn diện Việt Nam về chính trị - tư tưởng, về kinh tế, văn hóa - xã hội, về quan hệ đối ngoại, cô lập, lấn chiếm gây sức ép từ phía biển và trên đất liền... để cưỡng chế Việt Nam phải thuận theo chiến lược của họ, thực chất là biến Việt Nam thành chư hầu, phụ thuộc, không bao giờ ngóc đầu lên được. Đây là điều không thể mơ hồ. Trên thực tế, Trung Quốc đã thực hiện được phần lớn những bước đi trong một chiến lược toàn diện cho mục tiêu của họ.

Cộng Sản Việt Nam (CSVN) đối phó rất bị động, nói chung là không thành công mà nguyên nhân cơ bản là nhiều người có trách nhiệm vẫn không dựa vào dân, vẫn mơ hồ, không đánh giá đầy đủ nguy cơ TC và vẫn có tâm lý "sợ" họ làm căng. Chính sự mơ hồ đó, cộng với sự kém cỏi về kinh tế mà lòng tham của nhiều chủ đầu tư của các nhóm lợi ích tay sai TC không được ngăn chặn và đã gây ra những "nguy hại" trong quan hệ kinh tế với TC. Nó rất dễ bị đội ngũ chiến tranh tâm lý của chính TC khai thác cũng như những "thế lực khác" lợi dụng. TC biết rất rõ đảng CSVN chỉ muốn được yên thân để giữ vững quyền cai trị độc tôn tại VN nên đã buộc CSVN thần phục ĐCSTQ và biến hình trở thành một bản sao nhỏ của "mô hình Trung Cộng" y hệt như 900 năm Bắc Thuộc trong thiên kỷ thứ I của lịch sử *(Hội nghị Thành Đô 1990 đã đóng dấu mốc cho sự kiện cụ thể này).*

Theo giám đốc nghiên cứu Benoît de Tréglodé thuộc Viện Nghiên cứu Chiến lược của Trường Quân sự Pháp (IRSEM) thì căng thẳng giữa TC và Mỹ đã được quốc tế ghi nhận từ khi bản báo cáo chiến lược Ấn Độ-Thái Bình Dương được bộ trưởng Quốc Phòng Mỹ trình bày vào tháng 6/2019 nhân Đối thoại Shangri-La ở Singapore, nêu rõ TC là mối đe dọa lớn nhất cho an ninh trong khu vực.

Mặc dù Quốc hội CSVN, vào tháng 6/2012, đã thông qua Luật Biển bao gồm cả hai quần đảo Hoàng Sa & Trường Sa, hôm 17/04/2020, TC đã "chơi trò vừa ăn cướp vừa la làng" bằng cách đệ trình lên Liên Hiệp Quốc một tài liệu cáo buộc Việt Nam *"đưa quân xâm lược và chiếm đóng bất hợp pháp các đảo & đá thuộc quần đảo Nam Sa của Trung Quốc hòng tạo ra tranh chấp".* Trên Biển Đông, lợi dụng khi cả thế giới đang đối phó với Virus Vũ Hán nhà cầm quyền TC "thừa nước đục thả câu" bằng việc tăng cường quân sự, gia tăng các biện pháp dọa dẫm và bành trướng lãnh thổ. Ngày 18/04/2020, TC đã ngang ngược lập chính quyền quản lý hai quần đảo Hoàng Sa và Trường Sa của Việt Nam. Trụ sở của cái gọi là "huyện đảo Tây Sa" đặt tại đảo Phú Lâm thuộc quần đảo Hoàng Sa, và của cái gọi là "Nam Sa" đặt tại đá Chữ Thập thuộc quần đảo Trường Sa - cả hai quần đảo thuộc chủ quyền hợp pháp của Việt Nam.

Một ngày sau, ngày 19/04/2020, TC lại tiếp tục có hành động bành trướng mới qua việc công bố cái gọi là "danh xưng tiêu chuẩn" của hàng chục hòn đảo, bãi đá và thực thể địa lý trên Biển Đông. Trong số này có những điểm nằm sâu trong vùng đặc quyền kinh tế của Việt Nam. Các "danh xưng tiêu chuẩn" này bao gồm "25 đảo đá, rạng san hô và 55 thực thể địa lý dưới biển ở Biển Đông", đồng thời Trung Cộng còn công bố thêm kinh độ, vĩ độ của chúng. Trong những thực thể này, có những bãi cạn nằm sâu trong vùng đặc quyền kinh tế của Việt Nam, có điểm chỉ cách bờ biển Việt Nam chưa đầy 60 hải lý hoặc cách đường cơ sở Việt Nam khoảng 50 hải lý. Giới quan sát nhận định hành động nầy của chính phủ TC một lần nữa cho thấy họ sẽ không từ bỏ các âm mưu củng cố chủ quyền vô lý tự vẽ ra trên Biển Đông. Bất chấp các phản ứng quốc tế, TC vẫn tiếp tục phổ biến các yêu sách chủ quyền vô căn cứ và lập luận như thể mình là nạn nhân của tình trạng không tuân thủ luật quốc tế.

Mới đây, truyền thông thế giới dậy sóng với kế hoạch Mỹ xây dựng một "MạNG LƯới KINH Tế THịNH VƯợNG" (Economic Prosperity Network), mục đích được cho là sẽ chuyển dịch chuỗi cung ứng rời khỏi Trung Quốc càng nhanh càng tốt ngay khi đại dịch cho thấy vai trò then chốt của Bắc Kinh trong nền kinh tế thế giới. Sáng kiến mang tên Mạng lưới Thịnh vượng Kinh tế nhằm đưa các quốc gia và doanh nghiệp xích lại gần nhau để "VậN HÀNH THEO MộT Hệ GIÁ TRị CHUNG". Không chỉ Mỹ, hôm 29/05/2020, Anh Quốc cho biết nước này đang hối thúc Mỹ hình thành một câu lạc bộ gồm 10 quốc gia có thể tự phát triển công nghệ 5G và giảm sự phụ thuộc vào tập đoàn Huawei của Trung Quốc. Mạng lưới thịnh vượng này không thấy đề cập gì đến CSVN.

Hôm thứ Ba 15/09/2020, tại Hội nghị Online của Hội đồng Đại Tây Dương (Atlantic Council), Ngoại trưởng Mỹ Michael Pompeo, khi đàm luận về quan hệ Mỹ-Trung, đã vạch trần mục đích thật sự của cái gọi là "chấn hưng dân tộc" của Bắc Kinh. Ông Pompeo tiết lộ rằng TQ mượn dùng chiêu bài "chấn hưng dân tộc", kỳ thực đây là một sự dối trá. Mục đích thực sự của nó chính là dã tâm thống trị thế giới và ĐCSTQ đang cố gắng đạt được sự phá hủy trật tự quốc tế vốn có hiện nay, mà trật tự quốc tế này không chỉ mang lại lợi ích cho người dân Mỹ mà còn cả những người yêu tự do trên toàn cầu. *"Những gì chúng tôi tìm kiếm là một hệ thống quốc tế dựa trên luật lệ. Đây sẽ là sức mạnh chủ đạo trong thế kỷ tới, hệ thống này không chỉ có lợi cho Hoa Kỳ, mà còn có lợi cho những người yêu tự do trên khắp thế giới. Khi tôi nói về sự thèm khát quyền bá chủ thế giới của ĐCSTQ, đây chính là điều mà ĐCSTQ đang nhắm đến, đây chính là điều mà nó muốn phá hủy, và chúng ta nên nhớ những gì họ nói"*, Ngoại trưởng Mỹ cho hay.

Ông Pompeo cũng nói thêm rằng, mục tiêu "chấn hưng dân tộc" mà Tổng bí thư ĐCSTQ Tập Cận Bình đề cập đến thực ra là "chủ nghĩa dân tộc lấy Mác-Lê làm hệ tư tưởng cốt lõi" và *"Ông Tập Cận Bình tận sức vì điều này và đã bỏ ra rất nhiều nguồn lực để đạt được mục đích đó. Mô hình của ĐCSTQ là mô hình phát triển toàn trị dung hợp giữa doanh nghiệp và quân đội một cách cao độ do nhà nước CSTQ hỗ trợ"*. ĐCSTQ đã sử dụng những lời nói dối của cái gọi là "chấn hưng dân tộc" để thực hiện hành vi cướp bóc.

Gần đây, truyền thông nước ngoài tiết lộ rằng công ty Zhenhua Data ở Thâm Quyến được quân đội ĐCSTQ hậu thuẫn đã thu thập thông tin cá nhân của hàng triệu người trên khắp thế giới, công ty này từng tuyên bố rằng họ có sứ mệnh giúp đỡ "chấn hưng sự vĩ đại của dân tộc Trung Hoa". Ông Mike Pompeo cũng nói rằng chính sách của Hoa Kỳ đối với Trung Quốc đã thay đổi: *"Quyết sách đối với Trung Cộng (của Nixon-Kissinger) trong những năm 1970 chỉ có ý nghĩa vào thời điểm đó . Giờ đây, đối với an ninh quốc gia của Hoa Kỳ mà nói thì lại hoàn toàn vô nghĩa. Điều này không chỉ là vấn đề an ninh, mà là vấn đề về cách thức tăng trưởng kinh tế Mỹ cho đến duy trì việc làm, sự giàu có và thịnh vượng"*. Ông Pompeo cũng nói rằng chính sách cứng rắn của Hoa Kỳ đối với ĐCSTQ *"không chỉ là chính sách của chính quyền Tổng thống Trump, mà là chính sách của chính phủ Hoa Kỳ trong nhiều năm tới"*.

Một nhà ngoại giao và chính trị học của Pháp trước đây từng nói rằng sức mạnh Mỹ không phải là quân sự, kinh tế, khoa học kỹ thuật hay công nghệ, dù đó là những lãnh vực họ đang dẫn đầu. Sức mạnh Mỹ chính là khả năng tự sửa sai. Tướng TC, Lưu Á Châu cũng đã từng nhận định, (đại ý) chế độ chính trị Mỹ ưu thế hơn TC (Trung Cộng) ở chỗ sửa sai. Theo ông tướng này thì nếu một ông tổng thống Mỹ phạm sai lầm, Quốc hội Mỹ có thể phế truất, hoặc nhân dân Mỹ có thể dùng lá phiếu chọn tổng thống khác trong kỳ bầu cử kế tiếp để sửa sai. Còn TC khi gặp sai lầm rất khó và rất chậm sửa sai.

Mới đây tướng Đới Húc của TC, từng là một tướng diều hâu, vừa công bố một đề xuất ***bốn điều không ngờ tới và mười điều nhận thức mới về nước Mỹ***, được xem là có giá trị định hình lại quan hệ Trung Mỹ của Bắc Kinh. Trong điều nhận thức thứ hai Đới Húc cho rằng Mỹ có một cơ chế sửa sai hoàn hảo, và rằng khi nhận ra sai lầm của tổng thống cũ, tổng thống mới của Mỹ thay đổi 180 độ, nhanh như lật trang sách. Vậy thực hư thế nào? Ông Trump nhận ra sai lầm nghiêm trọng của ba đời tổng thống trước trong chính sách hợp tác với TC, bắt đầu từ tổng thống Bill Clinton, George W.Bush, và Barack Obama. Theo ông Trump thì ba ông tổng thống tiền nhiệm đó đã để cho TC ăn cắp việc làm của người Mỹ, thao túng tỷ giá tiền tệ, gian lận thương mại, trộm cắp công nghệ, bắt ép chuyển giao sản phẩm trí tuệ, hỗ trợ các doanh nghiệp nhà nước để chiếm ưu thế cạnh tranh, thao túng WTO... dẫn đến việc hàng năm TC lấy đi hàng trăm tỷ USD của người Mỹ vì thâm hụt mậu dịch quá lớn với TC, nếu không ngăn chặn thì TC sẽ vượt Mỹ. Từ đó chương trình tranh cử của Ông Trump là làm cho nước Mỹ vĩ đại trở lại, và đó cũng chính là lý do cử tri Mỹ bầu chọn Donald Trump làm tổng thống để sửa sai lầm của Clinton, G. Bush và Obama.

Khi ông Trump nhậm chức tổng thống, ngay lập tức ông thực hiện lời hứa với cử tri, thay đổi gần như đảo ngược 180 độ mọi thành quả của tổng thống mãn nhiệm Barack Obama. Dù bị phe đối lập đương đầu một mất một còn, Ông Trump vẫn thực hiện lời hứa với cử tri là làm cho nước Mỹ vĩ đại trở lại bằng cách bao vây đánh phá TC toàn diện, tước bỏ mọi lợi thế mà ba tổng thống tiền nhiệm đã trao cho TC, làm TC bao phen lên bờ xuống ruộng, và hiện không ngóc đầu lên nổi.

Bởi khi chuỗi cung ứng rút khỏi TC, thì không chỉ TC mất đi công cụ o ép các nước khác do sự phụ thuộc vào chuỗi cung ứng đặt tại TC; không chỉ mất nguồn thu thuế khổng lồ; không chỉ hàng triệu lao động mất việc gây bất ổn xã hội; không chỉ hàng ngàn doanh nghiệp phụ trợ cho chuỗi cung ứng phải đóng cửa. Điều tệ hại nhất chính là gần ba ngàn tỷ USD theo chuỗi cung ứng rút ra khỏi TC thì dự trữ ngoại hối của TC gần như chẳng còn mấy, kinh tế vĩ mô sẽ bị rối loạn, tiền tệ sẽ bất ổn, chứng khoán sẽ tuột dốc, lạm phát sẽ nặng nề. Đó cũng là lý do các ngân hàng TC bắt đầu bất ổn khiến ông Tập Cận Bình phải thắt chặt không cho nhân dân Trung Quốc rút tiền ồ ạt khỏi ngân hàng. Cú đánh chưa đến hiệp chót mà hai ông tướng diều hâu TC nói trên đã khuyên lãnh đạo TC quay về chước *giấu mình chờ thời*, không nên tranh bá nữa. Nói cách khác, TC đã nhận ra sức mạnh Mỹ, nhận ra cơ chế sửa sai hoàn hảo của Mỹ nên rất khó mua chuộc và phỉnh gạt, nhận ra TC chưa đủ sức đối đầu với Mỹ...

Ông tướng diều hâu Đới Húc còn cho rằng Nhật đã khôn ngoan chấp nhận đứng nép mình sau lưng Mỹ nên cứ rỉ rả hốt bạc (giả ngơ vơ đồ Mỹ). Có lẽ ông tướng này muốn TC cam phận đứng sau Mỹ như Nhật cho lành, tranh bá làm gì khi TC chưa tự lực cánh sinh được, còn phải dựa vào nền tảng và các giá trị Mỹ để phát triển, nên giấc mơ Trung Hoa chưa thấy đâu mà đã xuống ruộng lên bờ. Nhưng có vẻ như Ông Tập Cận Bình chưa muốn dừng tay.

Đảng CSVN biết rõ âm mưu bành trướng và những cung cách tiến hành cuộc xâm lược của TC, nhưng lâm vào cái thế "mở miệng mắc quai" chỉ vì họ là bạn vàng, là đồng văn, là đồng chí anh em và là chỗ dựa cho Đảng, là nơi bảo đảm cho sự tồn tại ở vị trí cai trị của Đảng CSVN. Sự kiện này cho thấy TC đã đặt đảng CSVN vào một vị thế hết sức bất lợi trước nhân dân VN và mất hết sự ủng hộ của quần chúng VN. Đó là cái thế bị Trung Cộng bao vây làm cho "Tứ bề thọ địch", có nghĩa là tình thế đã lâm vào bước đường cùng khó bề vùng vẫy ra khỏi mật ước Thành Đô 1990. Hơn nữa, CSVN càng nhún nhường thì TC càng lấn tới. Đó chính là bàn tay bá quyền nước lớn của TC - điều mà người Việt từ công chức đến dân thường phải nhận thức và có hành động thống nhất.

Thảm họa bị ảnh hưởng bởi nguy cơ tự thân của Trung Cộng đã ở trước mắt, do bởi chiến lược gắn kết Việt Nam vào Trung Cộng suốt 30 năm qua, khiến cho không ai có thể cứu được dân tộc Việt Nam khỏi thảm họa này, ngoài 95 triệu người Việt phải tự cố gắng cứu giúp nhau và tự cứu lấy chính mình ! Mỗi người cần nhìn thấy cái chết đang đến với chính mình và con cháu mình!

20. Nguy cơ do việc quốc tế kiện Trung Cộng đã gây ra đại dịch Covid-19 trên toàn thế giới và thực hiện "Thoát Trung"

Từ tháng 12/2019 đến đầu năm 2020, ĐCSTQ đã che giấu tình hình dịch cúm Vũ Hán khiến cho dịch bệnh Covid-19 từ thành phố Vũ Hán lây lan khắp thế giới. Ngày 14 & 15/9/2020 tiến sĩ Diêm Lệ Mộng – nhà virus học người Trung Quốc từng tham gia chương trình chế tạo Virus Vũ Hán đào tỵ sang Hoa Kỳ sau đại dịch Covid-19 - đã cung cấp chứng cứ đầu tiên về nguồn gốc nhân tạo của virus viêm phổi Vũ Hán kèm theo một bản nghiên cứu riêng.

Bản báo cáo nghiên cứu của TS Diêm Lệ Mộng trực tiếp chỉ ra rằng virus viêm phổi Vũ Hán khác với bệnh truyền nhiễm tự nhiên từ người sang người. Tiến sĩ Diêm Lệ Mộng cũng kêu gọi thế giới điều tra dòng tiền giữa phòng thí nghiệm P4 ở Vũ Hán, Hồ Bắc và Viện Y tế Quốc gia Trung Quốc (NIH). Nghiên cứu của TS Diêm cho rằng, virus SARS-CoV-2 là một sản phẩm của phòng thí nghiệm được tạo ra bằng cách sử dụng virus corona ZC45 và ZXC21 ở dơi làm mô hình để chế tạo (https://gnews.org/zh-hans/357190/).

Nữ tiến sĩ Diêm Lệ Mộng của TC đã phải chạy trốn sang Mỹ vào tháng 4/2020 vì lo ngại tính mạng bị đe doạ khi cô nắm giữ nhiều bí mật về virus Vũ Hán. Trong cuộc phỏng vấn với Fox News hôm 15/09/2020, TS Diêm Lệ Mộng cho biết: *"Loại virus này thực ra không phải từ tự nhiên, nó là một loại virus được con người tạo ra ở phòng thí nghiệm dựa trên loại virus corona ở loài dơi, không gây hại cho con người, nhưng sau khi sửa đổi gene sẽ trở thành một loại virus rất độc hại"*. Tiến sĩ Diêm nói rằng có những tính chất rất bất thường trong bộ gene của virus. Theo Tự Do Thời Báo (*Liberty Times*), Diêm Lệ Mộng đã đăng tải bài luận văn nghiên cứu đầu tiên vào tối ngày 14/09/2020, do cô và 3 nhà khoa học khác là đồng tác giả. Nội dung bài luận văn bao gồm: bộ gene, cấu trúc, bằng chứng y học và tài liệu lịch sử. Nghiên cứu này cho rằng, *virus SARS-CoV-2 là một sản phẩm của phòng thí nghiệm được tạo ra bằng cách sử dụng virus corona ZC45 và ZXC21 ở loài dơi làm mô hình để chế tạo.*

Tiến sĩ Diêm nói với Fox News rằng cô có bằng chứng khoa học cho thấy virus corona chủng mới khởi phát từ phòng thí nghiệm ở Vũ Hán và sẽ sớm tiết lộ trong báo cáo tiếp theo của cô. Vị nữ tiến sĩ nấy nói thêm: "*Ngay từ khi dịch bệnh bùng phát, tôi đã bí mật điều tra kỹ lưỡng. Tôi nắm được tin tức vì tôi cũng có mạng lưới của riêng mình ở Trung Quốc, làm việc trong bệnh viện... tôi cũng làm việc với nhà nghiên cứu virus corona hàng đầu trên thế giới. Tôi có thể nói với bạn, virus này được tạo ra từ phòng thí nghiệm... và nó cũng lây lan ra thế giới để gây ra thiệt hại như vậy*".

Khi người dẫn chương trình Fox News hỏi liệu cô có cho rằng ĐCSTQ đã phát tán virus "có chủ đích" hay không, cô Diêm đáp: "*Tất nhiên là có chủ ý*". Nữ tiến sĩ khẳng định ĐCSTQ đã cố gắng bưng bít về nguồn gốc của virus corona mới ngay từ đầu. Sau khi đào ty sang Hoa Kỳ, tiến sĩ Diêm đã nhiều lần xuất hiện trên các phương tiện truyền thông quốc tế để tiết lộ những bí mật về virus corona mà cô biết, đồng thời tố cáo tội ác của chính quyền Bắc Kinh trong đại dịch. Mới đây, vào hôm 11/09/2020, tiến sĩ Diêm xuất hiện trên chương trình Loose Women của Vương Quốc Anh từ một địa điểm bí mật, và cho biết tất cả các báo cáo viết rằng Covid-19 có nguồn gốc từ chợ hải sản ở Vũ Hán đều không đúng. Nữ tiến sĩ cũng cho biết trước khi đào thoát khỏi đất nước TQ, thông tin về cô đã bị xóa khỏi cơ sở dữ liệu của chính phủ và các đồng nghiệp của cô *"được yêu cầu tung tin đồn sai lệch về cô"*.

Cả thế giới bị dịch bệnh này tàn phá về nhân mạng, y tế, kinh tế & xã hội nên ĐCSTQ trở thành mục tiêu bao vây tiêu diệt của quốc tế. Nạn dịch Covid-19 toàn cầu đang tạo ra thay đổi lớn về kinh tế, tài chính, xã hội, chính trị, quân sự từ nay và nguyên trạng thế giới sẽ không còn giống như trước năm 2020. *Việt Nam không là ngoại lệ*. Liên Hiệp Quốc bất lực và không có hành động nào về nạn dịch là một dấu chỉ cho sự rối loạn của thế giới. Thế giới đang phải chuyển mình thay đổi và sẽ thay đổi nguyên trạng hiện nay rất nhanh chóng sau khi đại dịch Covid-19 qua đi. Đứng đầu là Bắc Mỹ đang ráo riết chuẩn bị thực hiện tiến trình hội nhập của Hoa Kỳ vào kỷ nguyên toàn cầu mới kể từ năm 2021 tới đây.

Chính phủ Hoa Kỳ, Úc, Anh, Cộng hòa liên bang Đức cùng các chính trị gia các đảng phái chính trị của những quốc gia này, đồng hưởng ứng lời kêu gọi của chính phủ Hoa Kỳ, yêu cầu nhà cầm quyền Bắc Kinh mở cửa cho các chuyên gia sinh học tiếp cận phòng nghiên cứu sinh học P4, là nơi thế giới nghi ngờ rò rỉ virus viêm phổi gây đại dịch toàn cầu. Cùng lúc với việc điều tra nguồn gốc virus gây đại dịch toàn cầu, còn có các lãnh đạo một số quốc gia gửi hóa đơn chi tiêu yêu cầu đảng cộng sản Trung Quốc thanh toán chi phí do viêm phổi Vũ Hán gây ra. Ngoài ra, các đơn khởi kiện tập thể của công dân Hoa Kỳ và hàng chục nước nạn nhân của Virus Vũ Hán đã được gửi đến tòa án liên bang Mỹ và các định chế tư pháp quốc tế. Ngày 17/09/2020, Ủy ban điều tra độc lập quốc tế gồm 13 thành viên do cựu thủ tướng New Zealand, Helen Clark, làm chủ tịch bắt đầu cuộc điều tra chi tiết về đại dịch Covid-19 khiến 213 quốc gia và vùng lãnh thổ bị nhiễm và hơn 1 triệu người đã chết.

Đặc biệt của sự việc kiện TC, là các nhà lập pháp Hoa Kỳ không muốn cho nhà cầm quyền Bắc Kinh chạy thoát lần này, nên Thượng nghị sĩ Tom Cotton đang nghiên cứu một đạo luật áp đặt các biện pháp trừng phạt mở ra cho tất cả các nạn nhân virus Vũ Hán có thể kiện các quan chức TC ở các tòa án Hoa Kỳ. Đạo luật kiện TC trong khuôn khổ quốc gia do ông Cotton đề xướng, là hình mẫu cho các quốc gia khác áp dụng làm vũ khí pháp lý tấn công Trung Cộng, một khi tòa án quốc tế, các cơ cấu pháp lý quốc tế bị Trung Cộng mua chuộc, thao túng để tránh né vụ kiện nầy.

Sử dụng vũ khí pháp lý kiện TC đòi bồi thường thiệt hại là giải pháp kinh tế hiệu quả nhất để làm tê liệt và tan rã dần bộ máy bá quyền TC, là giải pháp không phải hao tốn núi xương sông máu của cộng đồng nhân loại.

Trước viễn cảnh TC bị liên minh thế giới quyết tâm tính sổ sau đại dịch toàn cầu bằng giải pháp "pháp lý kinh tế" *(công pháp quốc tế)* thì Trung Cộng chạy trời cũng không khỏi nắng. Riêng một địa phương rất nhỏ bé trên toàn cầu là Little Sài Gòn tại Mỹ, mà đã có 3 doanh nghiệp nộp đơn kiện đòi Trung Cộng đền bù hàng chục tỷ đô-la Mỹ vì Covid-19. Chính giới và giới trí thức ở Mỹ, Úc, New Zealand và nhiều quốc gia khác đã lên tiếng gay gắt vạch trần sự lũng đoạn nghiêm trọng của Trung Cộng từ hàng thập kỷ nay vào nội bộ nước họ dưới mọi hình thức của quyền lực mềm và ăn cắp "know how", quyền sở hữu trí tuệ, gây ra nhiều hệ lụy khác rất nghiêm trọng.

VN không từ chối đầu tư và hoạt động kinh tế của Trung Cộng (TC) tại Việt Nam nhưng lại chấp nhận những nhà đầu tư không những thiếu năng lực & trình độ mà chỉ muốn gây hại cho Việt Nam, thậm chí điều này đậm nét hơn là "kiếm chác"! Dự án đường sắt Cát Linh - Hà Đông dùng vốn vay và nhà thầu Trung Cộng, liên tục đội vốn, hoãn ngày khánh thành, nay vẫn trơ gan như một tượng đài "tiền mất, tật mang" giữa Hà Nội là một bằng chứng. Ví dụ khác là thí điểm khu kinh tế Vần Đồn có yếu tố TC làm người dân càng nặng trĩu khôn nguôi nỗi âu lo về bàn tay ma quỷ của TC đã thò vào mọi lĩnh vực của VN. Giữa lúc này, TC lại đang leo thang trên Biển Đông bằng hành động kiểm soát khai thác tài nguyên biển, và lời lẽ hăm dọa chiến tranh trực tiếp uy hiếp VN.

Đại dịch Covid-19 phơi bày bản chất thật của ĐCSTQ, quan hệ giữa Hoa Kỳ và TC đang đi tới chỗ đổ vỡ, khó mà hàn gắn được, ít nhất là trong lĩnh vực kinh tế và thương mại. *Đích nhắm của Hoa Kỳ từ nay không phải là nhân dân TQ hay nước TQ mà là ĐCSTQ.* Chưa bao giờ chính phủ Hoa Kỳ quyết tâm "thoát Trung" như hiện nay, từ cắt nguồn cung cấp linh kiện bán dẫn và nhu liệu điện toán cho tập đoàn Hoa Vi (Huawei) đến dự tính lập "quỹ hồi hương" 25 tỷ đô-la để khuyến khích các công ty Mỹ chuyển sản xuất về nước hoặc sang các nước khác, nhằm tránh lệ thuộc vào hệ thống cung ứng hàng hóa của TC từ 1990 đến nay.

Hôm 26/05/2020 ông Larry Kudlow, cố vấn trưởng về kinh tế của Tòa Bạch Ốc cho hay chính quyền Tổng Thống Donald Trump sẵn lòng trả tiền phí tổn cho công ty Mỹ nào dời nhà máy từ TC về Mỹ. Hoa Kỳ không làm chuyện này một mình. Chiến tranh thương mại Mỹ-Trung từ một năm nay đã tạo điều kiện thuận lợi rõ ràng cho nền kinh tế Việt Nam. Đại dịch Covid-19 và sự thiếu hụt bất ngờ những mặt hàng thiết yếu như khẩu trang, quần áo bảo hộ y tế, đang làm nhiều quốc gia nhận ra rủi ro của việc phụ thuộc vào chuỗi cung ứng & dây chuyền sản xuất của TC. Vì thế, nhiều nước sẽ đi theo con đường thoát Trung do Mỹ dẫn dắt.

Vương quốc Anh là một ví dụ: Sau khi ra khỏi Liên Âu, Anh quốc chủ trương mềm mỏng với Trung Cộng để khai thác thị trường rộng lớn hơn 1,4 tỷ dân cho nền kinh tế Anh. Bất chấp sự phản đối của

Washington, London vẫn quyết chấp nhận cho Hoa Vi tham gia xây dựng mạng viễn thông thế hệ thứ năm (5G) của nước này, đến mức trong cuộc điện đàm hồi tháng 02/2020, Tổng Thống Donald Trump phải to tiếng với Thủ Tướng Anh Boris Johnson. Nhưng sau đó, khi bản thân ông Boris Johnson phải vô bệnh viện, suýt chết vì Covid-19 thì thủ tướng Anh đã suy nghĩ lại và cánh cửa cho Hoa Vi vào thị trường Anh đã đóng lại vĩnh viễn.

Nhật Bản là một ví dụ khác: Cay đắng với TC, Nhật quyết định dành 2,2 tỷ đô-la trong kế hoạch khuyến khích các công ty Nhật chuyển cơ sở sản xuất ra khỏi Trung Quốc. Muốn đối đầu với Trung Cộng, bản thân Hoa Kỳ cũng đã lôi kéo đồng minh và xây dựng quan hệ đối tác kinh tế. Ý tưởng lập Mạng Lưới Thịnh Vượng Kinh Tế quy tụ bảy quốc gia (Mỹ, Nhật, Ấn Độ, Úc, Tân Tây Lan, Nam Hàn, và Việt Nam) để ổn định chuỗi cung ứng hàng hóa bên ngoài Trung Cộng do Ngoại trưởng Michael Pompeo đưa ra mới đây đang được các chính trị gia của cả hai đảng quan tâm và đã sớm biến thành hiện thực. Liệu CSVN có dám thoát Trung toàn diện để tham gia Mạng Lưới không?

"Thoát Trung" của thế giới đang là xu thế cấp bách hiện nay và đó cũng là hướng đi khó cưỡng của thế giới thời "toàn cầu hóa mới". Lịch sử vận động theo đường xoáy trôn ốc, loanh quanh rồi cũng trở về tình trạng đối đầu vĩnh cửu giữa hai cực của nền văn minh, *giữa tự do và độc tài, giữa dân chủ và chuyên chế* - thay cho cuộc chiến tranh lạnh giữa Mỹ và Liên Xô thời trước - sẽ là cuộc chiến tranh lạnh phiên bản 2.0

giữa thế giới dân chủ và trục độc tài bá quyền do Trung Cộng làm trung tâm.

"Thoát Trung" cũng là đề tài được giới trí thức ở Việt Nam bàn tán từ lâu, khi nhận ra rủi ro của sự lệ thuộc toàn diện vào TC. Bàn luận rất sôi nổi nhưng chỉ trên bàn phím, còn thực tế thì vẫn còn hơi mơ hồ làm cho Việt Nam chẳng những không thoát mà ngày càng lệ thuộc nặng nề hơn vào người láng giềng to xác mà tham lam cùng cực ở phía Bắc. Thời trước đại dịch Virus Vũ Hán, hầu hết nhân loại còn mơ hồ về tham vọng thống trị toàn diện thế giới của Tập Cận Bình. Bây giờ, gió đã đổi chiều.
Nhiều quốc gia bắt đầu hoặc đã tiến hành các biện pháp từng bước chống lại sự thống trị của Trung Cộng trên mọi phương diện, từ kinh tế, chính trị, ngoại giao, quân sự, văn hóa để duy trì một nền hòa bình vĩnh cửu, phát triển hỗ tương và bền vững cho cộng đồng nhân loại. Bây giờ, làn sóng dịch chuyển sản xuất ra khỏi Trung Cộng đang thắp lên ngọn lửa hy vọng cho những người còn ưu tư với thời cuộc. Trong bài viết cho báo *Tuổi Trẻ* trong nước nhan đề "Không để mất thời cơ lần thứ ba", Giáo sư Trần Văn Thọ, một nhà khoa bảng về kinh tế học ở Nhật, nhận định: *"Do đó, để phòng rủi ro đứt gãy mạng lưới cung ứng, làn sóng chuyển dịch nhà máy từ Trung Quốc sang các nước khác sẽ mạnh hơn nữa. Ta nhân cơ hội này tích cực tiếp nhận có chọn lọc các dự án FDI mới để đưa công nghiệp Việt Nam lên cao trong chuỗi giá trị sản phẩm và từng bước giảm phụ thuộc vào Trung Quốc".*

Hòa nhập với lập luận của Giáo sư Thọ, nhất là từ sau tuyên bố về Mạng Thịnh Vượng Kinh Tế của ngoại trưởng Mỹ Pompeo, nhiều trí thức VN ca ngợi "thời cơ trăm năm có một" cho Việt Nam khi Mỹ chuyển hệ thống cung ứng hàng hóa ra khỏi Trung Cộng. Đây là niềm hy vọng để Việt Nam KHÔNG còn là một bản sao thu nhỏ của Trung Cộng. Cả hai nước đều theo ý thức hệ và mô hình quản trị xã hội chủ nghĩa, đều có cùng ý thức hệ xã hội chủ nghĩa, đều có nạn tham nhũng từ trên xuống dưới, đều coi kinh tế quốc doanh là chủ đạo, và đều có hệ thống tư pháp do luật đảng lãnh đạo. Nhưng CSVN lại kém xa TC về phẩm chất nguồn nhân lực và tình trạng hạ tầng giao thông. Những khó khăn vướng mắc mà doanh nghiệp nước ngoài phải đối mặt ở TC đều có ở Việt Nam với mức độ tệ hại hơn. Thế thì, có bao nhiêu công ty sẽ chuyển tới Việt Nam làm ăn khi quyết định rời Trung Cộng? Tránh vỏ dưa để gặp vỏ dừa hay sao?

Thực tế trong nước cho thấy phần lớn các "nhà đầu tư nước ngoài" làm ăn ở Việt Nam - tuy không phải tất cả - là những tay buôn bất động sản và buôn mồ hôi người lao động, lợi dụng nạn tham nhũng, cấu kết với các nhóm lợi ích ở sân sau quyền lực để trục lợi mà không mang lại sự thăng tiến bền vững cần thiết cho nền kinh tế, công nghệ hay khoa học kỹ thuật của đất nước - chuyện này thì CSVN khác hẳn với Trung Cộng. Sự lệ thuộc của CSVN vào Trung Cộng có nguồn gốc rất sâu xa, từ 90 năm trước. Dù có đánh nhau tàn độc trong cuộc chiến đẫm máu ở biên giới phía Bắc năm 1979, hay ở quần đảo Trường Sa năm 1988, nhưng sau đó hai bên vẫn "cộng sinh" để tồn tại giữa một thế giới ngày càng tự do hóa và dân chủ hóa. Vì thế "thoát Trung" với người Mỹ, người Anh, người Nhật có thể có khó khăn ban đầu nhưng sẽ sớm vượt qua.

> **Còn đối với người Việt Nam thì tùy thuộc vào quyết tâm "thoát Trung" của đảng CSVN và Nhà nước CSVN. Nhưng đối với quần chúng nhân dân thì quyết tâm đó đã có trong 99% toàn dân ta như một vận động tự nhiên của lịch sử giúp Việt Nam thoát được nguy cơ đến từ Trung Cộng.**

21. *Nguy cơ do Trung Cộng gây hấn tại vùng biển chiến lược Biển Đông từ đầu năm 2020 đến nay và tại khắp nơi trên thế giới*

Nhưng tại sao chúng ta lại quan tâm đến "**nguy cơ**" do TC gây ra cho đảng CSVN mà không phải là Mỹ, Nhật, Cộng hòa Nga hay Liên Âu ? Câu trả lời nằm trong các sự kiện TC gây hấn tại vùng biển chiến lược Biển Đông từ đầu năm 2020 đến nay và tại khắp nơi trên thế giới, như sau:

➢ Giữa tháng 02/2020, Trung Cộng đã cho máy bay chiến đấu và chiến hạm khiêu khích chiến hạm Hoa Kỳ trong Biển Đông;

➢ Ngày 17/04/2020, Trung Cộng gửi công hàm về Biển Đông lên Liên Hiệp Quốc, khẳng định hai quần đảo Trường Sa và Hoàng Sa là của họ bị Việt Nam chiếm giữ bất hợp pháp và đe dọa sẽ dùng vũ lực nếu cần thiết;

➢ Tướng Trung Cộng, Kiều Lương tuyên bố: *"Trung Quốc muốn chiếm Đài Loan và khẳng định thế bá quyền của mình với thế giới"*;

➢ Báo chí Trung Cộng cũng cho rằng hai nước Trung Á là Kyrgyzstan và Kazakhstan từng thuộc về Trung Cộng;

➢ Trung Cộng bị Nepal phản đối khi cho rằng đỉnh Everest thuộc về Tây Tạng của Trung Cộng;

➢ Ngày 05/05/2020 đã xảy ra một cuộc đụng độ giữa lính Trung Cộng và lính Ấn tại biên giới Trung Cộng - Ấn Độ. Để phản ứng lại, Ấn kéo nhiều tiểu đoàn bộ binh đóng gần đó đến đối diện và điều động thêm quân vào vùng. Đã có hai cuộc đụng độ nhỏ xảy ra vào ngày 05 và 09/5/2020 dọc biên giới Pangong Lake và North Sikkim ở Ladakh làm hơn 100 binh sĩ của hai bên bị thương vong và căng thẳng còn đang tiếp tục;

➢ Các đại sứ Trung Cộng trở thành các "chiến binh sói" khi "gây hấn" công khai với nhiều nước như Pháp, Úc, Thụy Điển, Đức, Cộng hòa Czech, Mỹ... nhân vụ dịch bệnh Covid-19; tuy vậy, đến nay đã có hơn 120 quốc gia lên tiếng ủng hộ tiến hành điều tra độc lập về đại dịch Virus Vũ Hán này;

➤ Trung Cộng gây hấn với Mỹ từ vài năm nay và làm cho quan hệ Trung Cộng - Mỹ ngày càng xấu đi so với hơn 30 năm qua, do đó Tổng thống Mỹ Donald Trump đe dọa là có thể cắt quan hệ hoàn toàn với Trung Cộng;

➤ Cài đặt gián điệp tại Bruxelles (thủ đô Liên Âu), Úc & Mỹ đã bị khám phá ;

➤ Tập đoàn China Datang Corporation do ĐCSTQ điều khiển đã sửa soạn xây đập thủy điện lớn nhất Sanakham trên sông Mekong thuộc lãnh thổ Lào, vào năm nay *(Khởi sự 2020, hoàn thành 2028)* nhằm giết chết nguồn lợi nông nghiệp & thủy sản của đồng bằng Nam Bộ Việt Nam.

Những sự kiện nói trên cho thấy quan hệ giữa TC và các nước trên khắp năm châu đang xấu đi, kể cả Việt Nam. Câu hỏi đặt ra là tại sao TC lại hành động như vậy? Và để làm gì? Phải chăng để xác lập vai trò bá chủ thế giới thay thế Mỹ sau đại dịch Covid-19? Trả lời được 3 câu hỏi này thì chúng ta biết thế giới sẽ đi đâu và về đâu, TC nghĩ gì và sẽ làm những gì, trong hiện tại lẫn tương lai. Chỉ khi hiểu rõ và dự đoán đúng hướng đi của thế giới thì Việt Nam mới có được những chính sách và hoạch định đúng đắn cho các kế hoạch phát triển đất nước. Chúng ta đã nhìn thấy tình trạng nguy cấp của nền kinh tế TC từ nhiều năm trước, đặc biệt là "Dự án Vành đai và con đường" đang thất bại sau khi mang lại cho TC một đống nợ không thể đòi. Sự thực đang diễn ra là không ai còn nhắc gì đến "dự án Vành đai và con đường" từ mấy năm nay.

Trước khi xảy ra đại dịch Covid-19 thì các chiến lược gia độc lập của các *think tank* lừng danh phương Tây đã nhận định rằng TC sẽ rút lui và co cụm lại thay vì bành trướng ra thế giới, và TC chỉ khiêu khích và gây rối ở Biển Đông chứ không dám gây xung đột vũ trang như nhiều người Việt Nam lo lắng vì Trung Cộng là một đế quốc, họ chỉ bành trướng khi mạnh và thường co cụm lại khi yếu, khi có nhiều vấn đề nội bộ và đối ngoại không thể giải quyết được. Giờ này, quan hệ giữa TC và Mỹ cũng như TC và thế giới chỉ có thể xấu đi và dù muốn hay không thì các công ty Mỹ và Châu Âu cũng phải rút khỏi thị trường Trung Cộng và TC sẽ bị thế giới bao vây, cô lập.

Lý do cũng dễ hiểu. Trung Cộng đã mạnh lên và có tham vọng trở thành cường quốc số một thế giới trong khi vẫn duy trì chế độ ngược ngạo so với tiến trình tự nhiên của lịch sử loài người. Đại hội 18 của ĐCSTQ năm 2012 đã xác định một tham vọng, qua lời của Tập Cận Bình là đến năm 2049, Trung Cộng sẽ trở thành cường quốc mạnh nhất thế giới về quân sự. Đây là một đe dọa công khai đối với Mỹ. MộT NGÀY SAU TUYÊN Bố "TầM NHÌN Về ASEAN GẮN KếT VÀ CHủ ĐộNG THÍCH ứNG" ĐƯợC CÁC LÃNH ĐạO ASEAN THÔNG QUA TạI HộI NGHị CấP CAO ASEAN LầN THứ 36 NGÀY 26/06/2020, HOA Kỳ LÀ MộT TRONG NHữNG CƯờNG QUốC ĐầU TIÊN ĐÃ LÊN TIếNG HOAN NGHÊNH LậP TRƯờNG CủA CÁC NƯớC ĐÔNG NAM Á Về BIỂN ĐÔNG.

Ngoại trưởng Mỹ Michael Pompeo viết trên Twitter ngày 27/06/2020: "MỸ HOAN NGHÊNH SỰ KIÊN ĐỊNH CỦA CÁC NHÀ LÃNH ĐẠO ASEAN VỀ VIỆC GIẢI QUYẾT TRANH CHẤP TRÊN BIỂN ĐÔNG THEO LUẬT PHÁP QUỐC TẾ, BAO GỒM CÔNG ƯỚC LIÊN HỢP QUỐC VỀ LUẬT BIỂN (UNCLOS) 1982. TRUNG QUỐC KHÔNG ĐƯỢC PHÉP COI BIỂN ĐÔNG LÀ THUỘC VỀ ĐẾ CHẾ HÀNG HẢI CỦA NÓ. CHÚNG TA SẼ SỚM THẢO LUẬN THÊM VỀ CHỦ ĐỀ NÀY".

Theo qui luật *Thucydides* thì sự tranh hùng giữa hai cường quốc Mỹ-Trung là điều không thể tránh khỏi. Chính quyền Mỹ dưới thời Obama đã nhận ra điều đó. Hiệp ước Đối tác xuyên Thái Bình Dương (TPP) ra đời nhằm mục đích đó. Các cuộc thăm viếng giữa Mỹ và Việt Nam trở nên dồn dập và đỉnh điểm là cuộc viếng thăm Mỹ của Tổng bí thư Nguyễn Phú Trọng hồi tháng 7/2015 và sau đó là của Tổng thống Obama đến Việt Nam đáp lễ vào tháng 5/2016. Tại Hà Nội, Obama đã tuyên bố rất rõ là Mỹ sẽ luôn ở bên cạnh Việt Nam. Kế hoạch "rời Tàu theo Mỹ" đã manh nha từ đó. Đảng CSVN không còn lựa chọn nào khác, ngoài việc đi "song hành" với Mỹ và các nước dân chủ khác. Nếu trong những ngày sắp tới Việt Nam có kiện Trung Cộng ra các tòa án quốc về Biển Đông thì cũng không có gì lạ. Nhiều chuyển biến trong quan hệ giữa Việt Nam - TC và Mỹ đang có và sẽ phải có trong thời gian tới đây.

Trở lại với câu hỏi vì sao Trung Cộng lại gây hấn với cả thế giới và để làm gì? Nếu thực sự cần đến thế giới để giao thương như trước đây thì TC có làm như vậy không? Tất nhiên là không. TC **không** còn cần đến thế giới nữa. TC đã lấy quyết định rút lui và co cụm lại. Covid-19 khiến TC có lý do để đẩy nhanh quá trình co cụm này. Với lãnh thổ rộng lớn và dân số 1,4 tỷ người như hiện nay, TC có thể tự cô lập và sống khép kín như Bắc Triều Tiên. Đó là toan tính của chủ tịch Tập Cận Bình. Toan tính co cụm đó chỉ kéo dài thời gian sụp đổ của TC được thêm vài năm, chứ không thể ngăn chặn. Liên Xô cũ cũng đã rút lui và co cụm lại nhưng chỉ 3 năm sau thì tan rã.

TC đã hội nhập rất sâu rộng với thế giới và người dân TQ đi ra nước ngoài làm ăn, du lịch rất nhiều. Họ càng ngày càng hiểu biết và có sự so sánh giữa Trung Cộng với thế giới. Hơn nữa, đã có một văn bản bất thành văn là ĐCSTQ độc quyền lãnh đạo nhưng phải tăng trưởng kinh tế. Khi tăng trưởng kinh tế chấm dứt thì khủng hoảng xã hội sẽ nổ ra và sẽ lan sang chính trị. TC là một thùng thuốc súng sắp nổ. Điều đáng kể nhất là CSVN đang sống cạnh thùng thuốc nổ đó. Nếu đất nước không được quản lý bởi một chính phủ có hiểu biết và có tầm nhìn thì Việt Nam sẽ bị ảnh hưởng rất lớn từ đám cháy TC. CSVN là một chính phủ không có bất cứ viễn kiến gì mà chỉ lo liệu cầm chừng đến đâu hay đến đấy, với mong muốn tồn tại được ngày nào hay ngày đấy.

> *Thế giới thay đổi nhanh chóng, từng ngày,*
> *từng tháng trong khi đó lực lượng chính trị*
> *toàn dân không nhất trí toàn diện với Đảng*
> *cộng sản Việt Nam trong tư duy của thế kỷ 21,*
> *đặc biệt là chính sách bảo vệ chủ quyền Biển*
> *Đông. Đó là một nguy cơ khá lớn lao cho*
> *ĐCSVN.*

22. Nguy cơ từ sự kiện đại dự án "Một vành đai, Một con đường" đang thảm bại và bị hủy hoại

Đại dự án "Một vành đai, Một con đường" (Belt and Road Initiative-BRI) do Chủ tịch Trung Cộng Tập Cận Bình khởi xướng từ 2013 đang bị hủy hoại một cách tàn nhẫn do Đại dịch Covid-19 khiến cho nhiều dự án xây dựng giá trị hàng trăm triệu đô la đã bị đình chỉ. Gần 120 nước tham gia đại dự án đang phải vật lộn để trả các khoản vay từ Bắc Kinh, thậm chí đứng trước nguy cơ không có khả năng trả nợ, còn bản thân kinh tế TC thì đang đối mặt với suy thoái và mắc nợ trầm trọng. Nhiều khoản vay đáo hạn sắp lâm vào tình trạng không khả năng thanh toán, và các nước con nợ BRI, bị Covid-19 đánh quy, đang tìm cách khất nợ đến hạn vì nhiều dự án lớn của BRI bị đóng băng. Những hạn chế về tiếp nhận lao động, nhân công, nguồn cung thiết bị, hàng hóa từ TC được xem là những tác nhân chính khiến một loạt các dự án BRI phải dừng hoặc giãn tiến độ tại Pakistan, Campuchia, Indonesia, Myanmar, Malaysia, Italia, Ai Cập, Bangladesh, Tanzania, Nigeria, Sri Lanka và gần 120 nước ở Châu Âu, Châu Phi, Mỹ Latinh, Trung Á & Đông Nam Á.

Truyền thông quốc tế *The Economist* nhận định các thiệt hại mà Covid-19 gây ra cho BRI đã tạo ra nhiều vấn đề nguy nan cho TC về mặt kinh tế, ngoại giao và chính trị, vì BRI gắn chặt với uy tín của chủ tịch Tập Cận Bình. Nhiều quốc gia dùng tiền thu được nhờ xuất khẩu hàng hóa để chi cho các đề án BRI, nhưng dịch Covid-19 đã làm giảm đáng kể nhu cầu về các hàng hóa này khiến các quốc gia này mất đi nguồn thu chủ yếu để trả nợ cho TC.

Nợ xấu khác đến từ các thỏa thuận cấp tín dụng đổi dầu lửa được TC áp dụng thì đã bị Ngân hàng Thế giới chỉ trích là thiếu minh bạch về số tiền vay. Thứ nhất, do giá dầu sụt giảm nghiêm trọng, nên các nước nợ phải sản xuất nhiều hơn để trả cho TC, song lại không đạt đủ chỉ tiêu sản lượng do dịch Covid-19. Thứ hai là do nhu cầu nhập khẩu của TC tạm giảm trong thời gian dịch bệnh. Đối với các chuyên gia quốc tế thì việc không trả được nợ cho TC là điều không thể tránh khỏi. Trên nguyên tắc một quốc gia trong BRI chỉ có thể được hoãn nợ khi TC giành được quyền kiểm soát một khu mỏ, một hải cảng hay một khoản tiền đã thế chấp. Vì như vậy TC có phương tiện gây áp lực để chọn cách xử lý có lợi cho mình. Tức là các cuộc tái đàm phán về nợ có thể sẽ kèm theo những trao đổi về chính trị.

Theo chuyên gia Scott Morris, thuộc Trung tâm Phát triển Toàn cầu (Centre for Global Development), một cơ quan tham vấn tại Washington, thì nếu Trung Cộng tịch thu các tài sản mà các quốc gia con nợ BRI đã thế chấp, phản ứng ngược lại sẽ rất nghiêm trọng và bộ mặt thật của TC sẽ bị lật tẩy. Âm mưu bắt chẹt các nước con nợ và qua đó giành quyền kiểm soát hạ tầng cơ sở phục vụ TC trên mặt chiến lược sẽ bị phơi bày. Và hệ lụy của nó sẽ là một hiệu ứng **Bài Trung** trên toàn cầu vượt ngoài tầm kiểm soát của ĐCSTQ.

Dự đoán được việc Covid-19 sẽ khiến TC phải gánh khối nợ xấu khổng lồ từ hơn 130 nước tham gia sáng kiến Vành đai con đường-BRI, từ trung tuần tháng 3, Mỹ đã nỗ lực can thiệp để hai tổ chức tiền tệ thế giới là Quỹ Tiền tệ Quốc tế (IMF) và Ngân hàng Thế giới (WB) sẽ không trả nợ cho BRI Trung Cộng. Bộ trưởng Tài chính Mỹ Steven Mnuchin hồi tháng 3/2020 cho biết Bộ này đang làm việc với IMF và WB nhằm đạt được sự minh bạch về các khoản nợ mà các nước đã gánh từ sáng kiến BRI. Đồng thời, ông Mnuchin khẳng định muốn đảm bảo các khoản tiền của IMF và WB không được bất cứ nước nào sử dụng để trả nợ cho Trung Cộng, bởi vì Mỹ lâu nay đã cáo buộc "Vành Đai Con Đường-BRI" là một dạng "bẫy nợ" của Trung Cộng, theo đó các quốc gia tham gia sáng kiến xây dựng cơ sở hạ tầng này sẽ mắc nợ chính phủ TC.

Con đường Tơ Lụa Mới BRI, với giá trị hơn 3800 tỷ USD của Trung Cộng do những công sức của cả hệ thống chính trị TC bỏ ra trong suốt 7 năm qua đang bị phá sản, là một nguy cơ khó gỡ cho Đảng CSVN vì Việt Nam vì CSVN đã không dám đứng ngoài BRI ngay từ đầu.

23. Nguy cơ từ chế độ toàn trị Trung Cộng song hành với một Nhà nước tư bản thân hữu

Đại dịch Covid-19 đang làm thay đổi trật tự thế giới, làm căng thẳng sự đối đầu chế độ chính trị khác biệt ý thức hệ: **Trung Cộng & Phương Tây**. Việt Nam không thể đứng ngoài cuộc, mặc dù sự lựa chọn sẽ là một khó khăn. Phó Giáo sư Tiến sĩ Phạm Quý Thọ đã đưa ra một nhận định về khả năng xoay "mô hình chính trị" cho Việt Nam trước tình hình hậu Covid-19 tạo ra nhiều thay đổi cơ bản của cục diện chính trị và kinh tế. Mô hình đó tránh được một công thức thực tế đã dẫn đến sự sụp đổ như Liên Xô cũ, do bởi nhà nước đã suy thoái, quyền lực tập trung bị tha hóa và động lực làm việc bị triệt tiêu khi nhân dân tự xem mình là người ngoài cuộc.

ĐCSTQ đã thực thi chính sách 'cải cách và mở cửa' từ cuối những năm 1970 với chiến lược thực dụng *"mèo đen, mèo trắng không quan trọng, miễn bắt được chuột"*. Chính sách này đã thích nghi trong bối cảnh toàn cầu hóa cũ, khi điều kiện để đón và hấp thu có hiệu quả làn sóng đầu tư tư bản nước ngoài được chuẩn bị tốt. Nhờ đó, kinh tế TC đã tăng trưởng cao suốt hơn 30 năm, với quy mô GDP hiện tại khoảng 14 nghìn tỷ USD, khiến TC trở thành cường quốc kinh tế lớn thứ hai thế giới... Do đó, suốt 30 năm qua mô hình TC đã là 'biểu tượng' cho một số nước chậm tiến có tên mới là *đang phát triển*, trong đó CSVN với sự tương đồng ý thức hệ, noi theo cho đến nay.

Mô hình này cũng đã dần dần suy thoái trong quá trình vận hành do tham nhũng nặng nề, chênh lệch giàu nghèo, quá tải đô thị, ô nhiễm môi trường... Kết quả là một nhà nước "tư bản thân hữu" với đặc điểm là quan chức thoái hóa trong bộ máy đặc quyền cấu kết với các doanh nghiệp để chiếm đoạt tài sản công và chia chác đặc lợi dưới nhiều hình thức tại 2 nước CSVN và CSTQ.

Một giáo sư Trung Quốc là ông Minxin Pei, mô tả tình trạng này trong cuốn sách xuất bản năm 2016: '*Tư bản thân hữu Trung Quốc*', đã được xuất bản ở Việt Nam. Thực tế vận hành mô hình Trung Quốc có thể được khái quát như sau: ***Chế độ đảng cộng sản toàn trị song hành với một Nhà nước tư bản thân hữu***. Công thức này diễn tả hiệu ứng tất yếu của sự ghép nối tình thế, chứ không theo quy luật vận động tự nhiên.

Thị trường tạo nên sức mạnh kinh tế chứ không phải từ bản chất chế độ. Mâu thuẫn giữa thị trường và chế độ chính trị TC này ngày càng trở nên gay gắt. Và hậu quả là sự suy giảm tốc độ tăng trưởng đồng thời với xu hướng tập trung hóa quyền lực. Tỷ lệ tăng GDP của TC giảm liên tục từ trên 10% xuống dưới 6% diễn ra đồng thời với việc chủ tịch Tập thâu tóm quyền lực vào tay cá nhân. Ông ta thanh trừng phe phái trong chiến dịch chống tham nhũng "*đả hổ, diệt ruồi*", tự cho mình là "*hạt nhân lãnh đạo*", sửa đổi điều lệ Đảng và hiến pháp, loại bỏ giới hạn nhiệm kỳ để có thể kéo dài ngôi vị cá nhân lâu dài. Tương lai "*xã hội chủ nghĩa mang bản sắc Trung Quốc*" đang đi vào bế tắc công khai từ năm 2020 này trở đi.

Cộng Sản Việt Nam đã cải cách theo mô hình TC sau khoảng 15 năm kể từ thời chủ tịch Giang Trạch Dân. Hậu quả của mô hình TC tại Việt Nam là khu vực tư bản tư nhân chiếm khoảng 40% GDP, nhưng trong khu vực đó thực trạng "tư bản thân hữu"/Lợi ích nhóm đã gây hậu quả rất nghiêm trọng. Đảng CSVN đã tự nhận thấy "*một bộ phận không nhỏ cán bộ đảng viên*" đã suy thoái nặng nề về tư tưởng, đạo đức và lối sống. Nguyên Phó trưởng Ban thường trực Tuyên giáo Trung ương là Vũ Ngọc Hoàng đã từng lên tiếng cảnh báo sự suy thoái này gắn với "lợi ích nhóm" và "nhóm lợi ích" từ nhiều năm trước.

Giờ đây các nước phương Tây đã nhận rõ bản chất hung hăng của chế độ chuyên quyền toàn trị từ TC. Đối đầu ý thức hệ trong mọi vấn đề quốc tế có nguy cơ dẫn đến cuộc chiến tranh lạnh lần 2, trong đó thay vì làm sụp đổ chế độ ở TC thì sự chiếm đoạt chính trị sẽ là tâm điểm trong trật tự thế giới mới. Tham vọng địa chính trị của chính quyền Bắc Kinh và việc chiếm đoạt Biển Đông đe dọa sự toàn vẹn lãnh hải của VN,

Phillipines & Malaysia đang tạo một lực đẩy lớn hơn về phía Mỹ để bảo vệ chủ quyền và tham gia "Tứ giác kim cương mở rộng", bao gồm Mỹ, Nhật, Úc, Ấn Độ, Hàn Quốc, New Zeland + Việt Nam; và chuẩn bị điều kiện đón nhận sự dịch chuyển chuỗi cung ứng toàn cầu ra khỏi TQ.

Dù trong nước có mưa lũ, động đất, thời tiết thất thường: Mưa đá, vòi rồng, lũ dâng cao dẫn đến nguy cơ vỡ đập Tam Hiệp, tái bùng phát dịch Vũ Hán... lại thêm nhiều chỉ trích từ các nước về luật an ninh Hongkong, đàn áp, triệt sản người Duy Ngô Nhĩ, TC vẫn còn đang cố gượng gạo chống chọi một cách vô vọng. Và nhất là cái nhìn của thế giới về TC giờ đây đã khác xưa, cho thấy TC chưa tự lực cánh sinh được, còn phải dựa vào nền tảng và các giá trị Mỹ để phát triển, nên giấc mơ Trung Hoa chưa thấy đâu mà TC đã xuống ruộng lên bờ.

Chuyển giao quyền lực lãnh đạo đang gặp khó khăn trong thể chế bất ổn theo mô hình TC. Quyền tự do kinh doanh được nới rộng làm tăng các nhu cầu của dân quyền & dân sinh, đặc biệt là quyền tham gia chính trị như giám sát quyền lực đảng và nhà nước. Khi mô hình Xô Viết sụp đổ, mô hình TC thể hiện như một biến thể, có bản chất đối phó tình thế để duy trì chế độ, thay vì là lộ trình cải cách hướng tới chế độ chính trị và kinh tế ổn vững.

Thị trường là sản phẩm tự nhiên, tất yếu trong quá trình phát triển loài người, đã sản sinh thời kỳ khai sáng và các cuộc cách mạng công nghiệp. Tăng trưởng kinh tế song hành với chế độ dân chủ là minh chứng trong thực tế. Chế độ chính trị là sản phẩm của con người, nếu phù hợp với thị trường thì sẽ thúc đẩy xã hội phát triển và ngược lại. Thực tế cho thấy, sự giảm tốc kinh tế toàn cầu hiện nay do TC chứ không phải do Mỹ gây ra như trước kia. Ngoài ra, cơ chế kiểm soát của mô hình TC có thể là cơ hội cho những kẻ 'giấu mình chờ thời', 'một bộ phận không nhỏ cán bộ, đảng viên suy thoái' chưa bị lộ và những kẻ bảo thủ nhân danh bảo vệ ý thức hệ.

> *Mô hình TC là một tai họa lớn nhất cho Đảng CSVN suốt từ 30 năm qua, bởi vì không cần nó VN vẫn tạo được thành quả kinh tế như ngày nay (hoặc có thể hơn) nếu chọn mô hình Đài Loan, Hàn Quốc hay Singapore, v.v..., từ năm 1990 để khỏi vướng mắc vào các nguy cơ từ TC.*

24. Nguy cơ do Trung Cộng xem quan hệ với Việt Nam nằm ở hàng thứ yếu

Việt Nam là một trong 14 quốc gia có chung biên giới trên đất liền với TC. Việt Nam cũng là quốc gia nằm trong khu vực Biển Đông, nơi mà TC đang muốn độc chiếm để tạo ảnh hưởng. Chính vì vậy, có thể nói Việt Nam là một quốc gia nằm ở "vùng lõi" trong chính sách vùng đệm của Bắc Kinh. Nhưng với TC, quan hệ với Việt Nam nằm ở hàng thứ yếu.

Điều đó thể hiện sự bất bình đẳng trong quan hệ Việt-Trung. Trong chính sách vùng đệm giăng bủa, TC muốn giữ CSVN ở địa vị như một "chư hầu" cho vai trò "bá quyền bành trướng" của nó. Chính vì vậy, TC đã tìm mọi cách lôi kéo kết hợp với đe dọa để giữ CSVN nằm trong vùng ảnh hưởng của TC. Mặt khác, với tham vọng thực hiện giấc mộng "đế vương" đó, TC luôn luôn muốn chiếm đoạt Biển Đông, nơi Việt Nam có những quyền lợi thiết thân. Chính vì vậy, các yếu tố trên đã đẩy mối quan hệ Việt - Trung vào những "nan đề" khó giải quyết.

Nhiều học giả ca ngợi chính sách đối ngoại "cân bằng" của Việt Nam trong việc xử lý vai trò của Mỹ và TC trong quan hệ với Việt Nam. Tuy nhiên, "sự cân bằng" này phản ánh sự yếu kém và không bền vững trong chính sách đối ngoại của CSVN. Bộ máy chính trị thiếu động lực phát triển, chủ yếu là phe nhóm đấu đá, giành giật quyền lực, khiến cho chính trị trong nước CSVN hỗn loạn, các tiềm năng phát triển bị hạn chế. Những vấn đề chính trị nội bộ gần đây của CSVN cho thấy sự bộc lộ các điểm yếu này.

Các nhà phân tích chiến lược quốc tế và Tổng thống Mỹ Donald Trump vẫn còn nghi ngờ về khả năng CSVN thoát hẳn khỏi tầm ảnh hưởng của TC, vì những mắc míếu kinh tế, chính trị và tư tưởng ý thức hệ. Ngoài ra, những đe dọa về an ninh quốc gia, bao gồm cả an ninh kinh tế và an ninh quốc phòng trước các cá nhân và doanh nghiệp từ TC tác động lên VN vẫn còn đang hiện hữu rất rõ ràng.

> *Chính vì vậy, nguy cơ đối ngoại Việt-Trung do Trung Cộng gây ra nói trên là một trong những nguy cơ lớn lao cho đảng CSVN.*

25. Nguy cơ do 8 trong 9 sự kiện đang làm sụp đổ ĐCSTQ

Chín sự kiện nội tại, cụ thể và thực tế của TC đang làm cho ĐCSTQ tiến nhanh đến sụp đổ trong vài năm đầu của kỷ nguyên toàn cầu hóa mới sau đại dịch Covid-19, đã từng được các nhà chiến lược quốc tế xem xét như sau:

1. Uy tín của chế độ Trung Cộng đã bị mất hoàn toàn

Khi một chế độ mất đi uy tín, nó ở cách sự diệt vong không còn xa. ĐCSTQ từ lâu đã lợi dụng mọi phương tiện truyền thông để lừa dối công chúng, làm sai lệch số liệu, đảo ngược trắng đen. Người dân Trung Quốc từ lâu đã đánh mất niềm tin cơ bản nhất vào ĐCSTQ. Trên bình diện quốc tế, ĐCSTQ đã lừa dối cộng đồng quốc tế bằng những tuyên truyền đối ngoại quy mô lớn, không thực hiện các cam kết với WTO và đơn phương xé bỏ Tuyên bố chung Trung-Anh, gây ra cuộc khủng hoảng lòng tin đối với ĐCSTQ.

2. Tranh đoạt lợi ích với người dân làm cho dẫn đến chênh lệch giàu nghèo vượt quá giới hạn của quốc tế

Quy luật cơ bản của kinh tế thị trường là cạnh tranh bình đẳng và đòi hỏi "công khai, công bằng và công chính". Truyền thống lịch sử của ĐCSTQ luôn luôn là tranh giành quyền lợi với nhân dân. ĐCSTQ đầu tiên triệt hạ giới địa chủ và chia ruộng của họ cho nông dân, sau đó lại lấy đất của nông dân biến thành sở hữu của riêng đảng và tự thân ĐCSTQ trở thành địa chủ duy nhất và khổng lồ tại TC (nhà nước quản lý đất đai). Không chỉ vậy, ĐCSTQ sau đó đã hóa phép các doanh nghiệp nhà nước thành tài sản tư nhân hùng mạnh của đảng, và biến tất cả máy móc, tài sản hữu hình và vô hình của nhà nước, bao gồm quân đội, truyền thông, cảnh sát và tòa án, được nuôi bởi người nộp thuế, thành tài sản của ĐCSTQ. Hệ số chênh lệch giàu nghèo của Trung Quốc vượt xa giới hạn của quốc tế. Theo Hệ số Gini đánh giá về khoảng cách giàu nghèo của Liên Hiệp Quốc, do một báo cáo từ Trường Khoa học Xã hội của Đại học Bắc Kinh, thì tài sản ròng của hộ gia đình Trung Quốc đạt 0,73 vào năm 2012 (đây là thước đo sự phân hóa thu nhập, có giá trị từ 0 đến 1, trong đó số 0 đại diện cho bình đẳng thu nhập tuyệt đối và số 1 đại diện cho bất bình đẳng thu nhập tuyệt đối). Và 1% hộ gia đình hàng đầu chiếm hơn 33% tài sản của cả nước. Ngược lại, 25% hộ gia đình hàng cuối chiếm 1% tài sản cả nước. Nó cho thấy khoảng cách giàu nghèo ở Trung Quốc lớn như thế nào.

3. Nền kinh tế đang đối mặt với sự sụp đổ và giá cả gia tăng chóng mặt

Giá cả tăng chóng mặt, tiền tệ mất giá, một số lượng lớn doanh nghiệp tư nhân phải đóng cửa, và các doanh nghiệp nước ngoài phải bỏ chạy. Cùng với tác động của cuộc chiến thương mại Mỹ-Trung, nền kinh tế Trung Quốc đang trên đà sụp đổ. Để đảm bảo tăng trưởng kinh tế, ĐCSTQ đã phát hành tiền tệ quá mức nên trực tiếp làm giá cả tăng vọt. Sau đó, dịch tả lợn Châu Phi đã khiến giá thịt trên thị trường tăng cao. Trước làn sóng thất nghiệp và lạm phát giá cả, sức chi tiêu của người dân bất ngờ rơi xuống đáy. Số liệu do ĐCSTQ công bố gần đây cho thấy lạm phát của Trung Quốc đang tăng lên từng ngày. Một số chuyên gia tin rằng một khi nền kinh tế Mỹ-Trung hoàn toàn tách rời, đồng tiền của Trung Quốc sẽ mất giá hàng trăm, thậm chí hàng nghìn lần trong một đêm, giống như đồng Rúp của Liên Xô cũ vào thập niên 1980. Thêm nữa là hôm 16/09/2020, Dân biểu Hoa Kỳ Tom Tiffany đã giới thiệu dự luật kêu gọi Hoa Kỳ chấm dứt chính sách "Một Trung Quốc", nối lại quan hệ chính thức với Đài Loan và bắt đầu đàm phán về Hiệp định Thương Mại Tự do Hoa Kỳ – Đài Loan. Kinh tế TC sẽ suy sụp nhanh khi dự luật này được quốc hội Mỹ thông qua nay mai.

4. Dân TQ bị kết tội vì phát ngôn và lãnh đạo TC thành trò hề

Ngày nay, những người nắm quyền lực của ĐCSTQ vẫn muốn tập trung quyền lực, dẫn đến tôn sùng cá nhân, lạm dụng bạo lực và rải tiền ra nước ngoài, nên nhân gian gọi ông Tập Cận Bình là "chủ tịch vạn năng", "đại ca rải tiền"… Số lượng các biệt danh mà ông Tập "giành" được là chưa từng có. Để ngăn chặn dư luận trái chiều, ĐCSTQ không chỉ giám sát mạng Internet mà còn chặn nhiều từ khóa trực tuyến khác nhau liên quan đến lãnh đạo ĐCSTQ. Sự kiện này làm cho rất nhiều người đã bị kết tội và nền kinh tế TC suy giảm nhanh hơn.

5. Chi phí duy trì ổn định vượt quá chi tiêu quân sự

Một số người nói rằng Trung Quốc ngày nay giống như một nhà tù lớn, một thùng thuốc súng sẽ được kích nổ bất cứ lúc nào. Khoản đầu tư hàng năm của ĐCSTQ vào việc duy trì sự ổn định có thể giải thích cho vấn đề này. Kể từ thời đại của Giang Trạch Dân, ĐCSTQ đã đưa ra chính sách quốc gia "Ổn định áp đảo hết thảy". Theo BÁO CÁO KINH TẾ THẾ KỶ 21 của Business Herald vào ngày 11/03/2019, ngân sách của ĐCSTQ dành cho an ninh công cộng, nhằm duy trì ổn định chính trị, trong năm 2019 chiếm 5,9% ngân sách công cho cả năm, tức là 1.387,9 tỷ nhân dân tệ, cao hơn ngân sách quân sự gần 200 tỷ. So với 5 năm trước, kinh phí của ĐCSTQ để duy trì sự ổn định đã tăng gấp đôi, chưa bao gồm chi tiêu tài chính địa phương để duy trì sự ổn định. Nếu tính theo tỷ lệ chi tiêu 1:1 giữa trung ương và địa phương, chính phủ ĐCSTQ sẽ chi gần 3 nghìn tỷ nhân dân tệ để duy trì sự ổn định trong năm nay. Điều này cho thấy tình hình duy trì sự ổn định của ĐCSTQ nghiêm trọng như thế nào.

6. Kẻ quyền thế bỏ thuyền đào tẩu, lòng dân nổi sóng

Quan chức bỏ thuyền đào tẩu, đây là bằng chứng mạnh nhất cho thấy cơ đồ của ĐCSTQ sẽ sụp đổ. Cựu Chủ tịch Báo chí Học viện Quân sự Trung Quốc Tân

Tử Lăng từng tiết lộ với giới truyền thông rằng: Trước thềm Đại hội ĐCSTQ lần thứ 18, quan chức cấp cao ĐCSTQ là Lý Nguyên Xương đã tiến hành một cuộc điều tra thân nhân và con cái các Ủy viên Ủy ban Kiểm tra Kỷ luật Trung ương đã định cư, mua nhà ở nước ngoài cho thấy trên 85% sẵn sàng từ bỏ chức vụ và trốn chạy. Truyền thông Hồng Kông dẫn số liệu thống kê từ cơ quan nội chính ĐCSTQ vào năm 2012 cho thấy 90% thân nhân của các ủy viên Trung ương đã di cư ra nước ngoài. Lâm Triết, một giáo sư tại Trường Đảng của ĐCSTQ, tiết lộ tại "Lưỡng Hội" của ĐCSTQ trong mười năm từ 1995 đến 2005, ĐCSTQ có 1,18 triệu công chức có vợ/chồng và con cái đã định cư ở nước ngoài hoặc đã nhập quốc tịch nước ngoài. Một số học giả tiết lộ rằng các quan chức cấp cao và quyền lực của ĐCSTQ đang che giấu một "kế hoạch đắm thuyền", và Trung Nam Hải vô cùng lo lắng về kế hoạch này. Để ngăn chặn tình trạng quan chức bỏ trốn, bắt đầu từ năm 2018, chính quyền ĐCSTQ đã tăng cường công tác kiểm soát xuất nhập cảnh đối với các quan chức đảng và chính quyền các cấp.

Theo quy định do Văn phòng Truy đuổi Đào tẩu Bắc Kinh ban hành, các giấy phép ra nước ngoài vì mục đích riêng phải được ủy ban thị trấn kiểm tra nghiêm ngặt và chấp thuận. Các chứng chỉ, giấy phép đã xin đi nước ngoài với mục đích riêng phải được giao cho phòng tổ chức cán bộ thị trấn để lưu trữ tập trung. Trước chuyến đi, thị trấn sẽ giáo dục, và nhận lại giấy tờ kịp thời sau khi về nước. Các quan chức đảng và chính phủ của thành phố, miễn là họ nhập cảnh hoặc rời khỏi biên giới quốc gia với lý do riêng mà không tuân theo các thủ tục thông thường, phải báo cáo ngay cho Văn phòng Truy đuổi Đào tẩu của thành phố. Tuy nhiên, ĐCSTQ vẫn rất khó để phòng ngừa phong trào đào tẩu này.

Tờ Vision Times tiếng Hoa, 03/08/2020, nêu chi tiết những hình thức di chuyển tài sản ra nước ngoài của tầng lớp quyền lực của ĐCSTQ bao gồm các nhóm quan liêu đặc quyền, thế hệ đỏ thứ hai (hồng nhị đại), thế hệ quan chức thứ hai (quan nhị đại), thương gia đỏ (doanh nghiệp nhà nước), một số doanh nghiệp tư nhân hạng sao, các tầng lớp trong vòng tròn lợi ích nhóm, v.v... Của cải di dời gồm có tiền mặt, tiền gửi bằng nhân dân tệ, trái phiếu, cổ phần, bất động sản, vàng và đồ trang sức, vốn và tài sản trong nước khác bằng đồng nhân dân tệ. Nơi đến của những tài sản bất minh này gồm châu Âu châu, Mỹ, Canada, Úc, Nhật Bản, New Zealand, v.v., bao gồm cả vốn và nhân sự. Sau đó, chuyển đổi tài sản và vốn bằng nhân dân tệ sang đô la Mỹ hoặc Euro, bảng Anh, Yen … và đầu tư "thẻ xanh" – một dạng đầu tư vốn ra nước ngoài để đổi lấy quy chế thường trú nhân chờ nhập tịch vào các nước nhận tài sản.

Các kênh và phương thức được sử dụng để thực hiện việc "di dời" nói trên giúp họ rửa sạch tiền bẩn và bảo hiểm rủi ro nguồn vốn, bảo mật và tái phân bổ tài sản của giới cao tầng trên phạm vi toàn cầu. Quan chức ĐCSTQ và các đại gia sân sau của họ cũng còn dùng kênh "Ngân hàng ngầm" và tài khoản của các kênh thương mại xuất nhập khẩu. Các tài khoản như vậy thường được rửa tương đối sạch sẽ. Ngoài ra kênh ngân hàng trong nước TC và nước ngoài như HSBC,

Standard Chartered và Citibank cũng được xử dụng. Thêm nữa là họ cũng còn dùng cả các kênh đầu tư ra nước ngoài và mua bán sáp nhập của nhà nước TC. Các kênh nói trên, với các cấp độ khác nhau được cho là những cách chính để tầng lớp quyền thế di dời của cải khỏi Trung Quốc.

Điều gì sẽ xảy ra nếu việc di dời của cải của giới quyền thế về cơ bản hoàn tất? Có kịch bản là, sau khi các quỹ quy mô lớn rút khỏi Trung Quốc thì tỷ giá nhân dân tệ sẽ mất giá mạnh, lúc này vốn chuyển ra nước ngoài chuyển thành đô la Mỹ sẽ quay vòng đổi lại sang nhân dân tệ để vào Trung Quốc, tài sản nhân dân tệ trong tay giới quyền thế sẽ tăng vọt. Đặc biệt trong khoảng thời gian phá giá tiền nếu mua lại tài sản bằng đồng nhân dân tệ thì sẽ là cơ hội thu được lợi nhuận khổng lồ. Trước đây, các tập đoàn An Bang, Vạn Đạt, Tiền Hải, Hằng Đại và các ông trùm đội mũ doanh nhân đỏ khác đều đã thực hiện các thương vụ đầu tư quy mô lớn ở nước ngoài. Quy mô và phương thức vận hành vốn của họ không phải thứ mà người bình thường có thể làm được — những điều này nằm ở bên trong tầng nước sâu tại TC. Theo bản tin ngày 21/09/2020 của NBC News: *"Giám đốc Ma Xiaohong và Tập đoàn Dandong Hongxiang đã chuyển tiền đến Triều Tiên qua Trung Quốc, Singapore, Campuchia, Mỹ và các nơi khác, sử dụng một loạt các công ty vỏ bọc để chuyển hàng chục triệu USD thông qua các ngân hàng của Mỹ ở New York"*.

7. Đốt sách diệt trí thức và diệt chủng hàng loạt
Kể từ khi ĐCSTQ lên nắm quyền, các vụ đốt sách diệt trí thức đối kháng, diệt chủng hàng loạt chưa bao giờ

dừng lại. Kể từ thời Mao Trạch Đông, ĐCSTQ đã cấm sách, cấm ngôn luận, đấu tố, giết địa chủ, tư bản, cánh hữu và phá hủy đền thờ tổ tiên. Vào thời đại của Đặng Tiểu Bình, những sinh viên tham gia Phong trào Dân chủ đã bị thảm sát tại Quảng trường Thiên An Môn vào ngày 04/06/1989. Vào thời đại của Giang Trạch Dân và Hồ Cẩm Đào, các nhóm tôn giáo như Tân Cương, Tây Tạng và Pháp Luân Công đã bị bức hại và tiêu diệt. Hiện tại, ĐCSTQ không chỉ công khai đốt sách diệt trí thức đối kháng, mà còn phá bỏ các nhà thờ, bắt các nhà sư và mục sư, linh mục hát các bài hát nhạc đỏ, xây dựng trại tập trung ở Tân Cương để giam cầm hàng triệu người Duy Ngô Nhĩ và bắt giữ hơn 9000 người biểu tình ở Hồng Kông, thậm chí cả trẻ em dưới 18 tuổi.

Chính vì các cuộc đàn áp nhân quyền tàn bạo và vô nhân đạo của ĐCSTQ trong nước, đã gây ra sự phẫn nộ của cộng đồng quốc tế. Năm 2018, Tổ chức Nhân quyền Liên hợp quốc đã liệt Trung Quốc dưới thời ĐCSTQ là "quốc gia đáng xấu hổ nhất trên thế giới". Từ năm 2016 đến nay, Hoa Kỳ và các nước phương Tây khác đã liên tiếp ban hành "Đạo luật trách nhiệm giải trình nhân quyền Magnitsky toàn cầu", "Đạo luật dân chủ và nhân quyền Hồng Kông" và "Tuyên ngôn nhân quyền Tân Cương" nhằm ngăn chặn cuộc đàn áp nhân quyền của ĐCSTQ.

Với sự bắt đầu của "cuộc chiến bảo vệ nhân quyền" toàn cầu, một số lượng lớn "những kẻ phản bội nhân quyền" của ĐCSTQ đã bắt đầu nhận các lệnh trừng phạt quốc tế. Điều này cũng chỉ ra rằng ngày tàn của ĐCSTQ đã đến.

8. Xem nền văn minh là kẻ thù, và liên minh với các tổ chức khủng bố

ĐCSTQ coi Hoa Kỳ và các nền dân chủ phương Tây khác là kẻ thù, và liên minh với các chế độ độc tài và các nước Hồi giáo dính dáng đến khủng bố. Đây là chính sách đối ngoại hiện tại của ĐCSTQ. Kể từ khi lên nắm quyền lãnh đạo ĐCSTQ, ông Tập Cận Bình chủ trương đường lối ngoại giao nước lớn. Trong khi thách thức vai trò lãnh đạo toàn cầu của Hoa Kỳ, ông ta cũng tham gia vào việc mở rộng quân sự và xâm nhập chính trị trên toàn cầu, xuất khẩu tham nhũng sang các nước phát triển, và xuất khẩu sự cai trị độc đoán của ĐCSTQ sang một số nước lạc hậu.

Ngoài miệng ông Tập thì nói rằng để khai phóng phát triển nhân loại, ông ta đưa ra một cộng đồng TC với tương lai chung cho nhân loại, biến Trung Quốc thành kẻ thù của các nước văn minh, và liên minh với các quốc gia lạc hậu và khủng bố như Iran, Taliban và Al-Qaeda là những quốc gia và tổ chức khủng bố đã được cộng đồng quốc tế công nhận.

Đây cũng là mục tiêu tấn công và trừng phạt trọng điểm của Mỹ. Do đó, không một quốc gia dân chủ nào trên thế giới dám liên kết với Taliban, Al-Qaeda và Iran, vì không muốn trở thành kẻ thù của Hoa Kỳ và nền văn minh thế giới. Tuy nhiên, ĐCSTQ đã làm ngược lại. Đối với các quốc gia mà Hoa Kỳ muốn áp chế và trừng phạt thì TC coi là trọng điểm kết giao và ủng hộ mạnh mẽ. Chẳng hạn như: Nga, Iran, Venezuela, Triều Tiên và Taliban.

TC dùng các hành động đó để cho thế giới thấy rằng, ĐCSTQ phải là kẻ thù của Hoa Kỳ và thế giới văn minh. Trước những gì mà ĐCSTQ đã làm trên phạm vi quốc tế, Hoa Kỳ đã bắt đầu một cuộc phản công toàn diện. Vào ngày 10/12/2019 (Ngày Nhân quyền Quốc tế), Quốc hội Hoa Kỳ đã ban hành 72 "Lệnh trừng phạt Magnitsky toàn cầu" chỉ trong một ngày. Tại cuộc họp báo ngày hôm đó, Ngoại trưởng Mỹ Pompeo nói với giới truyền thông rằng ĐCSTQ đã thành công trong việc biến Trung Quốc thành "quốc gia thủ ác" toàn cầu. Có thể thấy, hoàn cảnh ngoại giao của Trung Quốc đã ác hóa đến mức độ nào.

9. Mô hình quản trị nhà nước lỗi thời

ĐCSTQ để duy trì chế độ độc tài của mình, tại Đại hội 19 diễn ra vào năm 2018, ĐCSTQ đã xây dựng mô hình mới "*Chủ nghĩa xã hội đặc sắc Tập Cận Bình với thời đại mới*". Nhưng dù thay đổi thế nào, mô hình lạc hậu chính là lý do khiến ĐCSTQ lúng túng khi hội nhập vào thế giới văn minh hiện đại.

Chín sự kiện trên chắc chắn là 9 trọng điểm báo trước sự sụp đổ cận kề của ĐCSTQ. Do đó, ĐCSTQ chỉ còn cách rút lui khỏi vũ đài lịch sử thế giới văn minh. Dù ĐCSTQ có dùng bất kể lý thuyết nào để đo lường thì 9 sự kiện trên cũng đã thỏa mãn đầy đủ các điều kiện để sụp đổ. *ĐCSTQ vẫn còn tồn tại cho đến nay là do chính sách sai lầm của Nixon-Kissinger đưa tay Mỹ cứu vớt một nước TC bế tắc từ 1972 đến 2016.* Bây giờ ĐCSTQ chỉ còn có bức tường lửa Internet như chiếc phao cứu sinh. Tuy nhiên, trong thời buổi toàn cầu hóa thông tin ngày nay, có thể thấy trước rằng, bức tường lửa dù có mạnh đến đâu cũng không thể ngăn được làn sóng trào dâng của thời đại. Bất kể những người nắm quyền lực của ĐCSTQ xoay trở như thế nào cũng không thể thay đổi được vận mệnh sắp tới của ĐCSTQ.

> **Từ năm 1990 ĐCSVN tự nguyện sao chép y nguyên chính sách của ĐCSTQ để áp dụng cho Việt Nam trong suốt 30 năm qua, nên ĐCSVN đã tự mình chui vào nguy cơ sụp đổ do 9 sự kiện nói trên, trừ sự kiện số 8.**

26. *Nguy cơ do quốc tế trừng phạt về tài sản phi pháp và Nhân Quyền*

Nguy cơ này trước mắt chưa xảy ra cho các thành viên nhóm lợi ích "Quyền & Tiền" của ĐCSVN, nhưng đang xảy ra cho ĐCSTQ. Theo *ước tính của truyền thông quốc tế,* tài sản của các quan chức ĐCSTQ chuyển ra nước ngoài tính sơ cũng phải lên tới 10 nghìn tỷ USD, tức gấp 4 lần dự trữ ngoại tệ của TQ (2 nghìn rưởi tỷ USD)! Đó là "tài sản phi pháp" của giới chức ĐCSTQ đang cất giấu tại nước ngoài.

Tuy chưa có con số thống kê chính xác về "tài sản phi pháp" của các giới chức đương nhiệm và cựu quan chức ĐCSVN đang cất giấu tại các nước phương Tây như châu Âu, Úc, Nhật, Canada và Hoa Kỳ từ hơn 20 năm qua, nhưng giới XHDS trong & ngoài VN ước tính khoảng 200 tỷ USD kể từ 1998 đến nay (22 năm). Riêng tiền chuyển ra nước ngoài để cất dấu của Nguyễn Tấn Dũng, các Tướng Công an như Nguyễn Văn Hưởng, Nguyễn Đức Chung, … và các quan chức CSVN có con cái du học nước ngoài cũng đã lên đến hàng chục tỷ đô la Mỹ. Tài sản phi pháp nói ở đây chưa bao gồm "bất động sản" mua hợp pháp tại các nước phương Tây như châu Âu, Úc, Nhật, Canada và Hoa Kỳ.

Tuy những bất động sản này đã được mua bán hợp pháp, nhưng nguồn tiền mua của sở hữu chủ lại là tiền bất hợp pháp chiếu theo công ước minh bạch quốc tế & công ước chống tham nhũng quốc tế (*United Nations Convention against Corruption*; viết tắt là **UNCAC**, đã được thông qua tại Đại hội đồng Liên Hiệp Quốc ngày 31/10/2003 - Nghị quyết 58/4). Theo công ước này thì nguồn gốc tiền mua các bất động sản đó đều không minh bạch, không thể giải trình được, nếu không nói là tiền bẩn (dirty money), chưa kể đến cách mua sắm chính là rửa tiền.

Chính quyền Mỹ đang truy tầm các "tài sản phi pháp" của các giới chức ĐCSTQ, nhưng chưa đụng tới vấn đề này của ĐCSVN trong hiện tại. Tuy nhiên nó vẫn là một nguy cơ lây lan từ nguy cơ của TC đang treo lơ lửng trên đầu ĐCSVN. Hơn nữa, trong số các nguyên lão chính trị và chóp bu hiện tại của ĐCSTQ, hỏi có ai không có người thân con cái di cư sang nước ngoài? Theo số liệu thống kê của cơ quan quyền uy bên trong chính quyền ĐCSTQ, tính đến cuối tháng 3/2012 có 187 Ủy viên của Ban Chấp hành Trung ương khóa 17 ĐCSTQ có người nhà trực tiếp cư trú, sinh sống, làm việc tại các nước phương Tây như châu Âu và Hoa Kỳ, thậm chí đã nhập quốc tịch của nước sở tại. Tỷ lệ này chiếm đến 91% ! Trong số 127 thành viên của Ủy ban Kiểm tra Kỷ luật Trung ương ĐCSTQ thì có đến 113 người có người thân đã di cư sang nước ngoài! Thực trạng người nhà lập đầu cầu để hạ cánh an toàn ở phương Tây thì ĐCSVN giống y như ĐCSTQ.

Trung Cộng cũng đang gặp nguy cơ từ các đạo luật chế tài Magnitsky của Hoa Kỳ, Canada, Anh, EU và Úc châu. Ngày 09/07/2020, Hoa Kỳ đã chế tài Trần Toàn Quốc (Chen Quanguo), Ủy viên Bộ Chính trị ĐCSTQ, Bí thư Khu Tự trị Tân Cương, bởi những chiến tích dày đặc về hành vi vi phạm Nhân Quyền. Điều này cho thấy mức chế tài của Mỹ đối với giới quan chức ĐCSTQ đã nâng lên cấp phó quốc gia.

Ngày 07/08/2020, Bộ Tài chính Hoa Kỳ lại bất ngờ tung ra một đòn nặng, tuyên bố trừng phạt 11 quan chức Trung Quốc và Hồng Kông, bao gồm: Trưởng đặc khu Hồng Kông Lâm Trịnh Nguyệt Nga (Carrie Lam), Cục trưởng Cục An ninh Hồng Kông Lý Gia Siêu, Giám đốc Sở Tư pháp Hồng Kông Trịnh Nhược Hoa, Giám đốc Văn phòng các vấn đề Đại lục và Hiến pháp Hồng Kông Tăng Quốc Vỹ, Phó Giám đốc Văn phòng Các vấn đề Hồng Kông và Ma Cao Trương Hiểu Minh, Giám đốc Văn phòng Liên lạc của ĐCSTQ tại Hồng Kông Lạc Huệ Ninh, Giám đốc Văn phòng Các vấn đề Hồng Kông và Ma Cao Hạ Bảo Long…

Bộ Tài chính Hoa Kỳ đã công bố số hộ chiếu, địa chỉ chỗ ở và nguyên nhân chế tài họ. Đối mặt với lệnh trừng phạt của Hoa Kỳ như bị hủy thẻ xanh, bị từ chối nhập cảnh, bị đóng băng khối tài sản khổng lồ để tại Hoa Kỳ, các nguyên lão chính trị đó liệu có thể không hoang mang không?

Việc Hoa Kỳ trừng phạt các quan chức Trung Cộng và Hồng Kông, đóng băng tài sản của họ ở nước ngoài đã gây ra một hiệu ứng domino. Giữa Tháng 8/2020, chính phủ Thụy Sĩ đã thông báo về một cuộc trưng cầu dân ý nhằm đưa ra quyết định Thụy Sĩ có nên làm ăn với các quốc gia vi phạm Nhân Quyền hay không, đặc biệt là việc xử lý khối tài sản kếch xù đến từ TC. Nếu cuộc trưng cầu dân ý được thông qua, khối tài sản hàng nghìn tỷ USD của Trung Cộng trong ngân hàng UBS Thụy Sĩ có thể sẽ bị đóng băng toàn bộ. Theo phân tích của nhà bình luận độc lập ở hải ngoại cho biết, một khi cuộc trưng cầu dân ý của Thụy Sĩ được thông qua, nó sẽ dẫn đến hai hậu quả: Thứ nhất, những gã khổng lồ tài chính tầm cỡ thế giới như Credit Suisse và UBS có thể sẽ rút khỏi Trung Cộng và Hồng Kông, đồng thời đình chỉ việc cung cấp các dịch vụ như gửi tiền, rút tiền, chuyển tiền, đầu tư v.v. cho những kẻ vi phạm Nhân Quyền. Một hậu quả khác thậm chí còn nguy hiểm hơn đối với ĐCSTQ, đó là Thụy Sĩ có thể sẽ đóng băng số tiền đã gửi của các quan chức ĐCSTQ hoặc công bố chúng ra toàn thế giới.

Ngay từ tháng 8/2019, giáo sư Cổ Khang – Uỷ viên của Hội nghị Hiệp thương Chính trị, cựu Giám đốc Học viện Tài chính của Bộ Tài chính và là chuyên gia kinh tế trưởng của Học viện Kinh tế Nguồn cung mới

Trung Cộng, đã chuyển đi một thông báo cho biết vào ngày 17/04/2019, ngân hàng UBS đã thông báo rằng có khoảng 100 khách hàng Trung Cộng với số tiền gửi lên đến 7,8 nghìn tỷ nhân dân tệ vào UBS. Theo một báo cáo khác, vào ngày 26/10/2018, tập đoàn UBS (UBS Group AG) và PricewaterhouseCoopers (PwC) đã cùng nhau phát hành báo cáo "Tiết lộ về tỷ phú năm 2018". Báo cáo cho thấy có 373 tỷ phú ở Trung Cộng vào năm 2018 với số tài sản lên đến 1,12 nghìn tỷ USD, tương đương 7,8 nghìn tỷ NDT. Nếu nói như vậy thì, trong báo cáo do UBS đưa ra, quả thực có tồn tại số tài sản 7,8 nghìn tỷ NDT, tuy nhiên con số tỷ phú không phải là 100 mà là 373 người.

WikiLeaks từng tiết lộ rằng, các quan chức cấp cao của ĐCSTQ có khoảng 5000 tài khoản trong các ngân hàng ở Thụy Sĩ và 2/3 trong số đó là của các quan chức trung ương. Từ cấp phó thủ tướng ĐCSTQ, chủ tịch ngân hàng, bộ trưởng, cho đến Ủy viên Trung ương, hầu như ai ai cũng có ít nhất 1 tài khoản. Có nguồn tin tiết lộ, Giang Trạch Dân có một khối tài sản "kếch xù" trong ngân hàng Thụy Sĩ, và dòng tộc họ Giang được mệnh danh là "Tham nhũng số 1 Trung Cộng".

Vào ngày 14/02/2018, tỷ phú lưu vong ở Mỹ là Quách Văn Quý đã tiết lộ với ngoại giới rằng ông đã thuê một đội điều tra chuyên nghiệp và họ đã xác nhận rằng gia tộc Giang Trạch Dân là một trong những người giàu nhất thế giới và khối tài sản "cướp được" do gia tộc này kiểm soát lên tới 500 tỷ đô la Mỹ (khoảng 4 nghìn tỷ nhân dân tệ). Ngoài ra, vào ngày

06/05/2014, có 47 quốc gia bao gồm Thụy Sĩ và Trung Cộng đã ký một thỏa thuận mới về "Tiêu chuẩn trao đổi thông tin tự động toàn cầu" được tổ chức tại Pháp. Theo như thỏa thuận, tài khoản ngân hàng được sở hữu bởi người nước ngoài tại 47 quốc gia này sẽ không còn là thông tin bí mật nữa.

Đến ngày 05/10/2018, Cơ quan Quản lý Thuế Liên bang Thụy Sĩ (FTA) đã ban hành một thông báo cho biết dựa theo Tiêu chuẩn trao đổi thông tin tự động liên quan đến Thuế (AEOI) đối với các tài khoản tài chính, Cơ quan quản lý thuế liên bang Thụy Sĩ đã trao đổi thông tin tài khoản tài chính với cơ quan thuế ở một số quốc gia (hoặc khu vực) khác vào cuối tháng 9. Điều này có nghĩa là Ngân hàng Thụy Sĩ thông báo chấm dứt chế độ bảo mật đối với tài khoản nước ngoài đã được áp dụng hàng trăm năm nay. Hiện nay, Thụy Sĩ đã bắt đầu tỏ thái độ cứng rắn hơn đối với ĐCSTQ.

Một khi Thụy Sĩ cùng với Liên minh Châu Âu và Hoa Kỳ hợp sức lại để trừng phạt các quan chức của ĐCSTQ và đóng băng hoặc công bố tài sản của các quan chức ĐCSTQ vi phạm Nhân Quyền, cũng chính là đánh trúng yếu huyệt của ĐCSTQ. Truyền thông Âu Châu bình luận rằng, động thái này của Thụy Sĩ còn ghê gớm hơn gấp 10.000 lần so với lệnh trừng phạt của Hoa Kỳ đối với Hồng Kông. Các quan chức của ĐCSTQ đang run rẩy. Vào đầu tháng 11/2016, học giả Trần Vĩnh Miêu ở Bắc Kinh đã đăng một bài báo trên phương tiện truyền thông Hồng Kông, nói rằng các quan chức cấp cao của ĐCSTQ đang ấp ủ một "Kế hoạch đắm tàu". Theo kế hoạch, tầng lớp thượng lưu sẽ vắt kiệt giá trị thặng dư xã hội, dùng tiền của người dân để mở một đường lui cho mình rồi nhanh chóng bỏ trốn. Tuy nhiên, hiện tại ĐCSTQ đang phải đối mặt với sự bao vây trên toàn cầu và không có cách nào có thể trốn thoát được.

> *Nguy cơ hiện đang bị phương Tây dùng Luật Magnitsky này để chế tài có thể lan rộng từ TC sang cho ĐCSVN trong tương lai.*

Hai mươi sáu "Nguy Cơ" sống chết nói trên của 2 đảng cộng sản anh em tại TC & tại CSVN hện nay chẳng những đe dọa sự tồn vong của 2 đảng là ĐCSVN & ĐCSTQ, mà còn phản ảnh "ngược từ tương lai" (back to the future) soi rõ một thời kỳ không yên ổn trong vài ba năm sau khi 2 đảng nầy tiêu vong.

Phần Hai
ĐẢNG CSVN TRONG QUY LUẬT VẬN HÀNH TẤT YẾU CỦA QUỐC TẾ TỪ 2020

Ngày nay quốc tế đã lên tiếng chỉ trích mạnh mẽ chủ nghĩa dân túy tại nước Nga (thời Putin) hay Philippines (thời Duterte). Sau khi các chế độ dân túy này và vài chế độ cộng sản cuối mùa như TC & CSVN sụp đổ, chắc chắn các nước này sẽ có dân chủ vì các chính trị gia dân túy không còn đất sống. Một chế độ Mafia như Nga hay dân túy như Philippines hiện nay sẽ không thể xuất hiện và tồn tại được trong thế giới toàn cầu hóa mới. Chính trị học quan niệm rằng: *"**Điều quan trọng không phải là 1 quốc gia sai như thế nào, mà là quốc gia đó có nhận ra sai lầm hay không, vì khi họ nhận ra sai lầm là lúc họ đã đúng**"*.

Một trật tự quốc tế mới hoặc có thể tạm gọi là *"một thế giới toàn cầu hóa mới"* đang được hình thành từ năm 2020 này là một thế giới dân chủ hơn, nhân văn hơn, các quyền con người sẽ được nâng lên cao hơn. Sự thật về Trung Cộng do ĐCSTQ cai trị bên trong và bành trướng ra bên ngoài buộc các nước dân chủ phải thay đổi và xét lại mô hình xã hội để ngăn chặn sự kỳ thị, giảm thiểu sự chênh lệch giàu nghèo quá lớn và thực hiện công bằng xã hội nhiều hơn.

Dân chủ sẽ tiến một bước tiến lớn, không chỉ thực thi những quyền căn bản tối thiểu như: *"Không bị xâm phạm tới cơ thể, tư hữu tài sản, phát biểu lập trường, thu nhận và phổ biến thông tin, tự do thành lập và tham gia các tổ chức, tự do ứng cử và bầu cử, v.v...".* Đó là những quyền tự do căn bản. Tuyên Ngôn Quốc Tế Nhân Quyền sẽ được thực thi nhiều hơn trước, nhất là những điều khoản 23, 24, 25 & 26. Theo đó, nhà nước phải bảo đảm *"quyền được có lợi tức bảo đảm một mức sống xứng đáng về thực phẩm, sức khỏe, nhà ở, được hưởng giáo dục miễn phí, được trợ cấp sinh đẻ và nuôi con, được có công ăn việc làm và được hưởng một số ngày nghỉ có trả lương, v.v...".*

Trong thế giới toàn cầu hóa mới này không có chỗ cho những quốc gia độc tài như Trung Cộng, Nga, Việt Nam... Thế giới sẽ rút lui và chỉ duy trì một quan hệ ở mức tối thiểu với Trung Cộng cho đến khi họ phải dân chủ hóa. Tuy nhiên có thể thấy được là Trung Cộng, dù không còn thích hợp với mô hình cũ nhưng lại không có ý định dân chủ hóa vì thế tan vỡ là điều không thể tránh khỏi. Liệu CSVN có thể còn gắn kết với mô hình "XHCN mang màu sắc TC" nữa không ? Nguy cơ thảm bại của ĐCSVN hoàn toàn do tự thân đảng này tạo ra do bởi tự trói chính mình vào chiếc gông "XHCN" mà quy luật chính trị tất yếu đã thể hiện sự kết thúc của nó tại Liên Xô & Đông Âu trong thập niên 80 của thế kỷ trước. Vì vậy, ngày nay có vượt thoát được nguy cơ thảm bại để ĐCSVN được tồn tại bình đẳng với các thành phần khác hay không chỉ tùy thuộc vào chính đảng CSVN có dám lấy quyết định tự tháo gỡ gông xiềng XHCN của họ hay không mà thôi. Nếu không tự tháo gỡ thì tất yếu là toàn dân sẽ tháo gỡ cho đảng CSVN tương tự như dân chúng Liên Xô & Đông Âu đã làm trước đây và ĐCSVN phải giống hệt như các đảng CS anh em của họ sau khi XHCN thảm bại tại Đông Âu.

Di sản của chế độ cộng sản rất nặng nề. Văn hóa độc tài toàn trị ăn sâu vào tâm hồn những người lãnh đạo cộng sản và đa số đảng viên nên rất khó gột rửa. Điều chắc chắn là các chế độ độc tài sẽ sụp đổ khi không còn lý do tồn tại dù có hay không đối lập dân chủ. Mác-Lê-Mao-Hồ thì đã vỡ nát từ cuối thế kỷ 20 khi ông Gorbachev tin rằng Đảng cộng sản Liên Xô có thể *tự chuyển hóa* về dân chủ (dân chủ hóa một mình). Ông ta đã thất bại bẽ bàng và rơi vào quên lãng dù từng được xem là tổng bí thư trẻ, thông minh và có trí tuệ nhất trong Đảng cộng sản Liên Xô. Cuối đời ông ta đã phải cay đắng thốt lên rằng *"chế độ cộng sản chỉ có thể xóa bỏ chứ không thể cải tổ"*. Từ đó đến nay, các chế độ độc tài không còn tư tưởng và dự án chính trị nên hậu quả tất yếu là họ phải dân túy (mị dân).

Cách mị dân dễ nhất, hiệu quả nhất là *bỏ tù các đồng chí* của mình nhân danh *chống tham nhũng*. Người dân mặc dù biết đấy chỉ là đấu đá phe nhóm nhưng họ luôn vỗ tay mỗi khi có quan chức nào đó bị tống vào tù. Như vậy, kẻ thù nguy hiểm nhất của các đảng viên cộng sản VN hay TC chính là các đồng chí của họ chứ không phải các "thế lực thù địch". Đảng cộng sản Việt Nam có lẽ không ý thức được điều đó nên đang đi vào vết xe đổ của Gorbachev khi xem đối lập dân chủ ôn hòa là kẻ thù. Họ vẫn đang tìm cách trấn áp các tiếng nói bất đồng với hy vọng tự chuyển hóa một mình về dân chủ theo kiểu Gorbachev. Đó là điều không tưởng.

Đối lập dân chủ ôn hòa chính là chiếc phao cứu sinh của họ, là sự đảm bảo an toàn cho chính các đảng viên cộng sản. Các nước Đông Âu sau khi dân chủ hóa đã không có bất cứ một sự trừng phạt hay phân biệt đối xử nào với các cựu đảng viên cộng sản.

Chương 4

Quy luật Thucydides khó tránh

Năng lực bưng bít sự thật để tuyên truyền của TC trong thời đại Internet vẫn được xếp hàng đầu thế giới, trong đó có cả Bắc Hàn & Cộng Sản Việt Nam. Chỉ trong vòng 6 tháng đầu năm 2020 khi Virus Vũ Hán lây lan toàn cầu thì năng lực bưng bít sự thật đối với hơn 1 tỷ dân TQ và quốc tế trong mấy chục năm qua của ĐCSTQ đã hoàn toàn bị tê liệt làm cho phong trào bất tín nhiệm Trung Cộng (TC) và chiến lược đánh bại tham vọng TC - muốn làm bá chủ thế giới thay thế Mỹ - đã xảy ra và tiến nhanh gần đến đỉnh. **Tham vọng "bá chủ thế giới" của TC đã hiện ra rõ nét trước mắt nhân loại và các chính trị gia quốc tế kể từ giữa năm 2020 này.** Bởi vì quy luật vận động xã hội con người luôn luôn làm cho bất cứ một chế độ nào tồn tại nhờ dối trá cũng bị sụp đổ ngay khi năng lực nắm bắt sự thật của con người vượt qua năng lực bưng bít & dối trá.

Trong thời gian Hoa Kỳ và rất nhiều nước G7 đang chật vật đối phó với dịch Covid-19 thì TC tăng cường các hoạt động quân sự theo thời chiến với mức độ chưa từng có trên Biển Đông và Biển Hoa Đông. Một khi Trung Cộng củng cố được lợi thế quân sự vượt trội ở khu vực này thì họ sẽ "tiên hạ thủ vi cường" và chiến tranh sẽ nổ ra. Những nước nào còn tin vào sự trỗi dậy hòa bình và những hứa hẹn hấp dẫn của chính quyền Trung Cộng lâu nay thì sẽ phải trả giá đắt và ĐCSVN sẽ khó tránh sự trả giá cho niềm tin vào ĐCSTQ bấy lâu nay. Cuộc chiến như vậy, dù được châm ngòi bởi ý muốn chủ quan của nhà độc tài, nhưng kỳ thực ý muốn đó chỉ là sự thể hiện cuối cùng của một chuỗi các biến cố theo tiến trình của quy luật dẫn đến chiến tranh.

Đó là quy luật THUCYDIDES, xuất hiện từ thời cổ đại Hy Lạp theo Học thuyết Thucydides – tên một người Hy Lạp đã chỉ ra quy luật này. *Quy luật này bắt đầu khởi động khi một thế lực quốc gia nổi lên muốn sắp đặt lại trật tự thế giới thì chiến tranh lớn sẽ nổ ra.* Điều này đã đúng trong hầu hết lịch sử của các cuộc chiến khốc liệt trước đây trên thế giới. Những gì Trung Cộng đã làm trong mấy chục năm qua với tuyên bố "trỗi dậy hòa bình" là hoàn toàn bị thúc đẩy bởi động lực của quy luật chiến tranh nói trên. Tư duy lãnh đạo của Trung Cộng chưa bao giờ thoát khỏi những tham vọng của động lực đó. Và chính nó sẽ điều khiển làm TC đi đến sự thể hiện cuối cùng là phát nổ chiến tranh vì TC không thể làm gì khác với sức mạnh khổng lồ đã được tập trung từ vài chục năm nay. Sức mạnh đó sẽ chỉ phục vụ cho quy luật chiến tranh.

Trong Tháng 8/2020 các tổ chức đối lập với ĐCSTQ như Mặt Trận Dân Tộc Trung Quốc Toàn Cầu, Đảng Dân Chủ Trung Cộng cũng như chính phủ Nhật & Đài Loan đang có nhiều hoạt động sôi nổi là do tác động khó lường của quy luật Thucydides. Song song với các nỗ lực chống Covid-19, các quốc gia mạnh về quân sự & kinh tế như Mỹ, Ấn, Nhật, Úc, Anh & Pháp cũng đang triển khai lực lượng quân sự hùng hậu nhất đến Á Châu (Ấn Độ-TBD) theo một mức leo thang quân sự hàng tháng. ASEAN chưa biết sẽ ngả theo ai khi quy luật Thucydides bùng nổ, nhưng CSVN thì khó được quốc tế xem như trung lập hoặc đứng về phía chống ĐCSTQ anh em. Cũng theo quy luật này thì chư hầu của một phe chắc chắn sẽ bị phe đối thủ tìm cách tiêu diệt. Đó là cái thế tồn vong của ĐCSVN hiện nay.

Hiện nay, mối đe dọa hạt nhân của ĐCSTQ đối với nhân loại lớn hơn nhiều so với Liên Xô cũ. Nguyên do không phải vì ĐCSTQ có nhiều đầu đạn hạt nhân hơn Liên Xô cũ, mà bởi vì ĐCSTQ coi thường luật lệ quốc tế và TC lại là một chế độ hoàn toàn không thể tin được. Theo lịch sử của ĐCSTQ, Mao Trạch Đông từng phát biểu tại Moscow (Nga) rằng, người Trung

Quốc nhiều, đánh chiến tranh hạt nhân thì dù có chết một nửa cũng không sợ thua.

Chính vì thế, trong cuộc phỏng vấn với Yonhap trước chuyến công du châu Á hôm 30/09/2020, Đặc phái viên tổng thống Mỹ về kiểm soát vũ khí Marshall Billingslea nói mục đích chuyến đi của ông là thảo luận *"sự tăng cường nhanh chóng kho vũ khí hạt nhân và các tên lửa đạn đạo và quy ước của Trung Quốc"*. Ông cũng nói ông có ***"thông tin tình báo bổ sung để chia sẻ với các đồng minh liên quan đến các chương trình của Trung Quốc"***.

Trước đó vào trung tuần Tháng 8/2020, ông Billingslea đã có sự lưu tâm nhất định đến vị trí của Việt Nam, thể hiện qua ***câu trả lời cho một nhà báo Việt Nam*** tại cuộc họp báo ở Brussels: *"Những gì chúng tôi đang giải quyết ở đây là mối đe dọa cấp bách và ngày càng gia tăng đối với châu Á – Thái Bình Dương, đó là sự tăng cường vũ trang hạt nhân bí mật và không bị kềm chế của Trung Quốc. Đó là mối đe dọa không chỉ riêng cho Hoa Kỳ mà chung cho tất cả các nước châu Á. Việt Nam có lẽ biết rõ hơn ai hết là Trung Quốc cố gắng dùng vũ lực để vẽ lại biên giới và ranh giới. Người ta sẽ nhớ rằng Trung Quốc đã xâm lược VN và chiếm đóng một số nơi ở phía Bắc. Thêm nữa là chúng ta không thể đồng ý với thực trạng Trung Quốc tăng cường hạt nhân để sử dụng những vũ khí hạt nhân đó làm áp lực tống tiền và áp bức"*.

Đến hôm nay 30/09/2020, Đặc phái viên tổng thống Mỹ về kiểm soát vũ khí Marshall Billingslea cùng đi với Phó chỉ huy Bộ Tư lệnh Chiến lược Thomas A. Bussiere đã đến Hà Nội sau khi lần lượt thăm Hàn Quốc và Nhật Bản từ ngày 27 đến 30/09/2020. Việc ông Billingslea thăm ba nước Hàn Quốc, Nhật Bản và Việt Nam đáng chú ý bởi vì đây là ba nước nằm gần Trung Quốc và đều là cựu thù của Bắc Kinh. Trong đó, Hàn Quốc và Nhật Bản là đồng minh của Mỹ còn Việt Nam hiện được xem như là đối tác chiến lược trên thực tế. Cho nên chuyến công du của ông Billingslea không nằm ngoài mục đích phục vụ cho việc kềm chế và bao vây Trung Quốc giữa lúc cuộc đối đầu giữa Mỹ và Trung Quốc ngày càng leo thang.

Giới quan sát cho rằng ông Billingslea đang nỗ lực thúc đẩy Hàn Quốc và Nhật Bản hợp tác với việc triển khai tên lửa Mỹ ở châu Á. Đặc biệt cũng trong cùng ngày 30/09/2020, Bộ Ngoại giao Mỹ thông báo Ngoại trưởng Mike Pompeo sẽ thăm Nhật Bản, Mông Cổ và Hàn Quốc từ ngày 4 đến 08/10/2020. Về mặt chiến lược, Mông Cổ, Nhật Bản, Hàn Quốc và Việt Nam là bốn cái tên thường được nhắc đến trong thế trận bao vây Trung Quốc của Mỹ. Tại Nhật Bản, ông Pompeo sẽ tham dự hội nghị ngoại trưởng các nước thuộc Bộ tứ Kim Cương (Quad) với những người đồng cấp Nhật, Ấn Độ và Úc trong ngày 06/10/2020. Những biến cố này rất phù hợp với quy luật khơi mào chiến tranh **Thucydides**.

Trao đổi với Fox News hôm 17/08/2020, Giám đốc Tình báo Quốc gia Mỹ John Ratcliffe cho rằng Trung

Cộng đặt ra "mối đe dọa an ninh quốc gia lớn nhất" đối với Mỹ, "lớn hơn bất kỳ quốc gia nào khác", đồng thời nêu chi tiết một loạt các mối đe dọa bao gồm *"gây ảnh hưởng và can thiệp bầu cử"*. *"Trung Cộng đặt ra mối đe dọa an ninh quốc gia lớn nhất đối với Hoa Kỳ, hơn bất kỳ quốc gia nào khác – về cả kinh tế, quân sự và công nghệ. Điều đó bao gồm các mối đe dọa về việc gây ảnh hưởng và can thiệp bầu cử"*, Giám đốc tình báo Ratcliffe chia sẻ trên đài Fox News.

Về phía FBI, Giám đốc Christopher Wray đã cảnh báo về những nỗ lực của Trung Cộng nhằm gây ảnh hưởng đến quan điểm của Mỹ và hoạt động gián điệp kinh tế trong nhiều tháng. Giám đốc Trung tâm Phản gián và An ninh Quốc gia Bill Evanina, người dẫn đầu công tác đảm bảo an ninh bầu cử của cộng đồng tình báo Mỹ, cảnh báo TC đang cố gắng tác động đến chính sách và cuộc bầu cử Mỹ 2020 theo nhiều cách khác nhau vì Bắc Kinh "không muốn Tổng thống Trump – người mà Bắc Kinh coi là khó lường – tái đắc cử".

Giám đốc FBI Christopher Wray gần đây tiết lộ cơ quan này hiện có hơn 2000 cuộc điều tra mở có thể truy nguồn trở lại ĐCSTQ, đánh dấu sự gia tăng khoảng 1300% các vụ điều tra gián điệp kinh tế có liên quan đến Bắc Kinh. Ông cũng cho biết văn phòng đã phải mở "một cuộc điều tra phản gián mới liên quan đến Trung Cộng cứ sau 10 giờ". Truyền thông tự do của Trung Quốc ở hải ngoại cùng chung nhận định như nhau kể từ cuối tháng 8/2020: "TấT Cả CÁC BIỆN PHÁP TRừNG PHạT MÀ NHÓM TRUMP ÁP ĐặT LÊN ĐCSTQ CHỉ NHằM CHỐNG LạI CHẾ Độ ĐộC TÀI CủA ĐCSTQ. CÁC BIỆN PHÁP TRừNG PHạT NHƯ VậY KHÔNG PHảI LÀ NGẮN HạN, CÀNG KHÔNG PHảI CHỉ LÀ KHẨU HIỆU TRANH Cử, MÀ ĐạI DIỆN CHO Sự NHậN THứC RA BảN CHẤT CủA ĐCSTQ TừNG BƯớC MộT CủA TOÀN Bộ GIớI HọC THUậT VÀ CHÍNH TRị HOA Kỳ. Để KHắC PHụC BảN CHẤT BấT HảO CủA ĐCSTQ, TRUMP ĐANG ĐIềU CHỉNH CHÍNH SÁCH SAI LầM CủA HOA Kỳ ĐốI VớI ĐCSTQ ĐÃ KÉO DÀI TRONG SuốT 30 NĂM QUA".

Họ tin rằng nếu Hoa Kỳ muốn vĩ đại trở lại thì phải đối phó với ĐCSTQ, nếu không ĐCSTQ sẽ tiếp tục đe dọa Hoa Kỳ. Mối quan hệ giữa ĐCSTQ và Hoa Kỳ đã xuống mức thấp nhất kể từ khi thiết lập quan hệ ngoại giao năm 1979. Hoa Kỳ bắt đầu kết hợp các đồng minh để bao vây và chế tài ĐCSTQ. Ngoài ra, quan hệ Trung-Ấn tiếp tục căng thẳng, tranh chấp ở Biển Đông leo thang, dẫn đến những xu thế khó lường ở khu vực châu Á-Thái Bình Dương và nguy cơ chiến tranh bùng phát. Trong bối cảnh bị quốc tế phong bế, nhà cầm quyền ĐCSTQ đã nhiều lần đề cập đến "tuần hoàn nội địa" kinh tế Trung Cộng.

Hôm Thứ tư 26/08/2020, căng thẳng giữa Hoa Kỳ và Trung Cộng ở Biển Đông leo thang ngay khi chính phủ Hoa Kỳ lần đầu tiên áp đặt các biện pháp trừng phạt và đưa vào danh sách đen 24 công ty Trung Quốc tham gia vào việc xây dựng các đảo nhân tạo ở Biển

Đông và quân sự hóa các đảo này. Danh sách 24 công ty Trung Cộng bị Mỹ trừng phạt gồm:

- o Tập đoàn Kiến thiết giao thông Trung Cộng (CCCC), Cục kỹ thuật điều hướng thuộc CCCC và các công ty con của CCCC ở Thượng Hải, Quảng Châu, Thiên Tân;
- o 4 công ty con của Tập đoàn công nghệ điện tử Trung Cộng (China Electronics Technology Group Corporation);
- o Công ty kỹ thuật cáp đại dương Thượng Hải;
- o Viện nghiên cứu 722 thuộc Tập đoàn đóng tàu Trung Cộng;
- o Công ty viễn thông Beijing Huanjia;
- o Công ty phát triển công nghệ Chongxin Bada;
- o Công ty thiết bị liên lạc Guangzhou Guangyou;
- o Tập đoàn Guangzhou Haige;
- o Công ty phát triển Guilin Changhai;
- o Công ty công nghệ liên lạc Hubei Guangxing;
- o Công ty công nghệ điện tử Shaanxi Changling;
- o Công ty công nghệ điện tử Telixin;
- o Công ty thiết bị phát sóng Thiên Tân;
- o Công ty Công nghệ hàng không Thiên Tân 764;
- o Công ty Công nghệ điều hướng và liên lạc Thiên Tân 764;
- o Công ty liên lạc Wuhan Mailite.

Các công ty này bị Hoa Kỳ trừng phạt do bởi hành vi chịu trách nhiệm hoặc tham gia vào hoạt động cải tạo quy mô lớn trên các đảo ở Biển Đông, xây dựng các tiền đồn (quân sự) hoặc quân sự hóa chúng. Một số giám đốc điều hành của các doanh nghiệp nhà nước ở (các đảo nhân tạo) hoặc những người liên quan đến việc cưỡng ép, hạn chế quyền của các nước Đông Nam Á tiếp cận các nguồn tài nguyên ngoài khơi của họ". Greg Poling, chuyên gia về Biển Đông tại Trung tâm Nghiên cứu Chiến lược và Quốc tế ở Washington, nói với Reuters: *"Đây là lần đầu tiên Hoa Kỳ áp đặt hình thức trừng phạt kinh tế đối với hành động của thực thể Trung Cộng ở Biển Đông"*.

Bộ Ngoại giao Hoa Kỳ đã tuyên bố trong hội nghị trực tuyến hôm Thứ Tư 26/08/2020 rằng các hạn chế về thị thực chỉ là "khởi đầu" cho nhiều hành động của Hoa Kỳ nhằm trừng phạt ĐCSTQ vì các dự án cải tạo ở Biển Đông. Ngũ Giác Đài hôm 28/08/2020 cho biết Mỹ nhận diện thêm 11 công ty do quân đội Trung Cộng sở hữu hoặc kiểm soát, trong đó có Tập đoàn Tam Hiệp, theo Reuters. Trong số 11 công ty mới được bổ sung vào danh sách trừng phạt có tập đoàn Tam Hiệp Trung Cộng, tập đoàn Sinochem và China Spacesat. Các quan chức Bộ Ngoại giao Hoa Kỳ cũng khuyến khích các nước liên quan khác theo dõi các biện pháp trừng phạt của Hoa Kỳ và có thể xem xét áp dụng các biện pháp tương tự. Lưỡng viện QH Hoa Kỳ cho rằng việc trừng phạt sẽ ngay lập tức có hiệu lực, đồng thời theo thời gian ảnh hưởng sẽ càng lúc càng lớn, trừ phi Bắc Kinh bắt đầu lựa chọn tôn trọng nước láng giềng, bắt đầu cân nhắc tới lợi ích của các quốc gia khác.

Nhịp độ Hoa Kỳ tấn công vào ĐCSTQ ngày càng ngày càng gia tăng kể từ giữa năm 2020. Trong cuộc phỏng vấn với chương trình Hugh Hewitt Show hôm Thứ Sáu (04/09/2020), Ngoại trưởng Hoa Kỳ Michael

Pompeo đã chỉ trích nặng nề Đảng Cộng sản Trung Cộng (ĐCSTQ) về mưu đồ thống trị toàn cầu, về đối nội thì vi phạm nghiêm trọng các quyền con người cơ bản của người dân Trung Cộng, còn đối ngoại thì gắng sức nuốt chửng hoặc bắt nạt các nước khác. Ngoại trưởng Mỹ Michael Pompeo nói rằng dưới sự cai trị của ông Tập Cận Bình, các quyền con người cơ bản của người Duy Ngô Nhĩ, người Tây Tạng và thậm chí cả người Mông Cổ đều đã xuống cấp một cách nghiêm trọng. Về đối ngoại, ĐCSTQ cũng có biểu hiện tồi tệ tương tự. Hơn nữa ĐCSTQ không chỉ tham gia vào các hoạt động kinh tế mang tính cướp bóc, mà còn vi phạm nghiêm trọng luật pháp quốc tế. Ông nói thêm rằng mô hình hiện tại của ĐCSTQ cũng giống như kiến lập các nước chư hầu, buộc các nước khác phải cống nạp cho vương triều Trung ương Bắc Kinh hệt như trong lịch sử. Nhưng sự khác biệt là dã tâm của ĐCSTQ đã mang đến rủi ro lớn cho cả thế giới. Ông Pompeo nói rằng Tổng thống Trump đã ý thức được về những rủi ro thực sự mà ĐCSTQ mang đến cho Hoa Kỳ, và hiện ông Trump đang chống lại ĐCSTQ về mọi mặt. Dù là ngoại giao hay kinh tế, Hoa Kỳ đều sẽ có động thái đáp trả mạnh mẽ. Ông bày tỏ: *"Chúng tôi sẽ yêu cầu ĐCSTQ phải hành động theo cách thức mà chúng tôi yêu cầu tất cả các nước khác"*. Đây là những thay đổi lớn trên toàn cầu. Trong thời gian chấp chính 3 năm rưỡi đầu tiên, Tổng thống Trump vẫn luôn chỉ đạo công việc này.

Trong chuyến thăm của Ngoại trưởng Michael Pompeo đến Cộng hòa Séc ngày 12/08/2020, trong bài phát biểu của mình tại Thượng viện Séc, ông đã chỉ trích các mối đe dọa từ ĐCSTQ còn nghiêm trọng hơn cả Liên Xô cũ! Ông nói rằng những gì đang diễn ra bây giờ không phải là Chiến Tranh Lạnh 2.0, mà ở một khía cạnh nào đó thì thách thức ngăn chặn các mối đe dọa từ ĐCSTQ còn khó khăn hơn nhiều so với Liên Xô trước đây. Nguyên nhân là bởi ĐCSTQ đã thâm nhập vào nền kinh tế, chính trị và xã hội của chúng ta ở mức độ mà Liên Xô chưa từng làm được. Đồng thời, ông Pompeo cũng nhấn mạnh rằng dã tâm thống trị thế giới của ĐCSTQ không phải là điều chúng ta không thể tránh được. Trước đó hôm 23/07/2020, ông Michael Pompeo đã có bài phát biểu với tiêu đề *"**Đảng Cộng sản Trung Cộng và Tương lai của Thế giới Tự do**"*, kêu gọi đồng minh và người dân Trung Quốc cùng chung tay và rằng nếu muốn thay đổi đất nước Trung Quốc, thế giới tự do ắt phải chiến thắng chính quyền bạo ngược của ĐCSTQ.

Thế giới có quy luật chiến tranh **Thucydides** thì cũng có quy luật hòa bình. Để hóa giải được ngòi nổ chiến tranh thì cần phải hiểu được quy luật hòa bình nhằm giải quyết những trục trặc của thế giới bằng những cuộc đấu tranh không dùng đến dao súng để giúp thế giới tiến triển theo quy luật phát triển xã hội thuận chiều theo dòng chảy của thời đại toàn cầu hóa mới này. Nhưng sẽ là vô vọng và ảo vọng nếu trông đợi vào sự thay đổi tham vọng của những kẻ độc tài đầy tham vọng và tin vào những cam kết đạo đức giả của họ. Người Mỹ cũng như EU giờ đây đã hiểu được quy luật hòa bình và đã triển khai quân lực để kềm chế TC với mức độ ngày càng tăng ở Biển Đông và eo biển Đài Loan.

Quả thực là chỉ có Mỹ mới thừa sức giữ cho Trung Cộng không thể liều lĩnh trong lúc Anh, Pháp, Ấn Độ, Úc, Nhật, Hàn Quốc dần gia tăng sự hiện diện quân sự vào khu vực này. Nhiều người đang lo ngại cho hòa bình thế giới khi Mỹ gần đây rút ra khỏi nhiều hiệp ước về hạn chế vũ khí, nhưng rõ ràng là người Mỹ đang bảo vệ hòa bình. Khi tranh cử Tổng thống Mỹ ông Trump đã nói rằng *Mỹ sẽ gia tăng sức mạnh quân sự nhiều đến mức để không cần phải xài đến nó*.

Rất nhiều thiết chế quốc tế đã lỗi thời làm cho thế giới vận hành trục trặc, không chỉ là các định chế khổng lồ như WHO, WTO, thậm chí là LHQ, và cả những hiệp ước song phương, đa phương về giải trừ quân bị. Hầu hết các hiệp ước này đều không ràng buộc được TC, chẳng hạn như Hiệp ước về tên lửa tầm trung INF. Nó giúp Trung Cộng hiện giờ đã có những loại tên lửa bắn được tới lãnh thổ Mỹ, trong khi Mỹ thì không thể làm thế vì INF. Mỹ rút khỏi INF là muốn để kềm chế Trung Cộng hơn là Nga. Kềm chế Trung Cộng đang là đích nhắm thiết yếu để ngăn chặn chiến tranh trong ngắn hạn. Sắp tới đây Mỹ sẽ tung ra nhiều loại vũ khí mới rất ghê gớm và triển khai chúng ở Ấn Độ TBD.

Bài Trung Cộng (không bài Trung Hoa) hiện nay không còn là "đặc sản" riêng của Mỹ mà đã trở thành xu thế toàn cầu nhân đại dịch Covid-19. Tổng thống

Mỹ nào thì cũng không thể đi khác xu thế này được. Phong trào bài Trung Cộng – đúng ra là bài ĐCSTQ sẽ phát triển đến mức mà người Trung Quốc sẽ phải tỉnh ngộ để có được một chế độ đúng đắn và phù hợp hơn. Đây cũng là cách dùng quy luật hòa bình để hóa giải tận gốc ngòi nổ chiến tranh, là giải pháp dài hạn, căn cơ và bền vững. Thế giới đã hiểu biết và sáng tạo hơn trước nhiều, không cần chờ cho Nhật, Đức thảm bại sau chiến tranh đẫm máu để dân chủ hóa hai nước này, dẫn đến những chế độ thượng tôn Nhân Quyền. Thực tế đã chứng minh giờ đây Đức & Nhật không còn là mầm mống gây ra chiến tranh mà còn là nhân tố quan trọng để bảo vệ hòa bình thế giới. Họ cũng thịnh vượng hơn nhiều so với thời ngông cuồng gây chiến, giờ còn góp phần mạnh mẽ giúp thịnh vượng của thế giới.

Chương 5

Sự kiện bất ngờ Covid-19 xuất hiện đúng thời điểm của quy luật Thucydides

Tình hình thế giới đang có nhiều biến động mà nhiều người cho là bất ngờ. Nhưng sự bất ngờ ghê gớm nhất đang ở rất gần phía trước. Bởi lẽ khi tiến trình chuyển biến – theo quy luật tự nhiên – tiến tới giai đoạn quyết định thì tiềm năng khổng lồ của tiến trình sẽ tạo nên những sự kiện mà không ai có thể ngờ được. Những sự kiện này sẽ thay đổi rất nhiều thói quen cố hữu của con người và làm cho cấu trúc của xã hội nhân loại dịch chuyển cho phù hợp với tiến trình tự nhiên đó.

Theo lịch sử, tất cả những chuyển đổi thời đại thế giới trước đây đều luôn có những sự kiện bất ngờ đi trước và tiến trình biến chuyển hiện nay cũng không khác mấy. Người ta có thể nhìn thấy được tiến trình phát triển theo quy luật phát triển xã hội nhưng sẽ còn rất lâu để hiểu được nguyên nhân hay nguồn gốc vì sao quy luật đó vận hành theo tiến trình như vậy. Trong tiến trình phát triển của xã hội nhân loại, đã có những sự kiện đột ngột xuất hiện làm thay đổi nhanh chóng tận gốc rễ các trạng thái cũ để thay đổi tâm lý sống của con người làm cho con người tự sáng lập ra một xu hướng mới để tạo bối cảnh phát triển mới. Xu hướng này sẽ biến đổi thế giới theo một tốc độ rất nhanh chóng trong thời hiện đại.

Học thuyết Nhân mãn của Malthus đã phù hợp với đại dịch "Cái chết đen" ở Âu Châu vào thế kỷ 14, làm thay đổi xã hội Âu Châu bớt phần độc đóan, kết thúc chế độ nông nô và lao động cưỡng bức, và từ đó tăng hiệu suất lao động kéo theo sự hiệu quả của vận động xã hội. Sự kiện tiếp theo là nhờ khả năng cải thiện hiệu suất lao động ngày càng tốt hơn khi khoa học kỹ thuật (cơ khí) bùng nổ trong thế kỷ 18. Tuy vậy, hiệu quả của sự kiện này đã dẫn đến phong trào thuộc địa hóa rộng khắp mà đỉnh cao là chủ nghĩa diệt chủng của phát xít quân phiệt trong Thế Chiến I & II (1924-1945).

Sau Thế chiến I & II, thế giới đã phát triển nhanh và tốt đẹp hơn trước khá nhiều và bước vào trạng thái toàn cầu hóa từ 1990. Nhưng trạng thái toàn cầu hóa trong suốt 30 năm qua này đã đi tới đoạn cuối – giai đoạn với đủ thứ trục trặc làm cho hiệu quả vận động xã hội không đáp ứng được nhu cầu phát triển, buộc phải thay đổi rất nhiều cấu trúc xã hội để tiếp tục phát triển, vượt qua những bất ổn. Một sự kiện bất ngờ nữa là dịch bệnh Vũ Hán 2019 kéo theo phong trào bất tín nhiệm Trung Cộng (TC) trong năm 2020 này và làm tăng tốc sự thay đổi thế giới thành một nền *"toàn cầu hóa mới"*.

Sự phát sinh dịch bệnh này & sự bộc lộ rõ rệt những hành xử nguy hiểm của ĐCSTQ không phải là ngẫu nhiên, mà là kết quả thuần túy theo quy luật khoa học chính trị *"thế giới phải thay đổi khi thế lực mạnh thứ hai – TC – muốn đứng lên lật đổ trật tự thế giới đang do thế lực mạnh nhất – Mỹ – lãnh đạo"*. Thế giới cũng đang hợp lại để truy tìm nguồn gốc của virus viêm phổi Vũ Hán, một khi sự việc được làm rõ, các quan chức của ĐCSTQ sẽ phải đối mặt với các tội danh **"tội ác chiến tranh và tội ác chống lại loài người"**.

Dư luận quốc tế cũng đã nhắc đến đợt bùng phát virus thứ hai tại chợ bán buôn Tân Phát Địa ở Bắc Kinh. Các chuyên gia đều chế giễu ĐCSTQ khi họ TC tuyên bố rằng, dịch bệnh nằm trong tầm kiểm soát và đã khống chế được, nhưng các khu vực có nguy cơ cao và trung bình ở Bắc Kinh vẫn không ngừng gia tăng và dịch bệnh đã lan ra 10 quận trong thành phố này.

Gần đây, trình tự 3 bộ gen virus do chính phủ Trung Quốc công bố đều được phát hiện có mang chủng đột biến D614G. Về vấn đề này, kênh truyền thông đại lục *Caixin* đã trích dẫn quan điểm của các nhà nghiên cứu, cho rằng virus corona Vũ Hán đã bị đột biến. Tính đến tháng 5 năm nay, 70% số virus Corona mới đều là các chủng có chứa D614G, nó đã trở thành "chủng virus xu thế đột biến" trên toàn cầu. Đột biến D614G có thể làm khả năng lây nhiễm của virus tăng gấp đôi, hoặc cũng có thể làm tăng lượng virus trong cơ thể bệnh nhân và tăng nguy cơ tử vong. Lần này Bắc Kinh trở thành trung tâm của đợt bùng phát thứ hai, chính là hậu quả của việc ĐCSTQ gấp rút mở "Lưỡng hội" nhằm khoe khoang thành tích điều hành quốc gia và che giấu dịch bệnh. (ntdvn.com/trung-quoc/truyen-thong-hong-kong-chiec-xe-mat-lai-dcstq-da-het-xang-48654.html).

Dòng chảy thời đại đã và đang sử dụng chính sức mạnh của nước Mỹ để tăng tốc thế giới nhằm vượt qua những rào chắn độc tài toàn trị đang ngăn cản dòng chảy này từ nhiều năm qua. Nhờ vậy tổ chức WTO sẽ hiệu quả hơn vì chỉ có Mỹ mới đủ sức đơn phương tác động lên các định chế đa phương để đưa đến những sự cải tổ cần thiết làm cho những cấu trúc đa phương hiệu quả hơn, giúp thế giới vượt qua được những trục trặc nguy hiểm trong sự vận hành toàn cầu hóa cũ vốn đã bị TC thao túng trong suốt thời gian 30 năm qua.

Chưa nói đến những cáo buộc của Mỹ về việc Trung Cộng lợi dụng những yếu kém của tổ chức WTO để tạo lợi thế nguy hại, chỉ cần nhìn vào thực tế của việc thực hiện phương châm của tổ chức thương mại lớn nhất thế giới này là mở ra cơ hội gia nhập thương mại toàn cầu cho các quốc gia để các quốc gia này thúc đẩy thịnh vượng, dân chủ, phát triển con người không chỉ cho chính mình mà cho cả thế giới, thì sẽ thấy sự thất bại đến mức thất vọng của WTO. Rất nhiều nước sau khi gia nhập WTO đã dùng nó để gia tăng quyền lực kinh tế cho chính quyền, từ đó củng cố vị thế chính trị của mình để thui chột sự phát triển dân chủ, thậm chí là xâm phạm Nhân Quyền nặng nề hơn. Điển hình vẫn là Trung Cộng và những quốc gia ủng hộ đường lối chính trị độc đoán của TC. Một định chế quốc tế khổng lồ mà chỉ có hiệu quả trên thực tế là làm gia tăng phát triển nghiêng lệch về phía kinh tế, không hoàn thành vai trò đối với dân chủ và con người thì nó không chỉ là thiếu hiệu quả mà còn nguy hiểm vì vô tình thúc đẩy cho chiến tranh.

Mỹ đã rung lắc WTO rất dữ, đòi hỏi những cải tổ mạnh mẽ và cũng đã nhận được những sự ủng hộ quan trọng từ EU, G7. Nhưng tiến trình cải tổ này vẫn rất chậm chạp trước năm 2020. Ngày nay tốc độ này sẽ nhanh hơn nhờ nạn dịch Covid-19. Mỹ đã rút khỏi tổ chức Y Tế Quốc Tế WHO và ngừng tài trợ cho tổ chức này vì nghi rằng nó đang hỗ trợ sai trái cho TC. Những bê bối của WHO sắp tới đây sẽ hiển lộ rõ ràng không thể chối cãi. Từ đó thế giới cũng dễ dàng thấy tính cấp thiết của việc cải tổ tận gốc không chỉ WHO mà cả WTO, loại trừ những cách can thiệp sai trái từ những quốc gia như TC.

Thắng thắn mà nhận định thì sẽ thấy rằng nhiều tổ chức quốc tế của LHQ chẳng làm được gì mấy so với tôn chỉ của mình. Hội đồng Nhân Quyền LHQ chẳng hạn, khoảng 20 năm qua chẳng thúc đẩy được bao nhiêu nỗ lực tôn trọng Nhân Quyền, hầu hết là thất bại ở những nơi có sự xâm phạm rõ rệt Nhân Quyền. Nhiều năm qua Hội đồng này còn trở thành nơi của nhiều quốc gia xâm phạm Nhân Quyền nặng nề nhảy vào để chứng minh thành tích "vì Nhân Quyền" của mình, là nơi để các quốc gia và khu vực chia chác ghế với nhau theo nhiệm kỳ. Mỹ đã rút khỏi Hội đồng Nhân Quyền LHQ là một lời cảnh báo cần thiết. Hội đồng Nhân Quyền LHQ cũng sẽ phải cải tổ để có thể thực sự bảo vệ hiệu quả Nhân Quyền cho thế giới.

Những tổ chức khác có liên quan đến trách nhiệm hỗ trợ, thúc đẩy và bảo vệ Nhân Quyền cũng sẽ phải thay đổi để đảm bảo hiệu quả trách nhiệm này. Sau đó là cả LHQ cũng phải được cải tổ. Những đóng góp to lớn của LHQ từ sau Thế chiến II thì không thể phủ nhận, nhưng nhiều cách vận hành của Tổ chức này đã quá lỗi thời, nhất là cơ chế quyết định của Hội đồng Bảo An với quyền phủ quyết của 5 nước thành viên thường trực và nguyên tắc "không can thiệp vào công việc nội bộ" ghi trong Hiến chương LHQ.

Sau cuộc chuyển đổi thời đại đang xảy ra hiện nay thì sự sụp đổ của những nhà nước độc tài không tôn trọng quyền con người sẽ hiện ra nhanh chóng. Hơn nữa, các thiết chế độc tài là nguồn gốc quan trọng của những yếu kém làm cho thế giới vận hành trục trặc, kém hiệu quả trong hơn 30 năm qua (1990-2020). Covid-19 và ĐCSTQ là 2 tác nhân đang thay đổi cấu trúc và trật tự cũ đó. Trong Tháng 8/2020 này, truyền thông quốc tế có thêm sự kiện rò rỉ xác nhận Bắc Kinh đã sửa đổi & thanh lọc số liệu Coronavirus trong phòng thí nghiệm vi sinh học Vũ Hán (The Wuhan Institute Of Virology) từ cuối năm 2019 để che giấu thế giới về dịch bệnh, gây cho hơn 1 triệu người chết trên toàn cầu trong số 25 triệu người nhiễm Covid-19 hiện tại, theo chuyên gia Robert Potter.

Ông Robert Potter là chuyên gia an ninh mạng (The Sun – Sky News Australia) cho biết kết quả phân tích dữ liệu rò rỉ cho thấy "sự khác biệt to lớn" với dữ liệu được Trung Cộng cung cấp cho Tổ chức Y tế Thế giới WHO. Nó cho thấy cơ sở dữ liệu này đã bị ĐCSTQ "thanh lọc" và thay đổi số liệu thực tế về Covid-19 tại TC. Đây là cũng là kết luận của Giáo sư Christopher Balding từ Đại học Fulbright Việt Nam, khi cho biết vụ rò rỉ dữ liệu cho thấy Trung Cộng đang "ngụy tạo số liệu của chính họ".

Hiện giờ (tháng 9-2020), dịch bệnh đã lây nhiễm cho gần 25 triệu người và sát hại hơn 1 triệu người trên thế giới. Ông Potter còn cho biết các dữ liệu không ăn khớp lọt ra sau khi một chuỗi mật khẩu có liên kết với Viện Vi-rút học Vũ Hán (WIV) bị rò rỉ trên mạng, và giải thích rằng phần lớn cơ sở dữ liệu gồm 640000 mục đăng nhập dường như đã bị xóa trước một ngày nhất định, và số ca nhiễm "qua từng ngày" đã bị bóp méo. Trong khi đó, Giáo sư Balding từ ĐH Fulbright Việt Nam cho rằng *"Việc giả mạo số liệu phục vụ cho mục đích riêng cũng như các mục đích bên ngoài của Bắc Kinh"*. Ông Potter thừa nhận hiện có một nhóm đang nghiên cứu để tìm cách trích xuất "số liệu thực" từ độ sâu của cơ sở dữ liệu đã bị TC thanh lọc.

Ý đồ che giấu dịch bệnh, chậm công bố thông tin để đầu cơ vật tư y tế nhằm trục lợi, ngăn chặn WHO công bố đại dịch và cảnh báo đi lại, nhằm làm cho thế giới phải suy yếu trước "Trung Quốc Mộng" của TC. Và bây giờ TC lại bất chấp Đại hội đồng Y tế Thế giới đã thông qua nghị quyết điều tra độc lập và toàn diện về dịch Covid-19 – nghị quyết được bảo trợ bởi EU và 100 nước khác – có lẽ TC vẫn không nghĩ ra rằng từ cuộc điều tra này, cả thế giới sẽ dấy lên phong trào tìm hiểu và đào xới lên rất nhiều sự thật nguy hiểm khác về định chế chính trị của ĐCSTQ. Sự mê muội của *"chủ nghĩa Xã Hội mang đặc sắc TQ"* của ĐCSTQ và *"kinh tế thị trường theo định hướng Xã Hội Chủ Nghĩa"* của ĐCSVN là mảnh đất tốt cho các chính trị gia độc tài, giả dối, đạo đức giả, gieo rắc những thứ xấu xa làm cho thế giới gặp phải nhiều trục trặc và kém hiệu quả. Do đó, chính nó sẽ phải bị thảm bại và bị loại trừ hầu hết sau năm bản lề đang chuyển đổi 2020 này, để nhân loại đi vào kỷ nguyên *toàn cầu hóa mới* hòa bình, thịnh vượng và dân chủ hơn so với thế giới toàn cầu hóa cũ trước năm 2020.

Tốc độ thay đổi nhanh chóng của các bản lề thời đại trước đây là thập kỷ, nhưng trong thế giới hiện đại bây giờ thì chỉ khoảng một vài năm. Covid-19 đã chứng minh một cách vững chắc rằng tính chất của toàn cầu hóa mới là khi vấn đề nảy sinh ở đầu này của bán cầu có thể tác động tức thì đến đầu kia của nửa bán cầu, tương tự như những tác nhân khoa học về khí hậu và môi trường sống. Chuyện giấu giếm sự thật về virus và xâm phạm Nhân Quyền đối với bác sĩ Lý Văn Lượng không thể xem là chuyện nội bộ của TC được nữa. Nếu thế giới có những cơ chế để can thiệp nhằm đảm bảo thông tin và bảo vệ hiệu quả Nhân Quyền thì có lẽ đại dịch Covid-19 đã không xảy ra mà sẽ được cả thế giới chung tay dập tắt nó từ trong trứng nước. Hiện nay đại dịch Covid-19 trên thế giới vẫn diễn biến khó lường cho đến khi có vắc-xin. Mặc dù mùa hè nắng nóng nhưng coronavirus không hề biến mất mà vẫn lây lan mạnh trong các cộng đồng dân cư. Tính đến nay (Tháng9/2020) đã có gần 25 triệu người bị nhiễm bệnh trên toàn thế giới với hơn 1 triệu người tử vong. Mỹ vẫn đứng đầu với gần 5 triệu ca nhiễm và hơn 250000 người chết. Nhiều chuyên gia cảnh báo một làn sóng lây nhiễm thứ hai đang xuất hiện với hậu quả nghiêm trọng hơn nhiều so với hồi đầu năm. Thiệt hại mà Covid-19 gây ra cho thế giới là rất lớn và chưa dừng lại.

Cuộc khủng hoảng Covid-19 này là vô cùng nghiêm trọng đối với thế giới, đặc biệt là các nước nhập khẩu nhiều hàng hóa từ TC như Mỹ, Châu Âu (EU), Nhật… Nhu cầu tiêu thụ hàng hóa trên thế giới sẽ giảm mạnh vì khó khăn kinh tế và sự thay đổi về tâm lý. Người dân sẽ sống chậm lại thay vì mua sắm và chi tiêu tràn lan như trước Covid-19. Các ngành nghề về dịch vụ sẽ rất khốn đốn. Hàng trăm triệu lao động trên khắp thế giới bị mất việc. Sẽ không có thuốc chữa cho nền kinh tế thế giới dù có bơm bao nhiêu tiền đi chăng nữa. Thế giới chỉ có thể hồi phục dần dần sau những cố gắng kiên trì trong nhiều năm. Hôm 23/08/2020, TT Trump & nhóm chuyên gia ủng hộ đưa ra một chương trình hoạt động hết sức ngặt nghèo cho TC dưới tên *"Fighting For You"* nhằm chấm dứt sự phụ thuộc 'chuỗi cung ứng' vào TC, bằng nhiều biện pháp. Nhưng biện pháp nặng nề nhất lại là *"Buộc ĐCSTQ chịu hoàn toàn trách nhiệm về việc cho phép virus lây lan khắp thế giới".*

Chương 6

Đặc tính của Thế Giới Toàn Cầu Hóa Mới từ năm 2020

Theo tác giả Đoàn Hưng Quốc của VNTB (https://vietnamthoibao.org/vntb-buoc-thoai-trao-dan-chu-toan-cau/) thì trong vòng 4 năm cuối 2015-2019 của kỷ nguyên toàn cầu hóa cũ, trào lưu dân tộc chủ nghĩa và dân túy cánh hữu đồng loạt nở rộ nắm các chính quyền dân cử từ Đông sang Tây, do bởi:

1. Toàn cầu hóa cũ và điện toán hóa dây chuyền sản xuất đã tạo ra hố sâu giàu nghèo giữa một bên là giới trung lưu cấp thấp và công nhân thợ thuyền bị mất công ăn việc làm khi công ăn việc làm được tự động hóa hay các nhà máy hãng xưởng di dời sang Á Châu. Và bên kia gồm những chuyên viên sống trong các đô thị lớn miền duyên hải cùng giới tinh hoa ưu tú (elite) hưởng lợi lộc nhờ vào kiến thức chuyên môn và thương mại toàn cầu.

2. Trật tự thế giới tự do (liberal world order) do Mỹ lãnh đạo từ sau Chiến Tranh Lạnh bị hai lần tổn thương khi Hoa Kỳ sa lầy thảm hại trong cuộc chiến Việt Nam và cuộc chiến Iraq, rồi sau đó mô hình phát triển kiểu Mỹ (Washington consensus) làm bùng nổ khủng hoảng kinh tế toàn cầu năm 2008 do thiếu kiểm soát thị trường tự do. Đương nhiệm Tổng thống Hoa Kỳ Donald Trump và một số đông dân chúng Mỹ ngày nay phản đối khuynh hướng quốc tế hóa (internationalism), chống lại việc Mỹ làm sen đầm quốc tế (interventionalism) trước đây, và chống các hợp tác quốc tế như NATO, WTO và TPP *nếu bất lợi cho Hoa Kỳ*. Trump cũng còn ủng hộ Brexit của Anh và cùng Đông Âu chống EU và Brussel độc đoán. Các phong trào dân túy ở Nam Âu giận dữ đòi tách ly ra khỏi khu vực Eurozone để không bị nước Đức chèn ép.

3. Đại chúng hóa thông tin nhờ điện thoại cầm tay và mạng xã hội đã làm thay đổi sinh hoạt của nhân loại. Những nước như Hoa Kỳ trước đây

tự do nhưng sự chọn lựa được gạn lọc chỉ trong hai hay ba quan điểm bởi giới tinh hoa như chống hay theo Walter Cronkite (đài CBS) trong chiến tranh Việt Nam và chống hay ủng hộ Martin Luther King về phong trào Dân Quyền (Civil Rights). Ngày nay ai ghét Trump thì nghe CNN; thân Trump cứ theo dõi Fox News; không thích xem Tivi lại lấy tin tức từ Facebook hay YouTube; không muốn đọc báo Mỹ cứ chọn The Economist (Anh) hay Sputnik News (Nga). Nền dân chủ thật khó sinh hoạt trong khung cảnh ồn ào hỗn loạn (cacophony) khi đám đông tụ họp lại theo nền chính trị bản sắc (identity politics – bản sắc nơi đây không giới hạn vào màu da, giới tính mà gồm những người cùng chia xẻ một quan điểm bảo thủ hay cấp tiến) để loại trừ (cancel culture) lẫn nhau mà không thể nào đạt đến sự tương nhượng và đồng thuận.

Sự xuất hiện của cách mạng công nghiệp 4.0 và AI (Artificial Inteligence) đang mở ra những khả năng phát triển hoàn toàn mới, cho phép GIảI QUYếT NGÀY CÀNG HIệU QUả HƠN những mâu thuẫn hay những vấn đề nói trên (dù là do con người hay do thiên tai, hoặc do các yếu tố trong tự nhiên khác) đang thách thức cuộc sống của con người nói chung và của mỗi quốc gia nói riêng. Trong thế giới hôm nay, một quốc gia có thể chế chính trị và có con người làm chủ được những tiến bộ và thành tựu mới này của văn minh nhân loại, sẽ luôn luôn giành được những thành tựu phát triển mới, sẽ có khả năng tốt hơn để thăng tiến và đồng thời có thể dấn thân cao hơn cho sự tiến bộ chung của cộng đồng các quốc gia. Đảng CSVN không có khả năng thích ứng với tiến bộ này, bằng chứng là 30 năm qua họ đã làm cho VN phát triển không bền vững (unsustainable development), nếu không muốn nói là "phát triển bệnh hoạn" (ill development). Chính vì lý do đó mà đảng CSVN phải chịu thêm nguy cơ tụt hậu này.

Cấu trúc tổng thể & toàn diện cho quá trình toàn cầu hóa mới về kinh tế thế giới hiện nay đang đặt ra cho mọi quốc gia những thách thức hoàn toàn mới, đòi hỏi mỗi quốc gia và MọI CÔNG DÂN CủA NÓ phải THAY ĐổI TOÀN DIệN để tạo ra cho mình khả năng thích nghi mới và khả năng phát triển mới trong thế giới thời hậu dịch bệnh Covid-19. Hơn nữa, thực tế này đòi hỏi mỗi quốc gia phải tăng cường hơn bao giờ hết sức mạnh nội trị làm nền tảng gốc trên cơ sở ra sức phát huy sức mạnh của thể chế chính trị dân chủ – và đặc biệt là phát huy vai trò con người của quốc gia mình, để quốc gia có đủ trí tuệ, khả năng, bản lĩnh và thực lực ứng phó có hiệu quả với mọi tác động của những yếu tố bên ngoài chẳng hạn như đại dịch Covid-19.

Vì vậy phát huy thể chế chính trị dân chủ để phát huy được ở mức cao nhất vai trò con người (bao gồm 2 vế là thực thi quyền con người – human rights, và nâng cao quyền năng của con người – people empowerment), là con đường tạo ra **SứC MạNH CốT LÕI** của mỗi quốc gia, nhưng lại là nguy cơ lớn lao cho thể chế độc tài toàn trị Xã Hội Chủ Nghĩa (XHCN).

Trách nhiệm nặng nề xây dựng nên một thể chế chính trị như vậy cho quốc gia trước hết đặt lên vai giới tinh hoa và giới trí thức của quốc gia, thông qua những cuộc vận động xã hội khai dân trí và những cải cách chính trị – kinh tế phù hợp. Trong toàn bộ quá trình vận động này, lấy phát triển kinh tế bền vững và những tiến bộ đạt được trong cải thiện và nâng cao đời sống vật chất cũng như tinh thần của đông đảo các tầng lớp nhân dân làm động lực thực hiện công cuộc cải cách để phát triển.

Cụ thể hơn, đây là quá trình vận dụng những kiến thức và khả năng mới nhất của thành tựu văn minh nhân loại hôm nay cho xây dựng và phát triển **Hệ THỐNG RƯỜNG CỘT QUỐC GIA** – bao gồm kinh tế thị trường, nhà nước pháp quyền & xã hội dân sự – thích nghi được và theo kịp những đòi hỏi mới của thế giới thời hậu đại dịch Covid-19. Lấy thực hiện công khai minh bạch và trách nhiệm giải trình làm nguyên tắc cho mọi hoạt động kinh tế, chính trị và xã hội của đời sống đất nước. Quán tính của cộng sản nói chung & đảng CSVN nói riêng không đủ điều kiện trí tuệ, tầm nhìn, tư duy & nhân sự để thực hiện chiến lược này, bởi lẽ sách lược XHCN cứng ngắt và không thể thay đổi, kèm theo là việc ĐCSVN xem cải cách là chướng ngại của XHCN.

Trong thế giới mở của thời đại thông tin hôm nay, các nước đang phát triển CÓ NHIỀU ĐIỀU KIỆN HƠN BAO GIỜ HẾT ĐỂ THỰC HIỆN SỰ THAY ĐỔI MANG TÍNH ĐỔI ĐỜI CHO QUỐC GIA MÌNH, để tạo ra **SỨC MẠNH CỐT LÕI** như vừa trình bày trên.

Nhưng điều kiện đầu tiên là giới tinh hoa và trí thức của quốc gia phải ý thức được **SứC MạNH CốT LÕI** nhất thiết phải xây dựng này, và phải có ý chí theo đuổi & thực hiện nó. Nhưng đảng CSVN lại không thể đáp ứng điều kiện này vì suốt 70 năm qua họ đã điều kiện hóa đảng viên & bộ máy công quyền thành một tập đoàn "*hồng hơn chuyên*"!

Đại dịch Vũ Hán 2019 đã làm cho mặt nạ của ĐCSTQ rách nát và làm lộ ra rất nhiều yếu kém của tất cả mọi quốc gia, của những cách thức thế giới vận hành theo toàn cầu hóa cũ, của những định chế và tổ chức quốc tế vốn đã lỗi thời và kém hiệu quả trong một thế giới ngày càng minh bạch & hỗ tương nhau nhiều hơn. Minh chứng là virus Vũ Hán Covid-19 (Sars-Cov-2) đã lây lan ra khắp thế giới trong thời gian cực ngắn từ một chấm nhỏ không được xử lý tốt ở Vũ Hán tại TQ. Trong lịch sử mà con người ghi nhận được trên thế giới, chưa từng có một trận dịch nào hoặc sự lây lan vấn đề nào đó có tốc độ khủng khiếp như dịch Covid-19. Virus không quan tâm đến ý muốn chủ quan của con người, nó chỉ dựa vào thực tế môi trường liên kết của con người đã phẳng và ngày càng phẳng hơn để thúc đẩy sự tiến hóa hiệu quả cho chính con virus.

Đại dịch COVID-19 đã dạy cho các nhà lãnh đạo thế giới bài học về tinh thần hợp tác quốc tế để tránh những tai họa chung của loài người. Những trường hợp khẩn cấp xảy ra trên thế giới trong tương lai có thể được thu xếp, quản lý khéo léo, dễ dàng hơn cho mục tiêu toàn cầu hóa mới. *Toàn cầu hóa mới* là một xu thế theo quy luật phát triển xã hội tự nhiên nên sẽ không phụ thuộc vào ý muốn của người này người kia, quốc gia này hay quốc gia nọ.

Nước Mỹ đang đi đầu trong việc thúc đẩy những cách thức để giải quyết các trục trặc của thế giới, làm cho sự vận hành toàn cầu hóa mới tốt hơn so với 30 năm toàn cầu hóa cũ trước đây. Rút bớt chuỗi sản xuất ra khỏi TQ, chuyển đến Mỹ hoặc các nước khác là một cách đúng đắn và lành mạnh để làm cho thế giới toàn cầu hóa bớt lệ thuộc nguy hiểm vào Trung Cộng để chuỗi cung ứng của thế giới cân bằng và công bằng hơn. Trung Cộng đã khai thác quá nhiều yếu kém của các định chế toàn cầu hóa cũ để tạo ra lợi thế cho mình và sử dụng lợi thế đó một cách nguy hiểm cho hòa bình thế giới, cho sự tôn trọng và bảo vệ Nhân Quyền kể cả quyền con người cho nhân dân Trung Quốc.

Tinh thần bài Trung đúng đắn là không phải nhằm vào người Trung Quốc hay nước TQ, mà là bài bác cách hành xử không thượng tôn trọng Nhân Quyền, đạo đức giả, nói một đàng làm một nẻo, chủ nghĩa dân tộc cực đoan thúc đẩy tham vọng bá quyền, bắt nạt nước nhỏ, độc tài giả dối và bưng bít sự thật của ĐCSTQ – những thứ mà nhà cầm quyền cộng sản Trung Cộng không chỉ nuôi dưỡng trong nước mình mà còn nỗ lực "xuất khẩu" chúng ra khắp thế giới để có được một môi trường toàn cầu hóa theo ý muốn của ĐCSTQ. Đáng sợ là họ đã phần nào làm được như vậy nhờ vào tiềm lực kinh tế khổng lồ và từ sự lao động miệt mài của hơn 1 tỷ dân Trung Quốc trong mấy mươi năm qua.

Các "giá trị" mà họ cổ súy không chỉ ảnh hưởng đến các nước nghèo, độc tài & tham nhũng mà còn len lỏi đến một số nơi ở Châu Âu và cả ở Mỹ. Nếu không có sự đi đầu dũng cảm của Mỹ khi *quay ngược chiều chính sách Nixon-Kissinger đối với ĐCSTQ kể từ năm 2020 này* thì có lẽ sự lây lan của "dịch độc tài" đã lan rộng hơn rất nhiều do ĐCSTQ khai thác hệ thống toàn cầu hóa cũ. Giờ thì nạn dịch "XHCN mang màu sắc TQ" này bị dịch Covid-19 giáng cho một đòn chí tử. Cuộc điều tra quốc tế độc lập về Covid-19 sẽ còn mất nhiều thời gian, sẽ dẫn đến cáo buộc chính thức của nhiều chính phủ sẽ đủ để thế giới "giãn cách thương mại" với TC, không chỉ cấp quốc gia mà cả ở cấp độ cá nhân. Người ta trên khắp thế giới sẽ giảm tiêu thụ hàng hóa và dịch vụ TC. Khi mức độ giảm chỉ cần đến 20% thôi thì người dân Trung Quốc sẽ có thái độ chống đối ĐCSTQ mạnh mẽ hơn. Đây là cách sử dụng phương tiện hòa bình để tháo ngòi nổ chiến tranh theo quy luật hòa bình.

Một đặc tính nữa của kỷ nguyên toàn cầu hóa mới từ năm 2020 này là *cuộc đọ sức giữa tự do và độc tài* mà quân đội Mỹ đã sẵn sàng đọ sức giữa hai thể chế, theo Bộ trưởng Quốc phòng Mỹ. Ngày 24/08/2020, trong một bài viết đăng trên Wall Street Journal, Bộ trưởng Quốc phòng Mỹ Mark Esper bày tỏ: Thế giới đã bước vào kỷ nguyên mới của cuộc chạy đua vũ trang của hai thể chế, một bên là trật tự quốc tế tự do và cởi mở của phương Tây, một bên là thể chế độc tài của chính quyền đảng Cộng sản Trung Hoa (tiêu đề tiếng Anh: *The Pentagon Is Prepared for China. The PLA serves Beijing's authoritarian goals. The U.S. and our allies are ready to defend every front*).

Ông Esper viết rằng, ngày 01/08/2020, khi ĐCSTQ kỷ niệm 93 năm ngày thành lập "giải phóng quân", ông Tập Cận Bình – Tổng Bí thư Ban Chấp hành Trung ương ĐCSTQ, một lần nữa kêu gọi phát triển quân đội ĐCSTQ thành quân đội hàng đầu thế giới và có khả năng thúc đẩy hơn nữa các chương trình nghị sự của ĐCSTQ ở nước ngoài. Quân đội ĐCSTQ tuyên bố công khai rằng đến năm 2035 họ sẽ hoàn thành hiện đại hóa quân đội, đến năm 2049 xây dựng thành công quân đội đứng đầu thế giới. Kế hoạch hiện đại hóa toàn diện của nó bao gồm một kho súng ống đạn dược cùng tên lửa đạn đạo lớn mạnh, một tập hợp các năng lực tác chiến điện tử, không gian và mạng lưới internet tiên tiến. Nó cũng bao gồm việc triển khai trí thông minh nhân tạo để tăng cường kiểm soát độc tài đối với người dân TC. *"Bài phát biểu của ông ấy (Tập Cận Bình) đã nhắc nhở chúng ta một cách rõ ràng rằng chúng ta đã bước vào một kỷ nguyên mới của cuộc cạnh tranh toàn cầu giữa một trật tự quốc tế tự do và cởi mở với thể chế độc tài của Bắc Kinh"*, ông Esper viết. Bài báo nói rằng quân đội ĐCSTQ không phụng sự đất nước giống như quân đội Hoa Kỳ, càng không nói đến chuyện phục vụ Hiến pháp, mà nó chỉ chuyên phục vụ ĐCSTQ. Một đội quân hùng mạnh sẽ giúp ĐCSTQ hiện thực hóa tham vọng đẩy hệ thống quốc tế ngã về phía TC. Đó là một hệ thống quốc tế với các chính sách kinh tế và ngoại giao bất lợi đối với lợi ích của Hoa Kỳ và các nước đồng minh của Mỹ.

Bài viết nói rằng thế giới (phương Tây) phải bắt tay nghiên cứu về việc hiện đại hóa quân đội của ĐCSTQ và làm tốt công tác chuẩn bị ứng phó và kềm chế nó — giống như Hoa Kỳ và phương Tây đã nghiên cứu và ứng phó với các lực lượng vũ trang của Liên Xô trong nửa sau của thế kỷ 20. Vì vậy, Bộ Quốc phòng Hoa Kỳ phải đưa ra phản ứng toàn diện với ĐCSTQ.

Bài viết nói rằng việc ĐCSTQ nhấn mạnh vào việc tiến hành nhồi sọ tư tưởng, hiện đại hóa và tăng cường kiểm soát đối với quân đội cho thấy rằng người lãnh đạo ĐCSTQ coi quân đội là cốt lõi để thực hiện mục tiêu của họ. Mục tiêu quan trọng nhất trong số những mục tiêu này là định hình lại trật tự quốc tế, phá hoại các quy tắc đã được thừa nhận trên toàn cầu, đồng thời bình thường hóa chủ nghĩa độc tài, và giúp ĐCSTQ ép buộc các nước khác phải đáp ứng điều kiện của TC và phá hoại chủ quyền của các nước khác.

Những hành động này của ĐCSTQ đã thúc đẩy Bộ Quốc phòng Hoa Kỳ đưa ra phản ứng toàn diện và đẩy nhanh việc thực hiện "Báo cáo Chiến lược Quốc phòng". "Báo cáo Chiến lược Quốc phòng" hướng dẫn Hoa Kỳ điều chỉnh và hiện đại hóa các lực lượng vũ trang, trong đó ĐCSTQ là mục tiêu chính trong cuộc chạy đua vũ trang của Hoa Kỳ. Ông Esper đã phân tích và trình bày 3 phương cách để quân đội Hoa Kỳ áp chế ĐCSTQ như sau:

> ➢ Trước hết là có một lực lượng có khả năng cạnh tranh, uy hiếp và giành chiến thắng trong tất cả các lĩnh vực trên biển, trên bộ, trên không cũng như trên tất cả không gian mạng. Ngũ Giác Đài hiện đang đầu tư vào các năng lực quy mô tiên tiến và các công nghệ thay đổi cuộc chơi, chẳng hạn như vũ khí siêu thanh, liên lạc 5G, phòng không và chống tên lửa tích hợp, và trí tuệ nhân tạo – tất cả đều vô cùng trọng yếu để Hoa Kỳ

duy trì ưu thế của mình trong những thập kỷ tới.

➢ Thứ hai là mở rộng và củng cố mạng lưới đồng minh và đối tác làm ăn của Mỹ, điều này mang lại cho Mỹ một lợi thế mà các đối thủ không sao bằng được.

➢ Thứ ba là thiết lập một mạng lưới rộng lớn hơn gồm các đối tác có năng lực và cùng chí hướng. Ví dụ, Hoa Kỳ đã cung cấp khoảng 394 triệu đô-la Mỹ viện trợ để tăng cường khả năng hàng hải với các đồng minh và đối tác trong khu vực Ấn Độ – Thái Bình Dương.

Cuối cùng, ông Esper nói rằng, trái ngược với chính quyền độc tại Trung Cộng, Hoa Kỳ ủng hộ một hệ thống toàn cầu tự do và cởi mở, trong đó tất cả các quốc gia có thể đạt được thịnh vượng dựa trên các giá trị chung cùng các quy tắc và chuẩn mực lâu đời. Cuối cùng, ông Esper đặc biệt kêu gọi các quốc gia coi trọng tự do, Nhân Quyền & pháp trị, và cần phải gắn kết lại với nhau để đối đầu với các hành động gây hấn phá hoại chủ quyền của các quốc gia từ phía ĐCSTQ.

Thêm nữa, theo Reuters, Bộ trưởng Quốc phòng Mỹ Esper hôm 26/08/2020 cho biết Hoa Kỳ có trách nhiệm với khu vực Thái Bình Dương và sẽ *"không nhượng bộ một tấc"* lãnh thổ nào của khu vực này cho quốc gia khác. Phát biểu trong chuyến thăm Hawaii, ông Esper nói rằng Trung Cộng đã không thực hiện những lời hứa tuân thủ luật pháp, quy tắc và chuẩn mực quốc tế, đồng thời muốn phô trương sức mạnh của mình ra toàn cầu. *"Để thúc đẩy chương trình nghị sự của ĐCSTQ, Quân đội Giải phóng Nhân dân Trung Cộng (PLA) tiếp tục tích cực theo đuổi kế hoạch hiện đại hóa để vươn tới quân đội đẳng cấp thế giới vào giữa thế kỷ này"*, ông Esper phát biểu. *"Điều này chắc chắn sẽ liên quan đến hành vi khiêu khích của PLA ở Biển Đông, Hoa Đông và bất kỳ nơi nào khác mà chính phủ Trung Quốc cho là quan trọng đối với lợi ích của họ"* và *"Mỹ có trách nhiệm dẫn đầu. Chúng tôi là một quốc gia ở Thái Bình Dương, ở khu vực Ấn Độ Dương – Thái Bình Dương, trong một thời gian khá dài"*, ông Esper nói tiếp: *"Chúng tôi sẽ không nhượng bộ ở khu vực này, kể cả một tấc đất, cho bất kỳ quốc gia nào khác nghĩ rằng thể chế chính trị của họ, quan điểm của họ về Nhân Quyền, chủ quyền, tự do báo chí, tự do tôn giáo, tự do hội họp, tất cả những điều này ở một mức độ nào đó, vượt trội hơn cả những giá trị mà nhiều nước chúng tôi chia xẻ "*.

Như vậy thế giới **toàn cầu hóa mới** vẫn do Mỹ dẫn đầu nhưng với những đặc tính khác nhiều so với 30 năm toàn cầu hóa trước cột mốc 2020. Rõ ràng nhất là TC không đủ trí lực và vật lực để ngoi lên làm chủ vận mệnh thế giới như ĐCSTQ mong muốn. Riêng Cộng Hòa Nga thì kinh tế chỉ ngang hàng Tây Ban Nha nên khó có cơ hội nắm giữ vận mệnh của thế giới trong thế kỷ 21 này. Vì vậy địa vị lãnh đạo thế giới toàn cầu hóa mới sau 2020 không phải Mỹ thì còn nước nào khác nữa đâu?

Điều đáng tủi hổ là ở VN chính phủ Cộng Sản và ĐCSVN vẫn bám lấy cương lĩnh của các đại hội ĐCSVN cũ rích và đang loay hoay làm kinh tế thị trường định hướng XHCN cùng kinh tế triết học Mác-Lê, trong khi các nước văn minh đang lấy "Hệ Sinh Thái, Internet và Trí Tuệ Nhân Tạo cho công việc và cuộc sống" làm phương tiện để thực hiện "Kinh Tế Trọng Tâm Vì Con Người". Xin nhấn mạnh *"Vì Con Người"* chứ không phải vì sự tồn tại của thể chế hay đảng phái.

Thế giới toàn cầu hóa mới từ nay đang cố gắng tiến đến tạo dựng bầu không khí cảm thông, trong đó tương lai và hạnh phúc con người trên toàn cầu phụ thuộc lẫn nhau, để các nước giàu sẵn lòng vui vẻ chia sớt và các nước nghèo bình tâm cố gắng hết sức, bắt kịp bước tiến chung. Khi xã hội phục sinh sau Covid-19, con người được nhân vị hóa nhiều hơn. Đông và Tây không đối kháng nhau và trở thành hai mặt của một nền văn minh mới. Bỏ qua những tác hại thì thấy ngay chính Covid-19 là chất xúc tác và đẩy nhanh mọi chuyện lên cao trào có tính toàn cầu.

Một đặc tính quan trọng của cao trào này là hệ thống năng lượng của thế kỷ 21 hứa hẹn sẽ tốt hơn thời đại dầu mỏ – tốt hơn cho sức khỏe con người, ổn định hơn về mặt chính trị và ít biến động hơn về kinh tế. Trung Cộng muốn làm cho sự thay đổi này có rủi ro lớn, mất trật tự và làm tăng thêm bất ổn chính trị và kinh tế tại các quốc gia dầu lửa và tập trung quyền kiểm soát chuỗi cung ứng xanh vào tay Trung Cộng.

Tuy nhiên TC không đủ sức kềm hãm trào lưu năng lượng sạch này. Một bức tranh về hệ thống năng lượng mới đang xuất hiện. Với hành động táo bạo, điện tái tạo như năng lượng mặt trời và điện gió có thể tăng từ 5% nguồn cung hiện nay lên 30% vào năm 2035 và gần 50% vào năm 2050.

Trung Quốc là nước phản đối "can thiệp vào công việc nội bộ" dữ dội nhất nhưng cũng là chính phủ sử dụng việc can thiệp nội bộ các nước khác dữ dằn nhất. Tuy nhiện, họ thực hiện không công khai, tinh vi, và ném đá giấu tay. Những gì trốn tránh sự minh bạch đều dẫn đến sai trái, thậm chí là tội ác. Thế giới toàn cầu hóa phải thừa nhận can dự/can thiệp từ nước này vào nước kia là cần thiết và xây dựng luật cùng với các thiết chế quốc tế cần thiết để đảm bảo sự can dự là công khai, minh bạch và đảm bảo tiêu chuẩn và giới hạn sự can thiệp chỉ dựa trên nền tảng của việc thăng tiến Nhân Quyền.

Cơ chế xã hội khoa học đã nêu ra tiêu chuẩn và giới hạn không được vượt qua để bảo vệ và thúc đẩy Nhân Quyền, can dự gì cũng phải bảo đảm bình đẳng – thuộc tính quan trọng nhất của Nhân Quyền. Hiến chương và Hội đồng bảo an LHQ cần phải thay đổi để đảm bảo cho những quyết định can dự hiệu quả như trên. Nếu LHQ cứ tiếp tục như hiện nay thì TC sẵn sàng phủ quyết bất kỳ nghị quyết nào nhằm thúc đẩy, can dự để bảo vệ Nhân Quyền mà bất lợi cho TC. Trật tự mới của thế giới tới đây sẽ được xác lập dựa trên những cơ chế can dự mạnh mẽ. Cơ chế xã hội khoa học sẽ được áp dụng rộng rãi để can thiệp, giúp cho thế giới toàn cầu hóa mới vận động thuận quy luật.

Trong trật tự thế giới mới, nhiều phần là Mỹ vẫn giữ vai trò chủ đạo nhưng mức độ sẽ giảm hơn trước nhiều, tạo cơ hội cho các quốc gia và các "liên minh từng nhóm quốc gia" – chẳng hạn như ASEAN - vươn lên đóng góp nhiều hơn và dẫn dắt xu thế phát triển ổn định của thế giới. Đây là điều mà nước Mỹ muốn và được thể hiện qua chính sách Mỹ từ hơn 3 năm qua và đây là sự thay đổi lành mạnh và hợp quy luật của nước Mỹ. Vì người Mỹ rất rõ ràng và thẳng thắn, nên quốc tế xem đây là một cơ hội cho toàn cầu hóa mới kể từ đại dịch Covid-19.

Chừng nào mà Mỹ vẫn còn là thành trì của dân chủ & QUYỀN CON NGƯỜI thì vẫn chưa có sự thay đổi vai trò dẫn dắt chủ đạo trên thế giới. Covid-19 đã cho thấy tầm quan trọng của Nhân Quyền hơn bao giờ hết. Virus đã bùng phát được vì Nhân Quyền đã bị chà đạp, bị bịt miệng để phục vụ cho lợi ích nhỏ nhen của ĐCSTQ. Chỉ một trục trặc trong bảo vệ Nhân Quyền như vậy cũng đủ để tấn công đến lợi ích của hàng tỷ người trên thế giới. Sẽ phải có đến hàng chục triệu người nhiễm bệnh và cả triệu người chết vì nó. Lợi ích kinh tế thì tổn hại ghê gớm, không thể đo đếm hết được. Thực ra lâu nay, từ lúc toàn cầu hóa cũ trở nên sâu rộng, những tác hại của sự xâm phạm Nhân Quyền xảy ra ở nước này lại tác động đến nước khác đã trở nên phổ biến. Nhưng ít người nhìn thấy được, và nó cũng dễ dàng bị lấp liếm bởi các chính phủ độc tài.

Covid-19 đã giúp phơi bày vấn đề này một cách rõ ràng hơn. Sẽ không chỉ là thiếu sót mà còn là sai lầm chiến lược khi chỉ nhìn đại dịch Covid-19 như một vấn đề y tế và tập trung mọi giá vào đó để chứng minh năng lực cầm quyền bất chấp cái giá xâm phạm nghiêm trọng Nhân Quyền. Virus tấn công vào tất cả các nước, các thể chế khác nhau và cũng chẳng vì bất cứ ý thức hệ nào. Nó giúp các quốc gia bị nạn dịch nhìn nhận những yếu kém thực tế đã bộc lộ để điều chỉnh hệ thống pháp lý và đạo lý để bảo vệ Nhân Quyền hiệu quả hơn.

Chẳng hạn những nơi nào con người tự do quá trớn thì cần có cách hạn chế bớt lại, cần có luật cho phép chính phủ thực hiện những giới hạn cần thiết trong tình trạng khẩn cấp đối phó với dịch bệnh. Cần nỗ lực tìm ra cách thức chống dịch để thế giới không bị hỗn loạn và tổn hại quá lớn như lần này. Nhưng quan trọng nhất vẫn là phòng ngừa dịch bệnh, đảm bảo những cơ chế minh bạch thông tin toàn cầu và đặc biệt là làm sao bảo vệ được quyền ngôn luận cho từng cá nhân trên khắp thế giới không bị đe dọa, bịt miệng và trù dập khi nói ra sự thật. Covid-19 đã cho thấy tính cấp thiết của biện pháp phòng ngừa hiệu quả này.

Lấy cớ "giữ ổn định, tránh gây hoang mang xã hội" mà lại tạo ra sự rối loạn và tang tóc như Covid-19 đang diễn ra tại TC là một tội ác chống nhân loại. Xâm phạm nghiêm trọng Nhân Quyền hoặc cấm đoán tùy tiện không theo luật thì sẽ làm xói mòn niềm tin của con người vào luật pháp và sẽ nhận những hậu quả trái ngược với mong muốn. Chính quyền TC đã phải nhận ngay gáo nước lạnh từ những cáo buộc về giả dối ngay trong lúc họ ra sức tự ca ngợi năng lực y tế và lãnh đạo vượt trội của họ.

Nhưng nguy hại hơn, trong trường hợp không tìm ra kịp vaccine thì những xã hội bị cách ly độc đoán như ở TC có thể sẽ lãnh những hậu quả cực kỳ nghiêm trọng nếu xảy ra làn sóng Sars-Cov-2 thứ hai, thứ ba, hoặc là 1 biến thể mới nào đó của virus Corona. Tốc độ ứng biến để tiến hóa của virus bây giờ là nhanh khủng khiếp so với trước đây. Tốc độ nghiên cứu vaccine không thể chạy kịp chúng. Những xã hội bị cách ly độc đoán sẽ không có khả năng miễn nhiễm cộng đồng – một cách tiêm ngừa tự nhiên rất hiệu quả. Có khi vaccine cho Sars-Cov-2 vừa tìm ra thì nó đã biến thể, tiến hóa sang chủng mới rồi. Vào thời gian này của Covid-19 – giai đoạn chuyển đổi bản lề thời đại chính là cơ hội dành cho những ai hướng theo tiến trình toàn cầu hóa mới để tiến tới thượng tôn Nhân Quyền ngang bằng với nguyên lý "thượng tôn luật pháp" trong các xã hội dân chủ.

Những nhà độc tài chính trị của ĐCSTQ & ĐCSVN chưa ý thức rõ rệt tiến trình này, vì tiến trình này đang bước vào thời đại Nhân Quyền mà họ luôn luôn dị ứng. Đặc trưng "Nhân Quyền" của thời đại mới này ngày càng rõ nét. Sự kiện chấn động nhất thế giới ngay đầu năm CANH TÝ chính là Covid-19 – tác nhân mạnh mẽ thúc đẩy thế giới dân chủ hơn dựa trên nền tảng thượng tôn Nhân Quyền. Còn nguy cơ thì sẽ dành cho những nhà lãnh đạo quốc gia nào rán lội ngược lại dòng chảy này để chống lại Nhân Quyền, với hậu quả đến mức có thể sụp đổ hoặc bị thế giới cô lập.

Năng lượng nhân lọai của dòng chảy này thúc đẩy chính sách thượng tôn Nhân Quyền không chỉ thông qua lý cớ Covid-19, mà còn có lý cớ chuyển biến tâm lý toàn cầu. Trung Cộng càng hung hăng thì sẽ càng tạo tâm lý chính trị chính nghĩa cho Mỹ và thế giới hòa bình triển khai quân lực kềm chế TC. Lợi dụng Covid-19, TC rầm rộ triển khai quân lực ở Biển Đông và Eo biển Đài Loan, nhất là thấy cơ hội tàu sân bay USS Theodore Rosevelt phải neo tại Guam để xử lý dịch Covid-19. Nhưng họ không ngờ Mỹ lại có thể linh hoạt và nhanh chóng triển khai hàng loạt máy bay, tàu chiến, tàu ngầm khác hoàn toàn lấn lướt tiềm lực của TC.

Từ nay đến cuối năm Mỹ sẽ còn triển khai quân lực ghê gớm hơn nữa, theo kiểu "không cần xài tới", để làm lệch hẳn cán cân quân sự về phía Mỹ và đồng minh. Nhật, Úc, Ấn (Tứ giác an ninh cùng với Mỹ); Anh, Pháp, Úc và Indonesia đều sẽ phối hợp với Mỹ gia tăng quân lực. Thêm một thất bại trước thách thức của Mỹ ở Biển Đông và Eo biển Đài Loan nữa thì biến động chính trị ghê gớm có thể xảy ra ở TC.

Cuối những năm 1980s ít ai ngờ được biến động chính trị long trời lở đất lại xảy ra ở Liên Xô vào đầu thập niên 1990s. Thúc đẩy chạy đua vũ trang để gia tăng sức mạnh cho mình đồng thời làm suy yếu và sụp đổ đối thủ là một chuyên môn mà chỉ có Mỹ làm được. Cách này vừa giúp duy trì hòa bình thế giới vừa làm lợi cho tiềm lực kinh tế, quốc phòng của Mỹ. Vì vậy mà dù bất cứ TT Mỹ nào cũng sẽ tiếp tục đường lối như vậy với TC. Không chỉ với TC, cả ASEAN và những quốc gia thuộc khối này cũng sẽ phải thay đổi trước cơn sóng thần dòng chảy Nhân Quyền của giai đoạn toàn cầu hóa mới này.

Không chỉ bởi sức mạnh quân sự, kinh tế, chính trị của Mỹ đổ vào khu vực này mà sẽ còn những nguồn năng lượng khác của dòng chảy bất ngờ ập đến. Châu Á TBD là hướng chảy chính của dòng chảy và ASEAN lại là trung tâm chính mà dòng chảy đó đổ vào. Điều kỳ lạ là dòng chảy sẽ không đổ vào chỗ có tự do mà nhắm thẳng vào chỗ thiếu tự do mà Hồng Kông, Thái Lan, Belarus đang là những dấu hiệu khởi đầu. Dòng chảy này sẽ là chuyện "bất ngờ ghê gớm nhất còn đang ở phía trước". Có lẽ nhìn vào thực tế, những gì đang được che đậy bên ngoài chắc nhiều người không khỏi lo lắng, nhưng sau bức màn đen tối là ánh sáng. Cuộc chuyển mình vĩ đại bứt phá từ trong bóng tối, vào những giờ phút đen tối nhất. Năng lực nắm bắt sự thật của người Việt cũng đã mạnh lên rồi, dù ĐCSVN muốn điều ngược lại. Dân trí đã thay đổi thì thượng tầng ắt đổi thay, không thì sẽ bị lật nhào.

Đứng trước giai đoạn chuyển đổi bản lề thời đại hiện nay, để tiến tới kỷ nguyên toàn cầu hóa mới, cả thế giới cũng cần được khai dân trí mới. Con người cần được hiểu về bản chất và sự vận hành trong thời đại Nhân Quyền mới như thế nào, hành xử của mình ảnh hưởng đến chính mình và người khác ra sao, đạo lý gì, pháp lý gì là cần thiết để tự do và quyền của mình không tác động xấu đến mình và người khác, tương tự như hành xử về môi sinh trên tầm vóc vĩ mô. Cơ chế xã hội khoa học vận hành như thế nào trong thời đại này cũng phải được quãng bá rộng rãi trên toàn cầu để khai dân trí. Ngay cả Mỹ cũng cần dấy lên những phong trào khai dân trí như vậy. Nước Mỹ trước 2020 mất quá nhiều thời gian công sức cho những tranh cãi ý thức hệ giữa Thuyết tiến hóa (đảng Dân chủ đại diện) và Thuyết kiến trúc (đảng Cộng hòa đại diện) không ích lợi gì nhiều cho nhân loại.

Nhưng hiện nay đang có một xu hướng thứ ba hình thành sẽ thống nhất được cả hai xu hướng (hai Thuyết nói trên) để tạo ra một tầm nhìn chung cho một giai đoạn mới sắp đến. Đó là khi con người được khai mở để nhận thức được những mối tương quan sâu xa giữa vũ trụ và loài người – thời tiết & khí hậu là một ví dụ đơn giản nhất. Thêm một ví dụ nữa là hôm 03/09/2020, quan chức ngoại giao cấp cao Trợ lý Ngoại trưởng Mỹ phụ trách khu vực Đông Á và Thái Bình Dương David Stilwell nói TC đã "THAO TÚNG" dòng chảy sông Mekong đã 25 năm qua và gọi đây là thách thức ngay trước mắt cho ASEAN.

Phát biểu tại hội thảo trực tuyến do Viện Hòa bình Mỹ và Trường Chính sách công Lý Quang Diệu của Singapore đồng tổ chức hôm 03/9/2020, ông David

Stilwell nói vấn đề dòng nước là một trong những "XU HƯỚNG ĐÁNG LO NGẠI" ở khu vực sông Mekong: "MỘT THÁCH THỨC ĐẶC BIỆT CẤP BÁCH LÀ VIỆC TRUNG QUỐC THAO TÚNG DÒNG CHẢY CỦA SÔNG MEKONG VÌ LỢI NHUẬN CỦA CHÍNH HỌ VỚI CÁI GIÁ PHẢI TRẢ RẤT LỚN", Stilwell nói, đồng thời dẫn báo cáo gần đây "GHI LẠI RẰNG TRUNG QUỐC ĐÃ THAO TÚNG DÒNG NƯỚC DỌC SÔNG MEKONG TRONG 25 NĂM, VỚI SỰ GIÁN ĐOẠN LỚN NHẤT VỀ DÒNG CHẢY TỰ NHIÊN TRÙNG VỚI QUÁ TRÌNH XÂY DỰNG VÀ VẬN HÀNH ĐẬP LỚN". Theo trợ lý Ngoại trưởng Mỹ, cuộc khủng hoảng đã **"TÀN PHÁ MÙA MÀNG, ĐE DỌA AN NINH LƯƠNG THỰC VÀ LƯỢNG NƯỚC TRONG TOÀN KHU VỰC".** Hơn nữa, theo GS Paul Beckwith tiểu bang California của Mỹ có thể bị nhấn chìm do các cơn đại hồng thủy xảy ra bởi hiện tượng "Dòng sông Khí quyển" (Atmospheric Rivers). Cụ thể, *"hiện tượng này đã từng xảy ra vào tháng 11/1861, khi trời bắt đầu mưa xối xả (torrential rain) trong vòng 45 ngày, nước dâng ngập tràn Central Valley (California, Mỹ), nhấn chìm các thành phố – ví dụ như Sacramento – dưới 4 – 6 mét nước lũ".*

Quốc gia nào không chú trọng giáo dục khai dân trí về Nhân Quyền phù hợp với dòng chảy thời đại mới kể từ 2020 thì sẽ đánh mất cơ hội, không có được lợi thế trong cuộc tranh đua tiến bộ toàn cầu sắp tới. Xu hướng thương mại toàn cầu cũng sẽ thay đổi nhiều trong vòng năm sáu năm tới. Chuỗi cung ứng, lợi thế cạnh tranh sản xuất sẽ không còn là đột phá chiến lược để một quốc gia có thể tấn công bứt phá các quốc gia khác. Chuỗi cung ứng thương mại toàn cầu sẽ là đa phương hóa cấp toàn cầu và địa phương hóa ở cấp vùng.

Kể từ tháng Tư/2020, chuỗi cung ứng sản phẩm thiết yếu toàn cầu đang tự thoát ra khỏi tình trạng độc cực khi nền sản xuất hàng hóa thiết yếu đang dịch chuyển ra khỏi TC để đến các nơi phát triển bền vững hơn. Chỉ vài năm sau 2020, chuỗi sản xuất toàn cầu sẽ bắt đầu cân bằng hơn và ổn định. Hơn 3 năm qua, thương mại toàn cầu bị giao động dữ dội và được cho là do Mỹ châm ngòi. Nhưng thực ra thì chính phủ Mỹ chỉ là người thực hiện, sử dụng sức mạnh khổng lồ của dòng chảy thời đại thông qua các thiết chế dựa trên Nhân Quyền của nhà nước Mỹ để thúc đẩy thương mại quốc tế đi đến một trạng thái mới phù hợp với thời đại toàn cầu hóa mới. Sau những bỡ ngỡ nhân loại sẽ nhận ra và tuôn theo dòng thương mại mới của giai đoạn toàn cầu hóa mới này.

Nó sẽ rất mới nên bây giờ hầu hết đều chưa nhìn thấy sự định hình của nó. Quốc gia nào hiểu được quy luật để nắm bắt được nó trước nhiều nước, rồi đi trước để mở đường đón dòng thương mại mới này thì quốc gia đó vượt lên tới mức ổn định và thịnh vượng, thay vì bấp bênh trong thể chế độc tài toàn trị như TC hay CSVN. Xã hội ổn định nhờ vào sự hài hòa của các thể chế chính trị và thể chế kinh tế mà chính trị là quyết định.

Trung Cộng tốn rất nhiều công sức để đảm bảo kinh tế, xã hội không đi chệch hướng khỏi ý muốn của lãnh đạo. Nhưng tới đây sẽ thấy nỗ lực của họ vô vọng thế nào. Dòng thương mại mới sẽ đẩy nền kinh tế của họ đi xa khỏi định hướng chủ quan của họ, không chỉ là việc các chuỗi sản xuất bị rút ra khỏi TC mà còn là sự đòi hỏi của dòng chảy thời đại buộc thương mại phải dung hợp & công bằng hơn. Vì vậy mà những can thiệp định hướng bằng các quyết định chính trị độc đoán sẽ giảm dần sức mạnh, tiến tới bị loại bỏ. *Sức kềm chế xã hội theo một định hướng nào đó vì vậy sẽ bị phản tác dụng.*

Thế giới đang thay đổi ngay từ nạn dịch Covid-19 và tới đây sẽ còn thay đổi mạnh hơn. Những khuôn mẫu cũ của giai đoạn toàn cầu hóa cũ sẽ không còn và nếu cố níu kéo chúng thì sẽ không đủ sức để theo kịp trào lưu hiện đại. Trào lưu hiện đại này đang tiến nhanh nhờ tốc độ Internet. Đó là trào lưu mềm và là dòng chảy của các dòng tư tưởng đặt căn bản trên trách nhiệm hỗ tương giữa quốc gia với quốc gia theo kết quả vận động tự do của con người dựa trên sự tôn trọng Nhân Quyền. Dùng nguồn lực nhà nước để đảm bảo định hướng thì không chỉ thất bại mà còn đẩy quốc gia vào sụp đổ. Các nguồn lực đó chỉ nên dùng cho giáo dục khai dân trí để người dân hiểu được nền toàn cầu hóa mới, hiểu được dòng chảy thời đại dẫn đến chuẩn mực Nhân Quyền cao cấp và cơ chế xã hội khoa học vận hành bởi Nhân Quyền ra sao.

Nhân loại sẽ hiểu rõ hơn QUYỀN của mình là gì và phải tôn trọng QUYỀN của người khác như thế nào, thế giới đang ở đâu và sẽ đi về đâu, các giá trị nào là cần thiết để cá nhân và dân tộc vươn lên trên thế giới, các giá trị nào là cần giữ để khẳng định bản sắc dân tộc và giao hòa với thế giới.

Từ trên nền tảng Nhân Quyền như vậy, sự vận động tự do của người dân sẽ xác lập xu hướng phát triển. Xu hướng đó không chỉ hợp lòng dân mà còn thuận quy luật – thuận dòng chảy. Nhờ vậy mà các dân tộc phát triển bền vững, rồi dần vươn lên góp phần phát triển thế giới. Trật tự thế giới mới tới đây sẽ nhiều cực hơn. Nếu thượng tôn Nhân Quyền, thuận dòng chảy, thì sẽ nhanh chóng vươn lên và trở thành một trục của vùng Đông Nam Á, vì dòng chảy thời đại đang chảy từ Tây sang Đông. Hoa Kỳ xoay trục về ĐNA là một sự kiện rõ rệt của dòng chảy này. Rất nhiều các giá trị giao thoa văn hóa Đông – Tây sẽ được xác lập. Nếu là một trục của ĐNA, VN sẽ có nhiều cơ hội để giao thoa giá trị tốt đẹp của mình ra thế giới cũng như để đào thải những giá trị đã lỗi thời như XHCN.

Qua Covid-19 vừa rồi, thế giới cũng thấy được rõ hơn những giá trị văn hóa phương Đông thể hiện ở Hàn Quốc, Đài Loan và Nhật giúp ứng phó tốt hơn với dịch bệnh so với văn hóa phương Tây. Sẽ có nhiều văn hóa khác từ phương Đông sẽ nổi bật lên trong thời đại mới toàn cầu hóa mới, bao gồm nhiều văn hóa của Trung Hoa – không phải TC. Nhưng chắc chắn những cái đó không bao gồm độc tài, giả dối hay cái hệ thống giám sát và chấm điểm tín nhiệm người dân của TC. Chấm điểm tín nhiệm người dân như TC đang làm là một con quái vật tạo nên định chuẩn đạo đức quốc gia, khống chế cả một dân tộc trong những khuôn mẫu chẳng khác gì các nhà tù khổng lồ.

Nước Anh sẽ trở thành một cực quan trọng trong trật tự thế giới toàn cầu hóa mới. Nhiều người cho rằng Bretxit là một minh chứng cho sự thất bại của toàn cầu hóa cũ. Nó chỉ cho thấy những trục trặc trong vận hành toàn cầu hóa mà người ta phải giải quyết. Người Anh chọn cách giải quyết bằng ra đi. Đó là một quyết định dựa trên Nhân Quyền nên đúng cách và sẽ đưa nước Anh lên một tầm mức mới. Đây cũng là một minh chứng cho quy luật hòa bình và giá trị của thượng tôn Nhân Quyền đối với hòa bình.

Nếu còn ở vào nửa đầu của thế kỷ XX, những mâu thuẫn giữa Anh và các nước Châu Âu trong sự kiện Bretxit thì chúng sẽ dẫn đến chiến tranh đẫm máu như cách mà Châu Âu vẫn dùng trước khi Thế chiến II kết thúc. Hiện giờ người Anh đang thúc đẩy toàn cầu hóa mới còn mạnh hơn khi vẫn còn nằm trong EU. Họ đang muốn tham gia vào kinh tế sâu rộng hơn với Đông Á, và cũng đang can dự quân sự cùng Mỹ vào Biển Đông. Mọi người sẽ thấy sắp tới đây Anh sẽ tăng cường vai trò chính trị như thế nào ở khu vực này.

Châu Âu sẽ có 2 cực: EU và Anh, đều là những sức mạnh thúc đẩy Nhân Quyền. Thế giới sẽ dân chủ thêm một mức nữa, mạnh hơn nhiều sau chuyển đổi bản lề thời đại trong vài năm tới. Chắc chắn như vậy, nhưng mức độ tới đâu là tùy thuộc vào mức độ hành động của các nước đã phát triển và những công dân của thế giới toàn cầu hóa mới này.

Con người sẽ bớt đi một ít sự quan tâm của mình dành cho giải trí thể thao, nghệ thuật để quan tâm hơn đến y bác sĩ, những người làm y tế, giáo dục, Nhân Quyền, bớt đi những hành động thường ngày làm tác hại đến môi trường sống, làm biến đổi khí hậu và gây dịch bệnh, quan tâm nhiều hơn việc bảo vệ sự thật và đời sống tinh thần.

Trong trật tự thế giới mới (nền toàn cầu hóa mới kể từ 2020) do Mỹ lãnh đạo để tấn công toàn diện vào ĐCSTQ tương quan lực lượng rất cụ thể như sau:

- o Hoa Kỳ, Anh, Âu Châu, Canada, Úc, Ấn, Nhật, Nam Hàn, Đài Loan, Singapore, Indonesia, Tân Tây Lan và Do Thái đang liên kết trong tinh thần đồng minh chiến lược toàn diện.

- o TQ, Bắc Hàn, Cuba, Lào, Campuchia là liên minh duy nhất của ĐCSTQ.

- o Các quốc gia còn lại không đứng về phe nào và cũng không đáng kể.

- o Đặc biệt là cộng sản VN đang giữ vai trò đu dây hình thức giữa Mỹ & ĐCSTQ, nhưng nội dung cốt lõi lại là tình **"đồng chí anh em 4 tốt 16 chữ vàng"** gắn bó với ĐCSTQ.

Theo S. P. Huntington trong sách "The Clash of Civilisations" thì chính trị thế giới đang bước vào một giai đoạn mới. Sự cáo chung của lịch sử độc tài toàn trị là hiện thực đang hình thành. Theo ông, nguồn chính của xung đột trong thế giới mới sẽ không chỉ tập trung vào vấn đề hệ tư tưởng hay kinh tế mà còn có thêm vấn đề lạc hậu. *"Tình huống do chủ nghĩa tư bản toàn cầu đem lại giúp giải thích một vài hiện tượng vốn đã trở nên rõ ràng trong hai hoặc ba thập kỷ vừa qua, đặc biệt là từ những năm 1980".*

Sự di chuyển trên phạm vi toàn cầu của các dân tộc (và do đó, các nền văn hóa), sự suy yếu của các đường biên giới (giữa các xã hội cũng như giữa các phạm trù xã hội), sự gia tăng bất bình đẳng trong lòng các xã hội và những bất đồng cục bộ, sự phân cực và sự đồng nhất hóa diễn ra đồng thời ở trong lòng các xã hội, sự xuyên thấm lẫn nhau của thực thể "toàn cầu" và thực thể "địa phương", sự rối loạn của một thế giới được hình dung theo "trật tự ba thế giới" hoặc theo các tiêu chí quốc gia hay dân tộc, chính là những điểm đặc thù của nền toàn cầu hóa cũ. Một số các hiện tượng đó cũng đã góp phần tạo ra một sự ló dạng của quá trình bình đẳng hóa các khác biệt cũng như tiến trình dân chủ hóa trong lòng và xuyên qua các xã hội.

Quá trình bình đẳng hóa nói trên chính là tác nhân & động lực làm nên một nền TOÀN CẦU HÓA MỚI kể từ năm 2020 nầy và tốt đẹp hơn 30 năm toàn cầu hóa cũ (1990-2019).

Chương 7

ĐCSVN tồn vong ra sao trong thế giới toàn cầu hóa mới

1. Tồn vong do đặc tính tự thân của chính ĐCSVN

Một tương lai bất định đang ở phía trước – ngay sau khi đại dịch Covid-19 chấm dứt. Cộng Sản Việt Nam quá phụ thuộc vào ngoại thương *(xuất nhập khẩu)*, khi thế giới bị khủng khoảng thì Việt Nam sẽ bị vạ lây, kể cả nếu không bị đại dịch. Khi bị phụ thuộc quá nhiều vào các nước bên ngoài thì Việt Nam phải chịu những tai họa không phải do mình gây ra. Tai họa đó đang đến:

1. Đầu tư ngoại quốc vào Việt Nam đang giảm sút so với 2 năm vừa qua, theo các con số thống kê do Bộ Kế Hoạch và Đầu Tư CSVN công bố hôm 27/07/2020;

2. Nền kinh tế Việt Nam tăng trưởng cao những năm qua nhờ được giới tư bản nước ngoài đầu tư sản xuất tại Việt Nam để xuất cảng, lợi dụng khối nhân công rẻ mạt trong nước;

3. Có đến 70% trị giá hàng xuất cảng của Việt Nam là từ khu vực các công ty ngoại quốc đầu tư tại Việt Nam, đặc biệt là điện thoại của hãng Samsung.

Ba sự kiện nói trên rất bất lợi cho kinh tế VN trong trật tự thế giới mới kể từ 2020 trở đi. Hàng triệu người Việt Nam sẽ bị thất nghiệp vì hàng hóa Việt Nam làm ra sẽ không ai mua hoặc chưa mua. Những thiệt hại của nền kinh tế Việt Nam do Covid-19 gây ra là vô cùng lớn vì kinh tế Việt Nam quá phụ thuộc vào ngoại thương (xuất nhập khẩu). Trong một nền kinh tế bình thường thì xuất nhập khẩu bằng 50% GDP là an toàn. Chỉ số đó của Việt Nam hiện nay là 200% - 250% của ngưỡng an toàn (Xuất nhập khẩu Việt Nam trong năm 2019 là 517 tỷ USD trên GDP hơn 200 tỷ USD). Khi nền kinh tế phụ thuộc quá nặng vào bên ngoài như vậy thì Việt Nam phải gánh chịu những tai họa và rủi ro không do mình gây ra. Tai họa đó là suy thoái kinh tế do Covid-19 tại các nước nhập khẩu hàng hóa VN. Do đó, các kế hoạch và mục tiêu kinh tế của Việt Nam hoàn toàn bị đảo lộn.

Hoang tưởng là căn bệnh không thuốc chữa của ĐCSVN. Đúng là trước khi xảy ra đại dịch Covid-19 thì Việt Nam có mọi triển vọng trở thành một quốc gia phát triển mạnh nhất trong năm 2020. Lý do là thế giới bắt đầu rút lui và tiến tới ngừng hợp tác với TC vì TC là một quốc gia độc tài và là một mối nguy cho hòa bình thế giới. Các công ty, nhà máy sẽ rút khỏi TC và sẽ chuyển sang các nước trong khu vực ĐNÁ trong đó có Việt Nam. Sở dĩ thế giới ưu ái cho Việt Nam là vì muốn lôi kéo Việt Nam ra khỏi quĩ đạo của Trung Cộng (TC). *Sự ly dị giữa thế giới và TC là dứt khoát và không thể đảo ngược.* Đảng Cộng Sản Việt Nam (ĐCSVN) không hiểu điều đó và cũng có thể họ toan tính rằng thế giới sẽ còn phải đối đầu lâu dài với TC nên sẽ o bế, chiều chuộng Việt Nam. Covid-19 làm thay đổi tất cả. Thế giới sẽ triệt thoái khỏi TC nhanh hơn và TC sẽ rơi vào khủng hoảng kinh tế sớm hơn. ĐCSVN tính không bằng quốc tế suy tính, nên dù đã hơi "xoay trục" sang Mỹ và các nước dân chủ nhưng vẫn không chịu thay đổi đất nước về hướng dân chủ và vẫn ngoan cố duy trì chế độ độc tài bằng cách tăng cường đàn áp, bắt bớ các tiếng nói bất đồng chính kiến, hậu quả là nền kinh tế Việt Nam sẽ rơi vào suy thoái sớm hơn.

Tính đến cuối tháng 6/2020 đã có đến 7,8 triệu người lao động mất việc, 40 triệu người bị ảnh hưởng do Covid-19, 35.000 doanh nghiệp đã rút khỏi thị trường và 75% doanh nghiệp phải thu hẹp qui mô sản xuất trong quí 1 năm 2020. Trên 12 tỉnh thành tăng trưởng âm trong đó có Đà Nẵng, thủ phủ miền Trung. Một báo hiệu xấu là công ty PouYuen, chuyên gia công giày thể thao xuất khẩu ở Sài Gòn có quy mô lên tới 62.000 công nhân đã cắt giảm 2.800 lao động và sẽ tiếp tục cho nghỉ việc khoảng 6.000 lao động từ ngày 01/07/2020 do không còn việc để làm.

Nhà cầm quyền Cộng Sản VN đã bắt đầu nhận ra sự nghiêm trọng của vấn đề. Hôm 02/07/2020, Bộ trưởng kế hoạch và đầu tư Nguyễn Chí Dũng đề xuất thành lập Ban Chỉ đạo quốc gia chống suy thoái kinh tế sau đại dịch Covid-19. Thủ tướng Nguyễn Xuân Phúc chỉ đạo: *"Nhiệm vụ phục hồi phát triển kinh tế cấp bách hơn bao giờ hết"*. Dù vậy, liệu ĐCSVN có thay đổi được tình thế nguy nan của nền kinh tế Việt Nam hay không? Câu trả lời được cho là không vì bản chất của các chế độ độc tài XHCN luôn mâu thuẫn với dân chủ và phát triển kinh tế lành mạnh. Sẽ không có chuyện vừa hợp tác và làm ăn với các nước dân chủ vừa có thể duy trì chế độ độc tài mà TC là một minh chứng.

Thế giới đã thu được rất nhiều lợi ích trong việc hợp tác làm ăn với TC trước đây nhưng cuộc tình "đồng sàng dị mộng" này cũng đã đến lúc phải kết thúc.

Cuộc ly dị lần này giữa các nước dân chủ với TC là dứt khoát và bất phục hồi. Cuộc thư hùng giữa phương Tây và TC sẽ sớm chấm dứt với sự co cụm lại của TC trước khi tan vỡ. *Không có lý do gì để thế giới hợp tác chặt chẽ với một "tiểu Trung Cộng" là Cộng Sản Việt Nam.* Sự hứa hẹn và giúp đỡ của thế giới dành cho Việt Nam chỉ được thực hiện với một điều kiện là Việt Nam phải dân chủ hóa và Việt Nam phải khác TC.

Thế giới đã cho Việt Nam rất nhiều thời gian và cơ hội nhưng ĐCSVN Nam đã nhắm mắt làm ngơ không thèm nắm bắt lấy cơ hội ngàn năm có một đó. Tháng 8/2020 vừa qua, 27 công ty lớn của Mỹ tại TC đã di chuyển sang Indonesia thay vì Việt Nam là một báo hiệu xấu cho nền kinh tế Việt Nam. *Khi các công ty lớn của Mỹ và thế giới không đến Việt Nam thì các công ty từ TC sẽ tràn sang Việt Nam mang theo công nghệ lạc hậu và ô nhiễm môi trường.* Hàng TC sẽ bị đánh thuế cao khi vào Mỹ và EU nên họ sẽ tìm cách bắt tay với các doanh nghiệp Việt Nam để gian lận xuất xứ (hàng TC gắn mác Made In Vietnam). Việc này sớm muộn cũng bại lộ và hàng hóa Việt Nam sẽ ảnh hưởng theo. Cuối năm 2019, Mỹ đã áp thuế 456% lên thép Việt Nam là một ví dụ.

Có rất ít thông tin tuyệt mật trong nội bộ cấp cao Đảng Cộng Sản Việt Nam lọt ra ngoài trừ khi chính họ cố ý tiết lộ ra để đấu tố lẫn nhau theo cách thức "ném đá dấu tay". Tuy nhiên có thể suy luận và tìm kiếm một phần sự thật về những bí mật đang diễn ra trong ĐCSVN để tiên liệu kết cuộc dựa trên những thông tin đã công khai hoặc bị lộ. Việc tiên liệu và dự đoán về hiện tình ĐCSVN và tương lai chết sống của đảng này quan trọng đối với sự chuẩn bị cho tương lai nước Việt. Trước thềm Đại hội 12 của Đảng Cộng Sản Việt Nam một lượng thông tin lớn và liên tục từ các cấp cao nhất của đảng tiết lộ ra để đánh phá lẫn nhau.

Các Blogs như Chân Dung Quyền Lực và Quan Làm Báo được họ dựng lên, đăng những thông tin mà chỉ có các "đồng chí" với nhau mới có thể biết về gia đình, tài sản riêng, con đường quan lộ, chiêu thức triệt phá nhau và các phe nhóm trong đảng... Cuộc hỗn chiến lúc đó được nhìn nhận như màn giao tranh sống mái của "phe" Nguyễn Tấn Dũng và phần còn lại. Phần còn lại đó là khi hạ màn đại hội 12, Nguyễn Tấn Dũng thoái vị, Nguyễn Phú Trọng xuất hiện như là thủ lĩnh của "phe thắng cuộc".

Ông Trọng độc chiếm quyền lực trong Đảng cộng sản (sau khi Chủ tịch nước Trần Đại Quang chết rất bí ẩn), với vai trò Tổng bí thư kiêm Chủ tịch nước. Sau đại hội 12, dư luận bắt đầu chứng kiến một cuộc thanh trừng nội bộ lớn chưa từng có do sự kiện các mắt xích trong 'phe' Nguyễn Tấn Dũng lần lượt bị bắt hoặc đang bị treo một cái án lơ lửng trên đầu chẳng hạn như cựu UV Bộ Chính Trị Lê Thanh Hải (Sài Gòn). Trước thềm đại hội 13 lần này, cuộc chiến 'thông tin' không như 5 năm trước. Có thể thấy quyền lực bao trùm của ông Nguyễn Phú Trọng, khi ở ngôi vị không còn 'đối thủ' nặng ký, đã đưa Đảng cộng sản về trạng thái phòng thủ thông tin.

Lượng thông tin đem ra 'giao đấu' ở thượng tầng ít hẳn so với kỳ đại hội trước làm cho Đảng cộng sản có vẻ êm xuôi trong nội bộ. Tuy vậy, vụ Nguyễn Đức Chung, Chủ tịch Ủy ban nhân dân thành phố Hà Nội bị "đánh" vì một tội lạ lùng là "*chiếm đoạt tài liệu bí mật nhà nước*" cho thấy nội bộ đảng cộng sản đang đánh nhau bằng những vũ khí cuối cùng. Họ đã phải dùng "bom hạt nhân" để tiêu diệt nhau. Chiêu bài chống tham nhũng, được xem như là công cụ nặng ký để thanh trừng nhau trong nội bộ Đảng giờ đây phải lồng thêm một cái án rất chính trị là "chiếm đoạt tài liệu bí mật nhà nước" mới đủ sức thuyết phục.

Có thể suy luận rằng chế độ đang rất lúng túng, và đang suy tàn, vì vũ khí "chống tham nhũng" không còn thuyết phục trong nhiều trường hợp. Nguyễn Đức Chung là một ví dụ. Vì sao lại như vậy? Đơn giản là không thể xây dựng và chấn chỉnh Đảng bằng cách chống tham nhũng trong chế độ chuyên chế. Bản chất của chế độ chuyên chế luôn luôn gắn liền với tham nhũng để tồn tại khi lý tưởng Cộng Sản chỉ là giáo điều đã suy tàn, bị bóc mẽ, và bộc lộ sự bịp bợm.

Việc tiên liệu sự tồn vong của ĐCSVN để đưa ra mô thức phát triển cho đất nước cần dựa trên những kinh nghiệm thực tiễn đang diễn ra trong nội bộ Đảng này cũng như những yếu tố lịch sử của đất nước và bối cảnh hiện tại của thế giới toàn cầu hóa mới từ năm

2020. Việt Nam vẫn còn phụ thuộc rất nhiều vào thế giới vì vậy cần hình dung và hiểu được chỗ đứng của dân tộc mình trong dòng chảy của thời đại để từ đó có những khái niệm và định nghĩa đúng đắn về một nước "Việt Nam mới" trong tương lai. Chỉ còn vài tháng nữa là Đảng cộng sản Việt Nam tiến hành Đại hội 13.

Đáng lẽ ra đây là thời điểm rất sôi động trước mỗi kỳ đại hội. Về phía đảng cộng sản, họ sẽ đưa ra nhiều chương trình, mục tiêu - dù là bánh vẽ - cho 5 năm tới và kêu gọi người dân đóng góp ý kiến, thảo luận. Về phía dư luận, đây là "thời vụ" của các đơn từ kiến nghị đòi Đảng thay đổi cái nọ cái kia, hoặc tố cáo người này người khác. Các nhân sĩ thì tùy theo nhân vật "mến mộ" mà họ sẽ nâng người này lên tận mây xanh hoặc dìm người kia xuống tận bùn đen như hồi Đại hội 12. Nhưng Đại hội 13 này lại hoàn toàn im lặng, một sự im lặng bất thường. Đảng cộng sản không nói gì nhiều về đại hội đã đành mà ngay cả dư luận cũng hầu như không ai quan tâm. Đơn từ kiến nghị cũng không thấy, phe nọ đánh phe kia cũng không và đặc biệt nhất là không thấy các trí thức nhân sĩ lên tiếng ngoài một vài người ủng hộ ông Nguyễn Xuân Phúc lên làm tổng thống.

Trong không khí ảm đạm đó thì sự xuất hiện của tập tài liệu với tên gọi *"Nguy cơ và giải pháp cứu nguy cho đảng"* của một nhóm đảng viên đã được dư luận độc lập chú ý khá nhiều (http://www.boxitvn.net/2020/06/23/nguy-co-va-giai-phap-cuu-nguy-cho-dang/). Điều đặc biệt nhất của tài liệu này là nó kêu gọi sự thay đổi gần như là toàn diện và triệt để về hướng dân chủ chứ không vuốt ve hoặc đề nghị cải cách lặt vặt như trước đây. Điều thiếu vắng trong tài liệu này là không đề cập gì đến vai trò của đối lập dân chủ Việt Nam. Họ chỉ muốn đảng cộng sản tự dân chủ hóa đất nước một mình. Nhiệm vụ (sứ mệnh) quan trọng nhất, cần làm nhất của ĐCSVN hiện nay là *"tổ chức sự thất bại cho chính họ"*. Điều này có nghĩa là Đảng cộng sản cần tìm cách rút lui thế nào để có thể "hạ cánh an toàn" và vô hại.

Đảng cộng sản đang trong hoàn cảnh như vậy. Họ không còn bất cứ giải pháp hay sự đồng thuận nào. Họ không thể đồng hành cùng dân tộc tiến về tương lai vì họ không có dự án nào cho đất nước. Việc quan trọng nhất của họ bây giờ là tổ chức sự rút lui sao cho an toàn. Nhưng chuyện này lại không hề dễ dàng chút nào. Tổ chức sự thất bại cho chính mình là công việc vô cùng khó khăn đối với những con người quá nhỏ bé, về trí tuệ lẫn uy tín như ban lãnh đạo ĐCSVN.

Một việc dễ nhất mà đảng cộng sản cũng phải bó tay là việc "kỷ luật" các quan chức của mình. Chỉ vì bị "cảnh cáo" mà cả chủ tịch lẫn bí thư tỉnh Quảng Ngãi đều viết đơn xin "nghỉ việc". Điều này không hề bình thường chút nào. Nó phản ánh sự bất ổn và bất phục tùng trong nội bộ Đảng Cộng Sản VN. Có hai lý do, thứ nhất Đảng cộng sản không có nhu cầu cải tiến hoặc cạnh tranh với các đảng đối lập vì họ đã tiêu diệt tất cả các tổ chức đối lập từ trong trứng nước. Thứ hai là cơ chế bầu chọn trong nội bộ đảng với tiêu chí "hồng hơn chuyên" đã loại bỏ hết những người tài giỏi và có bản lĩnh. Ông Nguyễn Phú Trọng, người đứng đầu Đảng cộng sản, ngay cả trước khi bị bệnh cũng không phải là người có trí tuệ và viễn kiến. Đảng cộng sản cũng giống như các triều đại phong kiến trong lịch sử, chỉ có những người theo vua dựng nước thời kỳ đầu là có bản lĩnh và tài giỏi còn sau khi đã giành được chính quyền thì chỉ biết hưởng thụ, tranh giành và đấu đá lẫn nhau khiến triều đại bị diệt vong.

Một dẫn chứng cho thấy sự tăm tối của Đảng cộng sản là họ đã không ý thức được những tác hại kinh khủng do Covid-19 gây ra đối với Việt Nam. Họ vẫn huênh hoang về tài chống dịch của ĐCSVN. Nhưng Covid-19 sẽ làm cho kinh tế Việt Nam phát triển chậm lại trong nhiều năm. Trong 8 tháng đầu năm 2020, Việt Nam có hơn 24.000 doanh nghiệp ngừng hoạt động đang chờ làm thủ tục giải thể. Truyền thông Nhà nước CSVN, vào ngày 11/09/2020, cho biết thông tin vừa nêu. Cụ thể, gần 34,5 ngàn doanh nghiệp tạm ngừng kinh doanh có thời hạn làm tăng hơn 70% so với cùng kỳ năm 2019. Và, số doanh nghiệp đang chờ làm thủ tục giải thể là 24,5 ngàn, giảm xấp xỉ 6%. Trong khi đó, đã có 10,5 ngàn doanh nghiệp hoàn tất thủ tục phá sản trong 8 tháng vừa qua. Tin cho biết Việt Nam trong 8 tháng năm 2020 còn có 30,6 nghìn doanh nghiệp không hoạt động tại địa chỉ đã đăng ký, tăng 39,3% so với cùng kỳ năm 2019. Lý do cũng dễ hiểu là các nước lớn (từng mua nhiều hàng hóa và đầu tư nhiều vào Việt Nam) đang gặp khó khăn vì phải đối phó với dịch Covid-19.

Việt Nam có thể đánh mất cơ hội phát triển vì không ai biết điều gì sẽ xảy ra trong những năm tới. Đại hội 13 của Đảng cộng sản Việt Nam sẽ họp vào đầu năm 2021, từ nay đến cuối năm họ phải chuẩn bị xong hai công việc quan trọng là báo cáo chính trị, đề ra phương hướng cho 5 năm tới và sắp xếp công tác nhân sự đại hội. Nhưng ông Võ Văn Thưởng, Trưởng ban tuyên giáo thì cho biết "thế lực thù địch" đáng sợ nhất và khó đấu tranh nhất chính là các cán bộ, đảng viên thoái hóa, tự chuyển hóa, tự chuyển biến, trong đó có nhiều người giữ chức vụ cao.

Những người "tự chuyển biến, tự chuyển hóa" nguy hiểm đến đâu thì chưa thấy nhưng những đảng viên thoái hóa thì đã quá rõ. Họ lợi dụng chức quyền, để vơ vét cho bản thân và đồng đảng bất chấp quyền lợi người dân. Chính những người này sẽ phá nát và làm sụp đổ chế độ chứ không phải ai khác. Họ rất đông và cấu kết với nhau chặt chẽ nên không ai làm gì được họ. Như vậy chúng ta có thể thấy được là Đảng Cộng Sản VN hoàn toàn bế tắc và tuyệt vọng. Họ không có bất cứ giải pháp nào cho đất nước, và nếu có thì cũng không thể nào thực hiện được vì nó là XHCN.

Thế giới đang đứng trước những thay đổi rất sâu sắc, một trật tự dân chủ mới sắp hình thành, hai cường quốc là Mỹ và Trung Quốc sẽ tháo lui hay co cụm lại. Một liên minh dân chủ đa cực sẽ ra đời để thay thế cho vai trò lãnh đạo thế giới mà Mỹ muốn từ nhiệm. Trong trật tự dân chủ mới đó không có chỗ cho những nước độc tài dù đó là Trung Quốc hay Nga đi chăng nữa. Chủ nghĩa dân túy đang tàn lụi sau những lời lẽ "đao to búa lớn" nhưng không có kết quả. Thế giới sẽ phải xét lại mô hình chính trị - xã hội bằng cách tăng cường sự liên đới và bình đẳng để dân chủ & Nhân Quyền có hiệu quả thực hành nhiều hơn là nội dung lý thuyết trên giấy tờ hay trên ngôn từ của các chính trị gia.

Đảng Cộng Sản VN nếu có viễn kiến thì họ phải hiểu rằng *chuyển đổi toàn diện về phía dân chủ* là lối thoát duy nhất cho họ. Muốn chuyển đổi mà không gây ra hỗn loạn thì đòi hỏi phải có những con người thật sự có bản lĩnh, tài giỏi, quyết tâm và đồng thuận. Di sản của ĐCSVN sản quá cồng kềnh và nặng nề khiến sự chuyển đổi của họ càng khó khăn. Không khó để nhận thấy là ban lãnh đạo ĐCSVN hiện nay không có ý định và khả năng đó, mà chỉ có những người cấp tiến trong đảng, là những người thật sự có tinh thần dân chủ mới có thể làm được việc đó.

Liên Xô cũ đã thành công trong việc tổ chức sự tan rã Mác-Lê trong hòa bình. Nobel Hòa Bình (1990) cho Gorbachev là xứng đáng. Trung Quốc hiện nay có nhiều khả năng là không làm được như vậy. Họ sẽ tan rã trong đổ vỡ và hỗn loạn, Hồng Kông là một ví dụ. Ban lãnh đạo ĐCSVN hiện nay chỉ có những con người quá nhỏ bé về tư tưởng chính trị và tầm nhìn, cho nên không phù hợp với những đòi hỏi cấp bách của thời cuộc và họ cũng không có giải pháp riêng cho chính họ.

Muốn hay không thì lực lượng dân chủ và cấp tiến trong đảng này cũng phải đứng dậy để nhận lãnh trách nhiệm của mình. Lực lượng này phải có quyết tâm và đội ngũ để tạo ra sự thay đổi. Để có dân chủ thật sự cho Việt Nam thì lực lượng dân chủ trong đảng này phải đối thoại với các tổ chức đối lập dân chủ nhằm hình thành một liên minh dân chủ hùng mạnh hầu áp đặt sự thay đổi. Chỉ có một liên minh như vậy mới đoàn kết được mọi thành phần trong xã hội Việt Nam. Tinh thần bao dung, hòa giải và hòa hợp toàn dân của liên minh dân chủ sẽ tạo ra được một xã hội thanh bình để mọi người Việt Nam có thể tiếp tục chung sống với nhau trong hòa bình và nhân ái.

Một cuộc cách mạng diễn ra trong trật tự như đề nghị của tài liệu *"Nguy cơ và giải pháp cứu nguy cho đảng"* là cần thiết để đất nước không đổ vỡ và đây cũng là điều kiện cần để xây dựng một thể chế dân chủ cho Việt Nam. Những đảng viên cấp tiến trong đảng nên ủng hộ cho "giải pháp cứu nguy" nói trên vì đó cũng là giải pháp duy nhất cứu nguy cho chính mình và giúp đảng cộng sản hạ cánh an toàn. Nếu lực lượng cấp tiến trong ĐCSVN không đứng lên thì ĐCSVN không còn 1 cơ hội nào để hạ cánh an toàn, mà còn phải đối diện với mối nguy tan rã trong hỗn loạn.

Chuyển đổi về phía dân chủ là lối thoát duy nhất cho ĐCSVN. Ban lãnh đạo đảng này hiện nay không có ý định lẫn khả năng đó. Chỉ một kết hợp của những đảng viên thật sự có bản lĩnh và viễn kiến mới có thể thay đổi tình thế. Ban lãnh đạo ĐCSVN không thể thay đổi và lấy bất cứ một quyết định quan trọng nào vì họ không còn đồng thuận để làm bất cứ việc gì. Thế giới đã thất vọng khi Việt Nam "*kiên quyết giữ vững chủ nghĩa Mác-Lênin và con đường đi lên xã hội chủ nghĩa*". Việt Nam không thể nào hòa mình cùng dòng chảy của thời đại. Một trật tự dân chủ mới đã hình thành với sự ly dị dứt khoát giữa các nước dân chủ và độc tài khắp thế giới. Việt Nam chỉ có thể thoát khỏi khủng hoảng kinh tế và vươn lên nếu có dân chủ.

Chỉ có một Việt Nam dân chủ mới có thể làm bạn với các nước dân chủ và hội nhập được với thế giới mới sau đại dịch Covid-19. ĐCSVN không muốn và cũng không có khả năng dân chủ hóa đất nước. Chế độ này phải thay đổi để đất nước có tương lai. Chỉ có một kết hợp mới, một lực lượng chính trị mới, với một giải pháp mới, mới có thể cứu nguy cho đất nước.

Chế độ cộng sản, một mô thức cầm quyền cải tiến của chế độ phong kiến dựa trên tư tưởng Khổng Giáo đang tiến dần đến hồi kết theo đúng qui luật "thịnh - suy" trong lịch sử, sẽ quyết định số phận và tương lai của ĐCSVN. Sự ruỗng nát của ĐCSVN đã quá lớn đến mức những tiểu tiết cũng trở thành rõ ràng và cụ thể. Ông Nguyễn Phú Trọng đã nói rõ điều đó: "*Tình trạng chạy chức, chạy quyền, chạy quy hoạch, chạy luân chuyển, chạy phiếu bầu, chạy bằng cấp, chạy khen thưởng, chạy danh hiệu, chạy tội... làm việc gì, giữ chức vụ gì cũng chỉ tính đến lợi quyền, bổng lộc cho cá nhân mình, gia đình mình trước nhất, quên cả thanh liêm, danh dự…”.*

Đàn áp và bắt bớ khởi tố trước đại hội 13 đang gia tăng đối với đảng viên ĐCSVN cũng như các bloggers XHDS và dân oan. Đáng chú ý là tin Bộ Công an muốn tăng cường bộ máy đàn áp bằng việc nâng cấp lên chính qui 750.000 dân phòng, bảo vệ tổ dân phố, công an xã…thành *“lực lượng tham gia bảo vệ an ninh, trật tự cơ sở”*. Như vậy, cộng với hơn 1,2 triệu công an chính qui, Việt Nam có khoảng 2 triệu công an trên 95 triệu dân, tức 47 người dân/1 công an. Một tỷ lệ quá lớn so với thế giới và cũng quá lớn so với một nước đang phát triển như VN. Tỷ lệ đảng viên và người dân tại Việt Nam là 1/25. Khi số lượng đảng viên và công an quá đông sẽ làm suy yếu đảng cộng sản thay vì làm cho nó mạnh lên. Số đông này sẽ biến đảng cộng sản thành một đám ô hợp. Nhiều đảng viên không biết gì về chính trị nhưng lại đòi hỏi nhiều đặc quyền, đặc lợi nhân danh cái mác đảng viên đảng cộng sản. Nhiều tội phạm nghiêm trọng là đảng viên khiến hình ảnh ĐCSVN ngày càng hoen ố.

Đám kiêu binh này ngày càng lộng hành và ĐCSVN đã, đang và sẽ lúng túng trong việc xử lý. Chìu chuộng quá cũng không được mà mạnh tay quá cũng không xong. Sự kiện Thượng tá, Chủ nhiệm bộ môn chủ nghĩa xã hội khoa học Trường Sĩ quan Công binh Bùi Tiến Lợi bị xóa đảng tịch, đuổi ra khỏi lực lượng Dư luận viên 47 sau khi *“có những bài viết, phát ngôn trên mạng xã hội trái với quan điểm, đường lối của*

Đảng & Nhà nước, suy thoái nghiêm trọng về tư tưởng chính trị, tự diễn biến, tự chuyển hóa, để các thế lực thù địch lợi dụng chống phá Đảng, Nhà nước", là một ví dụ.

"Đội quân" bất mãn trong nội bộ đảng sẽ ngày càng gia tăng vì chính bản chất hung ác và khủng bố của ĐCSVN đối với chính đảng viên cộng sản. Chế độ bất công tạo ra nhiều người bất mãn. Người hài lòng với ĐCSVN rất ít, ngay cả trong giới lãnh đạo cao cấp. Một ví dụ là "tình đồng chí" giữa Lê Duẩn và Lê Đức Thọ trong hồi ký *"Làm Người Là Khó"* của Đoàn Duy Thành. Theo lời ông Thành thì trước lúc chết 4-5 tháng Lê Duẩn từng đuổi Lê Đức Thọ ra khỏi nhà, vì thế sau khi Lê Duẩn chết, các con cháu Lê Duẩn đều lo sợ cả nhà bị phe thắng cuộc giết chết. Rất may là điều đó đã không xảy ra.

Mối quan hệ giữa cựu Thủ tướng Nguyễn Tấn Dũng và đương kim Tổng bí thư kiêm chủ tịch nước Nguyễn Phú Trọng thì giống như kẻ thù hơn là "đồng chí". Không nhất thiết phải ở trong nội bộ ĐCSVN thì mới có thể biết rằng Đảng này đang phân hóa và chia rẽ trầm trọng. Một tổ chức chính trị chỉ có thể đoàn kết và đồng thuận với nhau khi cùng chia sẻ một tư tưởng chính trị và một dự án chính trị. Đảng cộng sản không còn cả hai thứ đó cho nên đội quân khổng lồ của họ chỉ có thể xác và số lượng chứ không có tâm hồn và trí tuệ, do đó, có xác suất phân hóa thành 3 khuynh hướng:

1. ***Nhóm bỏ cuộc và bỏ chạy.*** Nhóm này đông nhất và cách bỏ cuộc của họ dễ thấy nhất là gom góp tiền bạc và chạy ra nước ngoài. Nhiều

đại biểu quốc hội và quan chức cao cấp có hộ chiếu nước ngoài. Họ đã gửi con cái và tài sản sang các nước tư bản và sẵn sàng ra đi khi có biến. Nhóm này không còn quan tâm đến đất nước, họ không ủng hộ hay chống đối chế độ lẫn phong trào dân chủ. Họ chỉ làm "mất máu" cho Đảng cộng sản và đất nước khi đem tiền của vơ vét do tham nhũng ra nước ngoài.

2. ***Nhóm tranh luận và đòi thay đổi.*** Đây là nhóm các đảng viên trung cấp trong đảng. Nhóm này chưa đông nhưng sẽ là mạnh nhất và có khả năng tạo ra thay đổi nhất vì họ có hiểu biết, quyết tâm và ý chí. Đại diện cho nhóm này là những người tham gia viết tài liệu *"Nguy cơ và giải pháp cứu nguy cho Đảng"* (http://www.boxitvn.net/2020/06/23/nguy-co-va-giai-phap-cuu-nguy-cho-dang/). Nhóm này chỉ là thành phần trung cấp trong đảng vì giới lãnh đạo chóp bu không thể phát biểu như vậy. Nếu ông Trọng hay ông Phúc mà phát biểu như vậy thì Đảng cộng sản sẽ tan ngay lập tức. Đảng cộng sản càng phân hóa và rã rượi thì nhóm này càng mạnh lên và có tiếng nói. Có lẽ nhiều đảng viên ĐCSVN đã hiểu rằng chỉ có một lối thoát duy nhất là *"chuyển đổi dứt khoát về dân chủ"* mới có thể cứu được họ. Trung Cộng đang khủng hoảng và không còn là chỗ dựa cho Đảng Cộng Sản Việt Nam. Việt Nam có muốn đu dây cũng không được vì cuộc ly dị giữa Trung Cộng và các nước dân chủ là dứt khoát và không thể đảo ngược. Cuộc ly dị này

không chỉ mỗi Hoa Kỳ và các nước dân chủ mong muốn, mà ngay cả khối ASEAN cũng trông đợi. Dù vậy, chuyện "thoát Trung" cũng khiến nội bộ ĐCSVN chia rẽ và phân hóa nặng nề. Muốn "theo Mỹ" thì Việt Nam phải bơi qua con sông ngăn cách giữa hai thể chế chính trị độc tài và dân chủ. ĐCSVN sẽ chết đuối vì không biết bơi.

3. *Nhóm bảo thủ*. Đây là những người trung thành với chế độ đến cùng, đứng đầu là ông Nguyễn Phú Trọng. Nhóm này không đông nhưng là nhóm "cầm lái", là những người có nhiều quyền lợi và chức vụ gắn bó với sự tồn vong của ĐCSVN. Sở dĩ ĐCSVN không thể cải tổ vì vấp phải sự chống đối quyết liệt của nhóm bảo thủ này. Dù vậy, khi có biến cố nhóm này sẽ tan rã rất nhanh vì không có sự hậu thuẫn của các đảng viên và quần chúng. Cuộc đảo chính tại Liên Xô cũ ngày 19/08/1991 là một ví dụ. Sự cải cách mạnh mẽ của tổng thống Liên bang Xô Viết Gorbachev khiến nhóm bảo thủ trong Đảng cộng sản Liên Xô lo sợ chế độ sẽ sụp đổ vì vậy một nhóm 8 thành viên cao cấp của đảng gồm giám đốc Ủy ban An ninh quốc gia (KGB), Bộ trưởng Quốc phòng, Bộ trưởng Nội vụ, Thủ tướng và Phó tổng thống… đã tiến hành đảo chính Gorbachev. Cuộc đảo chính đã không nhận được sự ủng hộ của bất cứ ai, kể cả giới quân đội cũng như người dân Nga nên Boris Yetlsin đã dễ dàng dẹp tan cuộc đảo chính chỉ sau ba ngày và dẹp luôn cả

Gorbachev để trở thành tổng thống đầu tiên của Liên bang Nga.

Tương lai của ĐCSVN sẽ vô cùng đen tối sau đại hội 13. Đây là giai đoạn chuyển giao thế hệ quan trọng. Lớp con cháu của họ nếu thông minh và khôn ngoan thì sẽ hiểu rằng chế độ độc tài là không phù hợp với thời đại, lớp hậu sinh này sẽ đòi hỏi thay đổi. Còn nếu thế hệ kế thừa này cố tình giả ngu "nhắm mắt, bịt tai" để tiếp tục duy trì chế độ chính trị lạc hậu này thì sớm muộn cũng sẽ bị dòng chảy của lịch sử cuốn đi. Lựa chọn nào của lớp kế cận cũng gây nhức nhối cho ban lãnh đạo cộng sản hiện nay.

Tình hình kinh tế của Việt Nam thời hậu Covid-19 sẽ rất khó khăn vì quá phụ thuộc vào xuất khẩu nên mọi kế hoạch có thể bị ảnh hưởng do các tác động từ bên ngoài. Muốn cứu nguy nền kinh tế và dọn đường để thu hút các công ty nước ngoài đang rút khỏi Trung Quốc thì chính quyền Cộng Sản Việt Nam phải tiến hành cải cách rất mạnh tay như xóa bỏ độc quyền các doanh nghiệp nhà nước trong các lĩnh vực then chốt như hàng không, điện lực, xăng dầu, giao thông (xóa bỏ toàn bộ các trạm BOT trên quốc lộ 1A). Nhưng ĐCSVN đã không làm được những cải cách mạnh tay nầy từ nhiều năm qua.

Bởi vậy, Đảng Cộng Sản Việt Nam đang đứng trước một tình thế 'tiến thoái lưỡng nan'. Họ đã có mong muốn lựa chọn *"Thoát Trung"* nhưng họ lại không dứt khoát với việc lựa chọn mô hình tổ chức xã hội dân chủ để đi theo. Lịch sử ghi nhận việc họ từng hạ mình khúm núm với TC sau khi Liên Xô sụp đổ. Lịch sử cũng ghi nhận rằng năng lực và nhận thức của họ cũng chỉ luôn đi theo mô hình chuyên chế dù họ có thay đổi quan thầy và chính sách. Có thể hình dung được ý định hiện nay của họ là dù "Thoát Trung" bằng cách giảm thiểu bị chi phối quyền lực từ Bắc Kinh nhưng ý thức hệ độc tài thì không thay đổi.

ĐCSVN đã và đang nhìn về mô hình Trung Quốc thời kỳ Đặng Tiểu Bình và đang cố học theo cung cách *"Thịnh vượng đảm bảo cho tính chính danh của Đảng và bạo lực là công cụ duy trì chế độ khi cần"*. Có thể Nga là một mô hình được ĐCSVN tính đến việc 'lựa chọn' vì đảm bảo được sự hòa nhập với Phương Tây mà vẫn duy trì được chế độ độc tài dựa trên chế độ tổng thống. Đảng cộng sản Việt Nam vẫn cố gắng giữ nguyên hiện trạng với một thỏa ước ngầm giản dị: *"Tăng trưởng kinh tế biện minh cho sự ổn định chính trị"*. Nhưng Covid-19 như một cơn lốc, cuốn bay đi thỏa ước đó. Việt Nam đang từ một nước chuẩn bị đón nhận những nguồn đầu tư dồi dào từ Phương Tây - sau khi Trung Cộng bị cô lập về mặt kinh tế - bỗng chốc hóa trơ trọi.

Nạn dịch Covid-19 khiến các quốc gia phát triển phải lo tập trung giải quyết các vấn đề dân sinh trong nội bộ trước nên chưa thể triển khai các kế hoạch đầu tư ra nước ngoài. Đây là một tình thế hiểm nghèo cho sự tồn vong của chế độ vì nó làm phá sản 'thỏa ước' giữa ĐCSVN và người dân Việt Nam. Kinh tế gặp khó, xây dựng và chỉnh đốn Đảng thất bại. Kết cục của ĐCSVN tất yếu là phân hóa và tan rã và sẽ kết thúc sự tồn tại vì không còn lý tưởng. Bài học lịch sử vẫn còn đó: Đất nước VN đã trải qua hàng ngàn năm chiến tranh và thay đổi các triều đại bằng bạo lực và chết chóc. Vì vậy, cần kết thúc vĩnh viễn lịch sử đau thương đó bằng cách mở ra một kỷ nguyên mới cho đất nước: Kỷ nguyên của hòa bình, tự do, dân chủ, bao dung và liên đới trong tình anh em tìm lại với nhau.

Vào thời điểm 1991 Liên Xô đã chín muồi cho một cuộc chuyển hóa về dân chủ. Người dân đã chán ghét chế độ và muốn thay đổi, đảng cộng sản đã mất lý tưởng và phân rã nghiêm trọng, người dân không chỉ muốn thay đổi chế độ mà còn biết mình muốn gì, nghĩa là một chế độ dân chủ. Gorbachev và các lãnh tụ Liên Xô lúc đó tin rằng Đảng cộng sản Liên Xô có thể dần dần thay đổi để thích nghi với tình huống mới mà vẫn giữ được chính quyền. Nhưng họ đã lầm to. *Một chế độ không còn lý do tồn tại thì trước sau cũng phải sụp đổ dù có hay không có một giải pháp thay thế.* Và đó là điều sau cùng đã xảy ra cho Liên Xô vào ngày 19/08/1991. Gorbachev, có lẽ vì được tâng bốc và quá tự tin, đã không nhìn thấy những dấu hiệu thực ra khá rõ ràng của một sự sụp đổ đã gần kề như sau:

1. Ý thức hệ Mác-Lênin đã sụp đổ và trở thành trò đùa dân gian, đảng cầm quyền tại Liên Xô không còn một lý tưởng chung nào làm chất keo gắn bó các đảng viên với nhau nữa nên nhanh chóng trở thành một đảng cướp.

2. Tham nhũng đã tràn ngập bộ máy chính quyền và những đợt thanh trừng chống tham nhũng

chỉ gây hận thù nội bộ chứ không làm sạch được một bộ máy chính quyền đã quá ung thối.

3. Pháp luật trở thành bất lực, hung bạo và tùy tiện như trong mọi chế độ sắp sụp đổ. Những người bị bỏ tù về tội tham nhũng cũng không tham nhũng hơn những người bỏ tù họ. Họ chỉ không may thuộc phe thua cuộc.

4. Sau cùng đảng CS Liên Xô cầm quyền đã phải tập trung quyền lực về một người vì không còn khả năng để đi đến đồng thuận trong một quyết định chung nào cả. Độc tài đảng trị nhường chỗ cho độc tài cá nhân.

Tuy vậy, Gorbachev đã để lại một câu nói quan trọng đã trở thành quy luật chính trị học: *"chế độ cộng sản chỉ có thể xóa bỏ chứ không thể cải tổ"*. Câu nói này cũng được Boris Yeltsin, đồng chí trở thành đối thủ của ông, tán thành.

ĐCSVN đang chuẩn bị Đại hội 13 trong hiện trạng không khác bao nhiêu so với tình trạng của Đảng cộng sản Liên Xô trước ngày 19/8/1991. Cả bốn dấu hiệu sụp đổ của Liên Xô nói trên đều hiện thực rõ ràng cho nhà nước và đảng CSVN vào năm 2020 này. Điều khác biệt là Việt Nam không có được một con người đầy uy tín và có sức thuyết phục như Gorbachev.

ĐCSVN có biết rút ra bài học đúng từ Liên Xô không? Có xác xuất lớn là không. Không phải ai cũng rút ra được những bài học lịch sử. Cho đến nay các lãnh đạo ĐCSVN chỉ biết rút ra những kết luận thiển cận và sai lầm từ những biến cố lớn. Họ đang bị bắt buộc phải tách rời khỏi ảnh hưởng TC và đứng hẳn về phía các nước dân chủ với hậu quả tất nhiên là phải dân chủ hóa càng nhanh càng tốt, chậm ngày nào nguy ngày đó. Tuy vậy họ vẫn tìm mọi cách để bóp nghẹt mọi tiếng nói dân chủ mà không hiểu rằng bài học lớn nhất từ Liên Xô là không thể có chuyển hóa thành công nếu không theo con đường dân chủ.

ĐCSVN đang cầm quyền không còn tư tưởng chính trị làm hạt nhân gắn kết nên chế độ cầm quyền vá víu không theo một mô thức chính thức nào hết. Quân đội và công an rã rời lo vun quén & tham nhũng, toàn dân thờ ơ, lo đời sống riêng tư trong một xã hội rã rời. Mác-Lê là hư cấu đã bộc lộ rõ và định hướng XHCN là một ảo tưởng phi khoa học. Theo định nghĩa của Hegel, lịch sử kết thúc khi con người hiểu biết hoàn hảo về bản thân và khả năng làm chủ bản thân, khi cuộc sống hợp lý và minh bạch. Hợp lý và minh bạch là giá trị của chủ nghĩa tự do cổ điển (classical liberalism), và là hai yếu tố không thể thiếu của thị trường tự do và thể chế dân chủ. Hai yếu tố đó giúp người dân hiểu cách xã hội hoạt động và cho phép họ đưa ra những lựa chọn hợp lý.

Sau đại dịch Covid-19 này xã hội sẽ thay đổi sang thông thoáng và cởi mở hơn, những người nghèo nhất xã hội sẽ được tăng lợi tức gấp nhiều lần so với trước đó. Chưa ai có thể biết và hình dung được khi nào Covid-19 sẽ kết thúc và hậu quả mà nó để lại sẽ ra sao, tuy nhiên ngay từ bây giờ chúng ta có thể biết chắc chắn một điều là hậu quả mà nó để lại sẽ rất kinh khủng và thế giới sẽ thay đổi sâu sắc sau khi đại dịch kết thúc. Khủng hoảng kinh tế thế giới là không thể tránh khỏi sau khi 40 thị trường chứng khoán lớn đã "bốc hơi" khoảng chừng 30.000 tỷ USD. Thiệt hại trên thực tế có thể lớn hơn rất nhiều. Giải pháp duy nhất và cũng quan trọng nhất để bảo vệ sự an toàn của ĐCSVN là sự chung lưng kề vai cùng toàn thể dân tộc Việt Nam, bao gồm mọi thành phần xã hội, chính trị, tôn giáo để chuyển đổi chế độ sang dân chủ thật sự trong ôn hòa và trật tự.

Nhưng kỳ vọng rất chính đáng và cực kỳ cần thiết này đã và đang bị những nhóm lợi ích *"Quyền & Tiền"* trong và ngoài ĐCSVN cấu kết với nhau để phá hủy nội lực và sự đoàn kết của dân tộc ! Những cán bộ có máu mặt, quyền thế từ trung ương tới địa phương đang cấu kết với nhau thành các nhóm lợi ích *"Quyền & Tiền"* chiếm đoạt và chia chác đất đai sai trái, bòn rút tài sản và tham nhũng cực kỳ bất chính, để hạ cánh an toàn ở Phương Tây, khiến cho nhân dân rất căm phẫn! Căm phẫn vì các nhóm lợi ích đó đục khoét tài nguyên đất nước, phá hủy kỷ cương xã hội và đàn áp nhân dân! Trong cuộc khủng hoảng do đại dịch Covid-19, những gì đã từng không thể tưởng tượng được có thể đột nhiên trở thành tất yếu.

Chúng ta đang ở tâm điểm của một cuộc cải tổ xã hội toàn cầu lớn nhất kể từ sau Chiến tranh thế giới lần thứ hai. Vì vậy, từ việc đánh thuế cao hơn đối với người giàu cho đến một chính phủ minh bạch hơn đã dần dần được hiện thực tại các quốc gia đang phát triển. Và tất cả điều đó chỉ là khoảng thời gian chuẩn bị cho thay đổi lớn nhất của thế kỷ này. Bây giờ, một không gian mới đã mở ra cho một cái nhìn khác, thực tế hơn về bản chất con người, đó là loài người đã tiến hóa để cùng hợp tác chứ không phải để đối đầu nhau như chủ nghĩa Mác-Lê-Mao-Hồ của ĐCSVN cổ vũ.

Từ niềm tin đó, nhân dân có thể làm theo một chính phủ dựa trên niềm tin, một hệ thống thuế bắt nguồn từ sự ổn định quốc gia, và các khoản đầu tư bền vững cần thiết để đảm bảo cho tương lai của toàn dân. Thước đo chính xác về ổn định quốc gia là sự hoạt động của hệ thống xã hội dân sự độc lập, song song với chính quyền và hỗ trợ chính quyền tạo ra cân bằng xã hội. Các tổ chức xã hội dân sự trong các lãnh vực chính trị, giáo dục, tôn giáo, khoa học, lao động có được tự do thành lập và hoạt động độc lập hay không; các nhân sĩ, trí thức, chuyên viên, tu sĩ, văn nghệ sĩ có được quyền phản biện và phát biểu theo kiến thức khoa học và lương tâm đạo đức hay không sau đại dịch này. Nếu câu trả lời là KHÔNG, thì những nguy cơ nói trên của ĐCSVN không có lối thoát.

Việt Nam đã chín muồi cho sự thay đổi. Chuyển hóa về dân chủ là lựa chọn tất yếu và duy nhất cho Việt Nam. Dù vậy cách thức thiết lập chế độ dân chủ cho Việt Nam trong tương lai như thế nào thì lại rất phụ thuộc vào sự cố gắng và nỗ lực của đối lập dân chủ và các "đảng viên đảng cộng sản còn ưu tư với đất nước". Nếu không chuẩn bị và bàn thảo về một giải pháp đúng đắn và khả thi cho đất nước trong giai đoạn chuyển tiếp về dân chủ thì hậu quả sẽ rất nghiêm trọng. Nội bộ kín bưng của ĐCSVN đã hé lộ cho thấy có Nhóm bỏ cuộc (hay bỏ chạy) khỏi Việt Nam của các quan chức cộng sản cao và trung cấp như Thứ trưởng Hồ Thị Kim Thoa, đại biểu quốc hội Phạm Phú Quốc vừa bị tố cáo bỏ 2,5 triệu USD mua quốc tịch đảo Chypre,… và họ chỉ là phần nổi của tảng băng chìm của "nhóm bỏ chạy". Đa số đảng viên cấp thấp của ĐCSVN chiếm đến 90% thì đều gắn chặt cuộc đời và số phận với đất nước Việt Nam, vì vậy cần phải có giải pháp chung cho cả dân tộc chứ không thể luồn lách bằng các giải pháp cá nhân như các đảng viên cao & trung cấp bất hảo đó.

Tình thế nội ngoại của ĐCSVN cho phép các nhà quan sát Việt Nam nhận định được sự tồn vong của nhà nước và Đảng Cộng sản VN. Theo ông Nguyễn Vũ Bình, cựu biên tập viên Tạp chí Cộng Sản, thì: "BÀI HỌC CÓ Ý NGHĨA QUAN TRỌNG NHẤT CẦN RÚT RA ĐỐI VỚI NHÀ NƯỚC VÀ ĐẢNG CỘNG SẢN ĐANG CẦM QUYỀN LÀ, Ở ĐÂU CÓ ÁP BỨC, BẤT CÔNG LÀ Ở ĐÓ CÓ ĐẤU TRANH. Ở ĐÂU CHƯA CÓ TỰ DO, DÂN CHỦ LÀ NGƯỜI DÂN SẼ ĐÒI HỎI TỰ DO DÂN CHỦ. NGƯỜI DÂN SẼ ĐÒI HỎI TỰ DO DÂN CHỦ CHO ĐẾN KHI NÀO ĐẠT ĐƯỢC MỚI THÔI, VÌ ĐÓ LÀ KHÁT VỌNG, NGUYỆN VỌNG NGÀN ĐỜI CỦA CON NGƯỜI NÓI CHUNG, CON NGƯỜI HIỆN NAY NÓI RIÊNG. MỘT KINH NGHIỆM NỮA CẦN LƯU Ý, NẾU CHUYỂN ĐỔI, THAY ĐỔI TỪ ĐỘC TÀI SANG DÂN CHỦ, CẦN THỰC HIỆN

NGHIÊM TÚC, BẰNG CÁC GIẢI PHÁP ĐÍCH THỰC ĐỂ ĐƯA TỚI TỰ DO DÂN CHỦ CHO NGƯỜI DÂN. TẤT CẢ NHỮNG THAY ĐỔI HÌNH THỨC, GIẢ DỐI HOẶC NỬA VỜI ĐỀU KHÔNG ĐƯA TỚI TỰ DO DÂN CHỦ ĐÍCH THỰC CHO NGƯỜI DÂN. VÀ NHƯ VẬY, NGƯỜI DÂN SẼ LẠI TIẾP TỤC CUỘC ĐẤU TRANH CỦA MÌNH ĐỂ ĐÒI HỎI TỰ DO CHO CÁ NHÂN VÀ DÂN CHỦ CHO TOÀN XÃ HỘI".

NGƯỜI VIỆT TỪ XƯA ĐẾN NAY VẪN CÓ CÂU "TỨC NƯỚC VỠ BỜ". NHỮNG NGƯỜI VĂN VẺ HƠN THÌ HAY TRÍCH HƯNG ĐẠO ĐẠI VƯƠNG TRẦN QUỐC TUẤN VỚI DI NGÔN "KHOAN THỨ SỨC DÂN ĐỂ LÀM KẾ SÂU RỄ BỀN GỐC" HOẶC NGUYỄN TRÃI VỚI MỆNH ĐỀ NỔI TIẾNG "ĐẨY THUYỀN LÀ DÂN, MÀ LẬT THUYỀN CŨNG LÀ DÂN. CÙNG LÀ NGƯỜI VIỆT, CHẮC CHẮN CÁC ĐẢNG VIÊN CSVN KHÔNG AI KHÔNG HIỂU ĐIỀU ĐÓ. VẤN ĐỀ CHỈ LÀ LIỆU HỌ CÓ Ý THỨC ĐỂ HƯỚNG ĐẾN SỰ THAY ĐỔI CHO "NƯỚC ĐỞ TỨC" VÀ "SỨC DÂN ĐƯỢC KHOAN THỨ" HƠN HAY KHÔNG MÀ THÔI. TÔI E RẰNG, VỚI MỘT NỀN GIÁO DỤC LỖI THỜI VÀ LẠC ĐIỆU, MỘT HỆ THỐNG TRUYỀN THÔNG LUÔN CUNG CẤP "MỘT NỬA SỰ THẬT" NHƯ HIỆN NAY, NHỮNG BÀI HỌC MÀ ĐẢNG CỘNG SẢN VIỆT NAM RÚT RA TRONG LỊCH SỬ CŨNG NHƯ MỚI HỌC ĐƯỢC TRONG THỜI GIAN GẦN ĐÂY SẼ CHỈ ĐƯỢC VẬN DỤNG THEO MỘT CÁCH NÀO ĐÓ ĐỂ "GIỮ VỮNG CHẾ ĐỘ" HƠN LÀ CẢI CÁCH DÂN CHỦ.

Nhưng việc giữ vững chế độ CSVN trong cuộc đấu tranh toàn diện giữa ĐCSTQ và các nước giàu mạnh như Nhật, Úc, Ấn, Mỹ, Liên Âu, Canada, Anh từ nay trở đi không thể do ĐCSVN chủ động dưới 2 gọng kềm là lôi kéo từ Mỹ và áp lực từ ĐCSTQ. Giữa 2 gọng kềm này, ĐCSVN giả bộ trung lập, nhưng thực chất là theo ĐCSTQ đồng chí anh em răng môi với 4 tốt & 16 chữ vàng. Đây là nguy cơ lớn nhất của CSVN, già néo đứt dây chứ không lợi gì khi Mỹ cố lôi kéo VN chống TC. Thế trung lập giả tạo của CSVN đứng giữa Tàu-Mỹ chỉ là hình thức. Hình thức này sẽ đẩy nhanh tốc độ tan rã của ĐCSVN trước trào lưu quốc tế quyết tâm tiêu diệt ĐCSTQ, bởi vì:

1. Thứ nhất là do ảnh hưởng rất sâu, rộng, nhanh chóng và hiệu quả to lớn của truyền thông mạng và ngành du lịch ra nước ngoài. Trước đây chỉ được phép nghe một chiều qua 800 tờ báo và hàng chục kênh truyền hình của ĐCSVN. Từ đầu thế kỷ 21 đến nay nhân dân VN đã, đang và sẽ luôn luôn dùng đến con mắt thứ ba & lỗ tai thứ ba là Internet để nhận định sự thật.

2. Thứ hai là nhận thức của người dân VN đã vượt trội hơn thời điểm 30 năm qua rất nhiều. Họ biết phân tích trái, phải, tà, chính và ý nghĩa cuộc đời của một con người. Họ không muốn thân mình thành "giá áo, túi cơm" đơn giản như ngày xưa. Họ đã có nhu cầu về tinh thần, biết giá trị của Tự do, Dân chủ. Không muốn làm con cừu hay con bò, được ăn no, gặm cỏ và sống bầy đàn trong một cái cũi vô hình.

3. Thứ ba là làm quan ở Thể chế Độc tài đã bị người đời khinh rẻ. Dù người làm quan to mấy đi nữa thì dưới con mắt phần nhiều dân chúng thì họ cũng chỉ là kẻ bất tài, vô đức. May ra chọn tách ra được một vài vị có đức thì lại bất tài. Dạng này cũng chả làm nên công trạng gì cho Nước, cho Dân, ngoài việc nghĩ ra các thủ đoạn tham nhũng. Còn loại cán bộ đảng đang làm Quan để đục khoét thì bị dân chúng khinh miệt, kể cả các vị lãnh đạo từ chóp bu cho tới địa phương, với nhiều sự kiện chứng minh được tại sao họ bị nhân dân coi thường! Thêm vào đó là cái danh oai của họ cũng đã mất, bởi Dân nhận ra là cái chức, cái quyền mà họ có được không phải do Dân bầu lên, mà do họ tự dựng ra chính quyền, rồi ngồi tụm lại với nhau chia chác quyền lực.

4. Thứ tư là để củng cố Độc tài, mị Dân và lấy lại thanh danh, niềm tin của Dân, đảng CSVN đã tạo ra chiến dịch đốt lò (chống tham nhũng) nhưng củi quá nhiều, vì tích tụ nhiều năm và trong số đó củi to cũng rất nhiều. Từ đó mà sinh ra nội bộ đảng đấu đá giữa các phe cánh lẫn nhau rất quyết liệt. Bên ngoài có vẻ êm ả, các đồng chí với nhau, nhìn lên "tượng bác và cờ đỏ búa liềm" bắt tay nhau rất chặt, nhưng tay kia thủ con dao bầu ở sau lưng. Đồng chí này muốn diệt đồng chí kia mà không dám nói, sợ bị trả thù, vì bản thân mình cũng thối tha nên đành ném đá giấu tay bằng cách làm lộ tin mật ra cho thông tin ngoài luồng phổ biến trên mạng xã hội. Chính từ đó mà lộ ra những thông tin thâm cung bí sử tối mật ra ngoài cho Dân biết.

Thông tin này nhiều khi rất chính xác và cụ thể. Còn rõ ràng hơn cả câu chuyện tình của "Bác" kính yêu với Tăng Tuyết Minh và Nông Thị Xuân... Chính vì lộ ra những thông tin này mà Dân biết được đảng thối nát như thế nào, và họ nghĩ đã đến lúc phải đào thải nó. Niềm tin vào đảng của Dân đã mất đến 99%. Lại nực cười và trớ trêu là do đảng tự đào mồ chôn đảng. Đồng chí chôn đồng chí!

5. Thứ năm là xu hướng của thời đại. Thế giới đã thay đổi. Cái cọc để con ốc "phận mỏng cánh chuồn" bám vào là Trung Cộng không còn là nơi yên thân mà gửi gắm nữa, dù có muốn cố tình nhờ nó, thông qua nó để giữ đảng bằng mọi giá.

6. Thứ sáu là khối người bất đồng chính kiến ngày một tăng và dũng cảm hơn so với trước rất nhiều. Sự kiện này làm ảnh hưởng không nhỏ tới dư luận và bang giao của Nhà nước & ĐCSVN trên trường Quốc tế.

Mở đường đi vào **CUỘC CẢI CÁCH CHÍNH TRỊ ĐỔI ĐỜI SANG VĂN MINH, TIẾN BỘ, DÂN CHỦ VÀ NHÂN QUYỀN LÀ PHƯƠNG THỨC DUY NHẤT** để thoát nguy cho đảng CSVN, nhưng họ vẫn kiên định quyết liệt Mác-Lê-Mao-Hồ thì nguy cơ diệt vong chính trị bắt buộc phải xảy ra cho họ. Bởi vì thể chế chính trị toàn trị XHCN của họ đã triệt tiêu, hủy hoại hoặc vô hiệu hóa nhân tố trí thức trong suốt 70 năm qua. Nước Việt Nam cộng sản ngày hôm nay chưa nhận thức sâu sắc được những yếu kém của mình, chưa có đủ trí tuệ và ý chí khắc phục những yếu kém này, nhất là những yếu kém cố hữu nằm sâu trong sự lạc hậu và tụt hậu của chế độ XHCN. Không ít giá trị cao quý và vốn liếng quốc gia đã bị hủy hoại trong quá trình phát triển bệnh hoạn hơn bốn thập kỷ vừa qua, cái giá phải trả đắt quá, nhất là đến nay vẫn chưa khắc phục được vết thương dân tộc, đất nước bị tiêm nhiễm không ít nọc độc chết người theo cả nghĩa đen và nghĩa bóng.

TRONG MỐI TƯƠNG QUAN VỚI THẾ GIỚI HÔM NAY, ĐẢNG CSVN KHÔNG ĐỦ TRÍ TUỆ ĐỂ NHẬN THỨC THẤU ĐÁO VỀ NHỮNG NGUỒN LỰC RẤT LỚN TỪ HƠN 5 TRIỆU NGƯỜI VIỆT HẢI NGOẠI MÀ KHÔNG PHẢI NƯỚC ĐANG PHÁT TRIỂN NÀO CŨNG CÓ THỂ CÓ ĐƯỢC. **CHO NÊN ĐẢNG NÀY ĐÃ DÙNG NÃO TRẠNG XƠ CỨNG CẦU MÌNH NẶN RA NGHỊ QUYẾT 36 NHẰM CHIÊU DỤ NGUỒN LỰC ĐÓ, NHƯNG HÀNG CHỤC NĂM QUA CHỈ CHIÊU DỤ ĐƯỢC BỌN NGƯỜI CƠ HỘI, LUỒN LÁCH QUỴ LUỴ QUYỀN & TIỀN TỪ HẢI NGOẠI.**

Trù dập, hủy hoại, mạ lỵ và cô lập giới tinh hoa và trí thức của đất nước suốt 70 năm qua thì làm sao có người đi đầu trong giác ngộ thấu đáo tình hình mới, nhiệm vụ mới và những vấn đề đặt ra cho quốc gia trong thế giới toàn cầu hóa mới từ nay, để qua đó trở thành người truyền đạt, người đánh thức nhân dân cả nước cùng giác ngộ chính bản thân mình và những đòi hỏi của đất nước trong trật tự thế giới sau đại dịch Covid-19. Do đó, đảng CSVN với chính sách chà đạp trí thức như vậy nên đang gặp phải nguy cơ mất hết khả năng thực hiện được một thể chế chính trị phát huy được những quyền tự do dân chủ của nhân dân, để giải phóng con người, vừa thực hiện quần tụ được dân tộc, vừa phát huy được sức mạnh của dân tộc.

Về phần ĐCSVN, với tính cách là lực lượng chính trị độc tôn độc quyền nắm mọi quyền lực quốc gia lại kiên định XHCN thì làm sao **huy ĐỘNG ĐƯỢC TRÍ TUỆ TRONG CẢ NƯỚC ĐÁNH GIÁ VÀ NHẬN THỨC THẤU ĐÁO CỤC DIỆN QUỐC TẾ MỚI HÔM NAY, THỰC TRẠNG ĐẤT NƯỚC, NHỮNG VẤN ĐỀ ĐẶT RA CHO VIỆT NAM, VÀ NHỮNG QUYẾT ĐỊNH PHẢI LỰA CHỌN?** Một câu hỏi hệ trọng liên quan đến sự mất/còn của Đảng CSVN không thể tránh né, nghĩa là "tồn tại hay không tồn tại?" (to be or not to be?!). Đứng trước những đòi hỏi của quốc gia và những thách thức của thế giới hôm nay, ĐCSVN nên hay không nên lựa chọn cho mình trách nhiệm thực hiện **"ĐIỀU KIỆN CẦN"** LÀ tự thay đổi chính mình trở thành đảng của dân tộc và dân chủ.

Về phía những người tham gia vào cuộc đấu tranh Dân Chủ cho VN hiện nay, họ là những người đáng quý nhất của một dân tộc, thay vì chọn con đường công danh cho mình, họ đã chọn tham gia vào cuộc đấu tranh cho đất nước, dù biết sẽ phải trả giá đắt. Họ có thừa sự dũng cảm và nhiệt huyết, họ sẵn sàng chết cho đất nước và nhiều người thực sự đã chết cho đất nước. Các cuộc cách mạng đều có mục đích đưa xã hội tiến tới một trình độ phát triển mới.

Yếu tố quyết định làm nên bước tiến của một xã hội chính là tư tưởng chính trị. Tư tưởng chính trị là khái niệm đặt ra để trả lời câu hỏi một quốc gia nên được tổ chức và sinh hoạt như thế nào. Nó là yếu tố quyết định sức sống của một quốc gia hay một phong trào, một chế độ chính trị. Nhận định này cho phép nhà đấu tranh nhìn rõ tình trạng hiện nay của đất nước và của chế độ cộng sản. Sức mạnh của một chế độ đến từ tư tưởng nền tảng của chế độ đó. Suốt 50 năm qua bộ máy cai trị ĐCSVN rất mạnh và gắn kết nhờ sự cuồng tín vào lý tưởng cộng sản – một ảo tưởng đã tiêu vong từ lâu, nên không thể nào làm nền móng cho một tư tưởng chính trị hiện đại.

Tình hình ngày nay đã khác hẳn xưa. Xã hội Việt Nam đã mạnh lên nhiều, và sẽ tiếp tục mạnh lên, nhờ sự cải thiện về mức sống, sự tiến bộ về công nghệ và truyền thông, sự gia tăng của thương mại và du lịch, nhiều đòi hỏi, suy tư mới đã xuất hiện. Trong khi đó bộ máy cai trị lại yếu đi nhiều, và ngày một yếu thêm, do các đảng viên đã mất hết niềm tin vào lý tưởng Cộng Sản, thay vì đoàn kết với nhau trong một lý tưởng chung thì các đảng viên lại quay ra tiêu diệt lẫn nhau để tranh giành quyền lợi và quyền lực *(điển hình là những cái chết mờ ám của lãnh đạo chóp bu như Nguyễn Bá Thanh, Trần Đại Quang, Phạm Quý Ngọ, ...)*.

Tương quan sức mạnh giữa bộ máy cai trị và xã hội Việt Nam đã thay đổi hẳn và ngày một nghiêng dần về phía xã hội, tới một lúc nào đó nó sẽ nghiêng hẳn về phía xã hội và sự thay đổi chắc chắn sẽ đến. Vấn đề chỉ là khi nào và như thế nào. Trong chiều sâu, chính việc lý tưởng Cộng Sản mất hết nội dung đã là nguyên nhân đưa chế độ cộng sản Việt Nam và TC đi tới đoạn cuối của tiến trình sụp đổ.

Xã hội dân sự Việt Nam đang tự cởi trói và mạnh lên trong khi lý tưởng cộng sản của bộ máy cai trị ngày càng thu nhỏ và yếu đi.

Đó là điều tất yếu của lịch sử, mọi cuộc cách mạng là để đưa xã hội tiến tới một trình độ phát triển mới, và muốn vậy, thì các lực lượng cách mạng phải có tư tưởng chính trị, nếu không, chỉ có thể thất bại. Thảm kịch nằm ở chỗ tư tưởng Cộng Sản không phải là một bước tiến mà là một bước lùi so với chế độ thuộc địa trong thế kỷ trước.

Bước lùi về tư tưởng chính trị này đã đưa Việt Nam từ một trong những nước có tiềm năng vươn lên nhất, thành một nước chậm tiến và tụt hậu nhất. Suốt 70 năm qua, CSVN vẫn chưa thoát khỏi bước lùi này. May mắn là thế hệ người Việt đầu thế kỷ 21 không xuất phát từ con số không. Nhìn thấy nguyên nhân khiến đất nước VN đã phải trải qua hết thảm kịch này tới thảm kịch khác là do sự thiếu hụt về tư tưởng chính trị, thế hệ mới vào đầu thế kỷ 21 đã kết hợp được những người còn ý chí và niềm tin vào đất nước để thay đổi hướng đi của dân tộc bằng những giá trị nền tảng và những định hướng lớn cho một nước Việt Nam tương lai, bằng những cách tổ chức xã hội hợp lý cho một nước Việt Nam mới, và chắc chắn không thể thiếu là tiến trình để đánh bại chế độ độc tài và chuyển hóa thành công về hướng dân chủ.

"Thế giới sau dịch Covid-19 buộc các nước dân túy sẽ phải chuyển đổi từ một hệ thống nhất nguyên, tập trung và chuyên quyền sang một chế độ đa nguyên, tản quyền và phân quyền và thay thế nền kinh tế hoạch định đặt nền tảng trên các xí nghiệp quốc doanh bằng một nền kinh tế thị trường lấy các xí nghiệp tư làm sức mạnh. Thêm nữa, là chuyển đổi một guồng máy chính quyền tham nhũng, quan liêu, bàn giấy, công cụ của một đảng thành một nhà nước hữu hiệu, trách nhiệm, lành mạnh, phục vụ cho công ích và phải chấm dứt lối quản lý tùy tiện bằng nghị quyết và chỉ thị để thiết lập một nhà nước dân chủ pháp trị đúng nghĩa. Bộ máy công an sẽ phải trở thành một bộ máy công an bảo vệ trật tự an ninh và dân quyền. Các tòa án Nhân Dân được coi như cánh tay nối dài của công an phải được thay bằng những tòa án độc lập chỉ có sứ mạng bảo vệ & thể hiện công lý luật pháp. Phải thay thế một nền giáo dục tuyên truyền, nhồi sọ và thiếu phẩm chất bằng một nền giáo dục khách quan, khai phóng và phẩm chất cao, giáo dục và đào tạo là cuộc chiến đấu sống còn của đất nước".

Di sản của ĐCSVN để lại cho đất nước sau 75 năm cầm quyền quá là kinh khủng và nặng nề, chỉ có một liều thuốc duy nhất để chữa lành vết thương là tinh thần khoan dung dân tộc của một chế độ dân chủ trong tương lai. Khó khăn lớn nhất là VN hậu cộng sản phải kế thừa một đất nước chồng chất hận thù, chia rẽ và thất vọng do chiến tranh và các chính sách phân biệt đối xử của ĐCSVN để lại. Sẽ phải hàn gắn những đổ vỡ cũ mà không gây ra những đổ vỡ mới. Sẽ phải hòa giải người Việt Nam với nhau và với đất nước Việt Nam để cùng bắt tay nhau xây dựng và chia sẻ một tương lai chung trong một đất nước Việt Nam đáng sống, đáng yêu và đáng tự hào. **Muốn thế phải có một chính quyền dân chủ, lương thiện, trí tuệ và trách nhiệm để có thể nhận diện những vấn đề của đất nước và đề ra các giải pháp.** Chỉ có một chính quyền như vậy mới có thể tạo ra được sự đồng thuận và đoàn kết dân tộc để cùng nắm tay nhau tiến vào một tương lai mới mẻ và an hòa. ĐCSVN không có khả năng đó.

Chủ nghĩa Mác-Lê đã mang lại cho ĐCSVN một khả năng động viên ghê gớm từ 1930 đến 1975. Nhưng chính nó cũng lý giải cho tình trạng rệu rã của ĐCSVN hiện nay vì họ không còn giấc mơ hay lý tưởng chung gì nữa khi Mác-Lê đã suy đồi thảm bại tại VN và trên khắp thế giới. Vậy thì đã đến lúc cần có một giấc mơ mới, một giấc mơ chung để động viên người Việt Nam tham gia vào một dự án xây dựng tương lai mới. Đó là một giấc mơ chung để động viên mọi trái tim, mọi khối óc, mọi bàn tay tham gia vào sự nghiệp xây dựng tương lai chung thay thế cho dự án Cộng Sản độc hại và đã phá sản.

Làm người Việt Nam cho tới nay đã là một điều bất hạnh thì làm người Việt Nam trong một tương lai gần sẽ phải là một niềm vui, một may mắn và một nguồn hãnh diện. Thế giới đã biết đến Việt Nam như là nạn nhân của hận thù và chia rẽ, của óc độc quyền lẽ phải thì thế giới sẽ phải biết đến Việt Nam sau này như là vùng đất của sự bao dung, như là một mẫu mực thành công của tình anh em tìm lại, của sự hồi sinh từ điêu tàn và đổ nát.

Với giấc mơ này VN sẽ dân chủ hóa đất nước. Rồi chúng ta sẽ thấy đất nước này thay da đổi thịt, rồi chúng ta sẽ thấy dân tộc này vùng dậy chồm tới chinh phục tương lai. Chúng ta sẽ khám phá ra sự mầu nhiệm của những giá trị rất đơn giản như tự do dân chủ, thanh bình & khoan dung dân tộc. Chúng ta sẽ thấy là một chế độ dân chủ pháp trị thành công ngay cả trong những điều kiện kỹ thuật, văn hóa, xã hội và nhân sự khó khăn vì chế độ DC xưa nay đều có khả năng tự điều chỉnh và tự cải tiến. Đất nước nhất định sẽ đứng dậy, đi tới và tiến lên rất mạnh mẽ.

2. <u>Tồn vong theo số phận nổi trôi của ĐCSTQ anh em</u>

Vì nhiều yếu tố tương đồng của ĐCSTQ đồ sộ và người em nhỏ của nó là ĐCSVN, nên sự tồn vong của ĐCSTQ phải được xem xét trước, thứ đến sẽ là ĐCSVN. Xem xét thật kỹ gần 30 mối nguy sống chết của ĐCSVN ở những chương đầu, hầu như có đến 90% cũng chính là nguy cơ thiết tử của ĐCSTQ. Đảng viên tại TC bây giờ nhìn thấy ĐCSTQ nguy cơ tứ bề, thế lớn đã qua đi, nên không muốn tiếp tục làm con dê thế tội cho ĐCSTQ ở "thời điểm then chốt cuối cùng" này, không muốn phối hợp với ông Tập Cận Bình chạy theo cái giấc mộng viển vông không thiết thực kia nữa. Tâm lý này đang lan truyền sang cho đảng viên ĐCSVN anh em răng môi nên khó có thể ngăn chặn được tập đoàn tham nhũng khổng lồ bên trong thể chế nuốt chửng lợi ích của cả quốc gia. Nhìn từ một góc độ khác, dẫu cho phe phái nào trong ĐCSVN có đưa một người khác lên thay thế ông Nguyễn Phú Trọng thì liệu người đó có thể hoàn trả nổi những món nợ máu mà ĐCSVN đã nợ nhân dân trong suốt 75 năm qua? Liệu sức mạnh chính nghĩa toàn cầu vốn đã thức tỉnh nay lại chìm sâu trong giấc ngủ mê muội, đối với ĐCSVN trong thập niên 1970, một lần nữa hay không?

Dưới cái nhìn cải cách thì con tàu ĐCSVN với trăm nghìn lỗ thủng giờ lại đang gặp phải sóng gió cuộn dâng, dẫu ai là người cầm lái cũng không thể ngăn nổi vận mệnh bị chôn vùi dưới đáy biển sâu của thời kỳ toàn cầu hóa mới kể từ 2020 này.

Ngay trong đại dịch Covid-19 và sau đó, Trung Cộng đang & sẽ bị thế giới vây hãm về chính trị, ngoại giao, văn hóa xã hội và kinh tế. Sau chuyến thăm 4 nước

Đông Âu, ngày 18/08/2020, Ngoại trưởng Mỹ Michael Pompeo cho biết ván cờ thế giới đã thay đổi và "Quyết tâm của những người yêu tự do trên toàn thế giới là mong muốn giữ gìn lối sống và giá trị quan của họ, và điều này đang ngày càng gia tăng", và "Dân chúng Mỹ nhận ra rằng người dân Trung Quốc hoàn toàn khác với ĐCSTQ và rằng ĐCSTQ đang đe dọa đến các giá trị quan và lối sống của người dân Mỹ. Cả hai đảng ở Washington D.C. đều biết rất rõ chúng tôi đang phản đối điều gì. Ván cờ đã thay đổi, như tôi đang thấy trên khắp châu Âu và thế giới. Phương Tây đang chiến thắng".

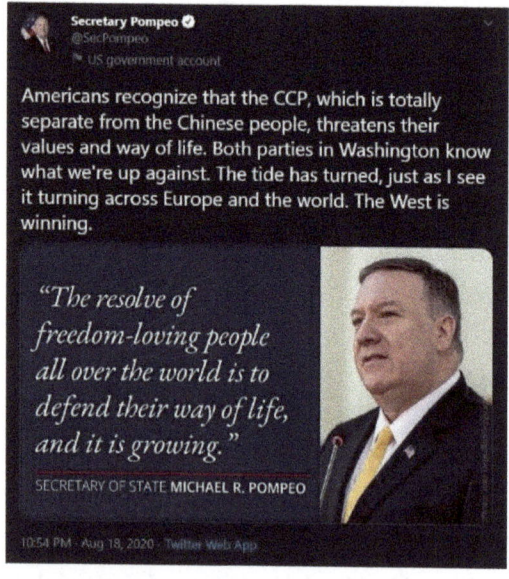

Ảnh chụp màn hình Twitter

Ông Pompeo chia xẻ rằng sau khi bức màn sắt của Liên Xô cũ sụp đổ, Trung và Đông Âu trở lại với thế giới tự do của phương Tây, nhưng chủ nghĩa độc tài vẫn chưa tiêu vong: *"Ngày nay, mối đe dọa lớn hơn là mối đe dọa do ĐCSTQ và các phong trào cưỡng chế và kiểm soát tư tưởng của nó gây ra. Ý thức hệ cốt lõi của chính quyền ĐCSTQ là chủ nghĩa Mác-Lênin của Liên Xô, thậm chí còn tồi tệ hơn thế. Cái đảng này từ đầu đến cuối đều luôn ích kỷ. Nguồn gốc của mọi hành động của nó bắt nguồn từ hình thái ý thức của nó. Hơn nữa nó mang tâm lý thù địch đối với các xã hội tự do như của chúng ta ... Những gì đang diễn ra hiện nay không phải là cuộc Chiến tranh Lạnh phiên bản 2.0. Thách thức trong việc đối kháng lại mối đe dọa của ĐCSTQ ở một số khía cạnh còn khó khăn hơn. Điều này là do ĐCSTQ đã có sự móc ngoặc với nền kinh tế, chính trị và xã hội của chúng ta theo cách thức mà Liên Xô trước đây chưa từng làm được*" ...

Và ông nhấn mạnh, "*Cũng giống như đại quân Mỹ đồn trú ở NATO năm xưa, khi đại quân Mỹ đóng quân ở Tây Đức, không ai nghĩ rằng Bức màn sắt sẽ thực sự sụp đổ trước khi Bức tường Berlin bị lật đổ. Ván cờ thế giới đã thay đổi, thế giới sẽ đoàn kết để chống lại sự áp bức của ĐCSTQ. Xã hội tự do cuối cùng sẽ chiến thắng*". Ba ngày sau, 21/08/2020, ông Daniel Kritenbrink, Đại sứ Hoa Kỳ tại Việt Nam nói rằng Hoa Kỳ bác bỏ bất kỳ hành động nào nhằm áp đặt lối tư duy "chân lý thuộc về kẻ mạnh" ở Biển Đông, lên án yêu sách chủ quyền phi pháp của Trung Cộng đối với Bãi Tư Chính: "*Chúng tôi bác bỏ bất kỳ nỗ lực nào nhằm áp đặt lối tư duy 'chân lý thuộc về kẻ mạnh' ở Biển Đông hay khu vực rộng lớn hơn*".

ĐCSTQ ngày nay đang gặp nguy cơ tứ bề và đang trở nên điên cuồng thể hiện ra bộ mặt "chiến lang" trước thế giới. Rory Truex, phó giáo sư môn chính trị và các vấn đề quốc tế tại Đại học Princeton (Mỹ) cho biết:

"ĐCSTQ cũng là 'chế độ tinh vi nhất' trong việc lợi dụng internet và công nghệ để kiểm duyệt và tuyên truyền. Nhằm mục đích trấn áp, kiểm soát và xuyên tạc thông tin".

Ngày 12/08/2020, tờ Thời báo New York đăng một bài báo trên trang tiếng Trung, trong đó đưa tin gia tộc của ba ủy viên Ban Thường vụ gồm Tập Cận Bình, Lật Chiến Thư và Uông Dương có tư sản ở Hồng Kông. Gần đây, Hoa Kỳ đã chế tài đợt đầu các quan chức cấp cao của Trung Quốc và Hồng Kông liên quan đến luật an ninh. Lần này, truyền thông Hoa Kỳ bất ngờ tập trung vào việc phơi bày khối tài sản khổng lồ của thân nhân ba đảng viên cấp cao nhất của ĐCSTQ hiện tại là Tập Cận Bình, Lật Chiến Thư và Uông Dương ở Hồng Kông.

"Tài liệu Panama" được tiết lộ vào tháng 4/2016 cho thấy Hồng Kông đã trở thành cơ sở rửa tiền của giới chóp bu trong ĐCSTQ, kể từ khi Anh Quốc trao trả chủ quyền của Hồng Kông cho TC vào năm 1997. Lã Bỉnh Quyền, giảng viên cao cấp Khoa Báo chí của Đại học Tân Văn Hồng Kông, tiết lộ trong một cuộc phỏng vấn với "Voice of Germany" rằng, TC xem Hồng Kông là một trung tâm rửa tiền (tẩu tán tài sản). Tuy nhiên, nếu các tham quan muốn tìm nơi ẩn náu lâu dài thì Hồng Kông không phải là nơi lý tưởng của họ. Hồng Kông chỉ có thể được sử dụng như một trạm trung gian, có thể tiến hành rửa tiền, hoặc mua hộ chiếu, hoặc có thể ủy thác giao dịch cho các nhà đầu tư. Do đó, Hồng Kông chỉ là bàn đạp cho một số quan chức tham nhũng. Lã Bỉnh Quyền nói rằng Hồng

Kông là nơi lý tưởng để các nhà lãnh đạo ĐCSTQ và các gia tộc quyền lực rửa tiền và tẩu tán vốn, đây cũng là một bí mật đã công khai. Họ thông qua các đại lý riêng ở Hương Cảng để điều hành hoạt động và tỏa rộng ra khắp thế giới.

Một số gia tộc trực tiếp điều hành các quỹ riêng với quy mô lớn. Vì họ sẽ không sử dụng tên thật của mình và sẽ không hiển thị chế độ hoạt động của mình một cách rõ rang nên các quỹ này liên tục chảy vào và ra khỏi Hồng Kông và rất khó điều tra. Ông tiết lộ rằng hầu hết các gia tộc quyền lực đều hoạt động theo cách này nên điều này đã trở thành sự đồng thuận công khai. Miễn là không có sự khác biệt lớn về chính trị, những gia tộc quyền lực này sẽ không gặp rắc rối, bởi vì mọi người đều có cơ chế lợi ích hỗ tương. Trừ khi xảy ra chuyện đụng chạm như Bạc Hy Lai, hoặc dòng dõi trực hệ nào đó gặp trục trặc pháp lý thì tài sản sẽ bị điều tra. Tuy nhiên, ông cho rằng xét về tổng thể, Hồng Kông chỉ là bàn đạp cho hoạt động của họ, những tài sản dài hạn hay kho chứa tài sản lớn nhất của các gia đình quyền lực TC sẽ không ở lại Hồng Kông lâu dài, thay vào đó nó sẽ ở một nơi có độ an toàn tư riêng, bảo mật cao hơn và hoạt động ẩn tàng hơn ở nước ngoài.

Hôm 21/08/2020, Epoch Times cho hay, một danh sách gần 2 triệu đảng viên của Đảng Cộng sản Trung Quốc (ĐCSTQ) ở đảng bộ thành phố Thượng Hải đã bị rò rỉ, những thông tin chi tiết về những đảng viên này như họ tên, số CMND, giới tính, nơi sinh, địa chỉ nhà và số điện thoại đều được hiển thị rõ. *Danh sách 1,95 triệu đảng viên ở Thượng Hải bị rò rỉ (ảnh: Chụp màn hình Epoch Times tiếng Hoa – 21/8/2020).*

一份上海195万党员的名单近日外泄，名单上记录了上海市党员的姓名、性别、籍贯、身份证号码、家庭住址及通讯方式，被认为可信度极高。（网络截图）

Một cư dân mạng đã thử gọi đến những số điện thoại có trong danh sách rò rỉ và xác nhận rằng thông tin hiển thị trong danh sách là chính xác. Vì thế nhiều người đánh giá rằng bản danh sách này đúng là tài liệu nội bộ bị rò rỉ của ĐCSTQ. Đây là tài liệu mật cấp độ 2 của ĐCSTQ, bao gồm 1.957.239 đảng viên thuộc đảng bộ Thượng Hải, có cả đường Link để tải xuống danh sách được chứa trong một file excel. Nhiều người cho rằng danh sách này rất khó bị tin tặc đánh cắp vì ĐCSTQ có cơ chế bảo mật rất kỹ các tài liệu nội bộ của họ, do vậy có suy đoán rằng đây là một tài liệu do chính người trong ĐCSTQ tung ra với mục đích triệt hạ lẫn nhau. Có một điều trùng hợp là bản danh sách này bị tung ra chỉ ít ngày sau khi New York Times, vào ngày 15/07/2020 cho hay chính phủ Mỹ đang cân nhắc việc cấm các đảng viên ĐCSTQ và người thân của họ nhập cảnh, thậm chí những đảng viên ĐCSTQ và người nhà đang ở Mỹ cũng sẽ bị trục xuất. Một cư dân mạng đã đưa ra bình luận rằng, trong tương lai, một quốc gia nào đó áp lệnh cấm nhập cảnh với các đảng viên ĐCSTQ và người thân, thì những người trong danh sách này sẽ bị nhắm làm mục tiêu.

Theo Epoch Times, một số phương tiện truyền thông Hồng Kông đã dự báo rằng làn sóng trừng phạt thứ hai của Hoa Kỳ đối với Hồng Kông sẽ sớm đến, bao gồm cả các lệnh trừng phạt đối với con cháu của của các quan chức ĐCSTQ.

Theo bản tin ngày 15/08/2020 của Apple Dailly, ông Solomon Yue, phó chủ tịch Tổ chức các vấn đề hải ngoại của Đảng Cộng hòa Mỹ, tiết lộ trên Twitter rằng, do vụ ĐCSTQ bắt giữ ông trùm truyền thông Lê Trí Anh, vòng trừng phạt thứ hai của Mỹ sẽ sớm đến, và sẽ nhắm vào thế hệ thứ hai và thứ ba của các quan chức trong chế độ đỏ TC. Ngày 07/08/2020, Bộ Tài chính Hoa Kỳ đã công bố các lệnh trừng phạt đối với 11 quan chức ĐCSTQ vì đã "phá hoại quyền tự trị và tự do của Hồng Kông". Các biện pháp trừng phạt đối với các quan chức cấp cao của ĐCSTQ đã đánh vào "điểm yếu" của tổ chức này.

Trong 41 năm qua, gia đình và con cái của các quan chức cấp cao trong ĐCSTQ đã di cư đến Hoa Kỳ và các nước phương Tây phát triển khác, với số lượng lớn, đồng thời họ cũng đã mang theo một lượng tài sản tham nhũng khổng lồ của cha ông họ sang những nước đó. Theo chuyên gia Viên Cung Di, số tiền mà các gia đình quyền lực trong ĐCSTQ chuyển ra nước ngoài có thể lên tới 10 nghìn tỷ USD. Trong đó, phần lớn nhất thuộc về các thành viên trong gia đình cựu lãnh đạo ĐCSTQ Giang Trạch Dân, khoảng 1 nghìn tỷ USD. Đối mặt với việc Hoa Kỳ từ chối cấp thị thực, hủy bỏ thị thực, từ chối nhập cảnh, hủy bỏ tình trạng thường trú nhân (thẻ xanh), hủy bỏ quốc tịch, trục xuất, đóng băng tài sản, ngừng giao dịch, xóa khỏi hệ thống tài chính toàn cầu do Hoa Kỳ lãnh đạo và các biện pháp trừng phạt khác, các quan chức cấp cao của ĐCSTQ, cho dù họ hiện vẫn đang đương nhiệm hay đã nghỉ hưu, cũng như gia đình và con cái của họ, liệu ĐCSTQ có sợ hay hãi không?

Lần này Hoa Kỳ đang tung tất cả các chiến thuật và ra đòn một cách toàn diện để tấn công Trung Cộng, tuy chưa tung đòn chiến tranh, nhưng trên một số lĩnh vực cụ thể, Mỹ sẽ can dự mạnh mẽ hơn nhằm ngăn chặn chủ nghĩa bành trướng TC. Có như thế, các quốc gia thuộc không gian FOIP, đặc biệt là các nước ASEAN mới tin tưởng vào quyết tâm "tạo ra sự thay đổi" như tuyên bố hôm 24/07/2020 của Ngoại trưởng Pompeo từ Quận Cam, miền nam tiểu bang California.

Trong một diễn biến liên quan, trước đó, ngày 21/07/2020, báo Japan Times đã dẫn thông báo của Lực lượng Phòng vệ Nhật Bản cho biết lực lượng này đang tiến hành cuộc tập trận chung với Hải quân Hoàng gia Australia và nhóm tác chiến Hàng không mẫu hạm USS Ronald Reagan của Hoa Kỳ. Đợt diễn tập giữa hải quân ba nước như vừa nêu tại khu vực Biển Philippines diễn ra từ ngày 19/07/2020 và sẽ kết thúc vào ngày 23/07/2020. Mục tiêu được nói rõ là để làm đậm nét cam kết trong chiến lược tự do và rộng mở ở khu vực Ấn Độ Dương – Thái Bình Dương. Tham gia đợt diễn tập phía Nhật Bản có tàu khu trục

JS Teruzuki thuộc lớp Akizuki; phía Australia có các tàu HMAS Canberra, Hobart, Stuart, Arunta và Sirius. Phía Hải quân Hoa Kỳ ngoài hàng không mẫu hạm USS Ronald Reagan còn có tàu tuần dương tên lửa dẫn đường USS Antietam, tàu khu trục tên lửa dẫn đường USS Mustin.

Trước khi xảy ra sự kiện nói trên, ngày 17/07/2020, hàng không mẫu hạm USS Ronald Reagan và USS Nimitz của Hải quân Hoa Kỳ cũng đã tiến vào khu vực Biển Đông. Đây là cuộc tập trận lần thứ hai chỉ trong vòng nửa tháng. Hai nhóm tàu sân bay này của Mỹ cùng hơn 12 ngàn nhân viên quân sự, các tàu khu trục, tàu tuần dương hộ tống cùng hoạt động tại Biển Đông. Ngoài ra có hơn 120 máy bay đã được triển khai, tiến hành tập trận phòng không chiến thuật với mục đích để duy trì tính chuyên nghiệp và khả năng sẵn sàng tác chiến, bảo đảm phản ứng nhanh trước bất cứ sự cố bất ngờ nào. Tin này đã được Hạm đội Thái Bình Dương của Hoa Kỳ loan đi, dẫn lời phát biểu của chuẩn đô đốc Jim Kirk, Chỉ huy Nhóm tác chiến USS Nimitz, rằng: *"Nhóm tác chiến tàu sân bay Nimitz và Ronald Reagan hoạt động trên Biển Đông, nơi được luật pháp quốc tế cho phép, nhằm củng cố cam kết của Hoa Kỳ về một vùng Ấn Độ Dương – Thái Bình Dương tự do và rộng mở (FOIP)"*.

Ngay đến cả Viện Sáng kiến Điều tra Nam Hải thuộc Đại học Bắc Kinh cũng từng công bố ghi nhận trong hai ngày 15 và 16/07/2020, Hải quân Hoa Kỳ đã cho máy bay bay qua Biển Đông để đến Đài Loan. Cụ thể, vào trưa ngày 15/07/2020, máy bay không người lái trinh sát tầm cao MQ-4C Triton bay qua Biển Đông đến phía đông nam Đài Loan. Sáng ngày 16/07/2020, một máy bay chống ngầm P-8A và máy bay tiếp liệu trên không KC-135R tiếp tục bay qua Biển Đông để đến phía tây nam Đài Loan. Trong khi đó mạng Nikkei Asian Review của Nhật vào ngày 17/07/07 loan tin quân đội Mỹ có kế hoạch triển khai một đơn vị tác chiến điện tử đến khu vực Ấn Độ Dương – Thái Bình Dương. Tin cho hay hoạt động này sẽ được triển khai vào năm tới để thực hiện nhiều sứ mệnh khác nhau, trong đó có tác chiến điện tử và tác chiến mạng.

Điều cần nhấn mạnh ở đây là tất cả mọi động thái can dự nói trên của chính quyền Hoa Kỳ diễn ra ngay sau tuyên bố mạnh mẽ ngày 13/07/2020 của Ngoại trưởng Michael Pompeo. Nó cho thấy sự cứng rắn hơn trong chính sách của Mỹ tại một khu vực rất quan trọng nhưng đầy bất trắc của Ấn Độ Dương – Thái Bình Dương, đó là Biển Đông – nơi mà TC đang thực thi hành động bá quyền khu vực.

Rõ ràng là hành động của Mỹ đánh dấu bước tiến quan trọng trong việc khẳng định lập trường của Washington chống đối đòi hỏi chủ quyền lãnh thổ Biển Đông bất hợp pháp của TC. Tổng hợp ý kiến từ giới chuyên gia, ít nhất có 3 lĩnh vực Mỹ sẽ tiếp tục thúc đẩy mạnh mẽ hơn nữa, đó là tăng cường viện trợ, hợp tác, đào tạo dành cho các nước trong khu vực và kịp thời ngăn chặn các hành động của TC lăm le chiếm đóng lãnh hải và lãnh thổ các nước nhỏ trong vùng ĐNA. Nhờ vậy các quốc gia thuộc không gian

FOIP, đặc biệt là các nước ASEAN tin tưởng hơn vào lộ trình bao quát của Washington, bất kể ai sẽ là chủ nhân Nhà Trắng trong tương lai. Viện trợ ở đây được hiểu là Mỹ sẵn sàng gia tăng các khoản cho vay, cũng như các hoạt động đầu tư và thương mại, đặc biệt là đối với các nước Đông Nam Á.

Riêng đối với Việt Nam, sau khi "Bản ghi nhớ về hợp tác quốc phòng năm 2011", "Tuyên bố về tầm nhìn chung năm 2015 và bản kế hoạch hợp tác quốc phòng 2018-2020" hết hạn, thì chương trình hợp tác và đào tạo Việt – Mỹ sau 2020 sẽ là gì? Cả Hoa Kỳ lẫn Việt Nam từng cam kết tiếp tục thúc đẩy hợp tác quốc phòng song phương, trong đó nhấn mạnh nội dung nâng cao năng lực thực thi pháp luật trên biển. Tuy nhiên, việc nâng cấp quan hệ Việt – Mỹ từ "đối tác toàn diện" lên "đối tác chiến lược" xem ra vẫn còn là câu chuyện của tương lai, vì trở ngại từ đàn anh TC của ĐCSVN.

Tuy nhiên, từ hai tháng trở lại đây, hàng loạt các thành viên trong nội các Trump lần lượt liên tiếp nhau lên án các chính sách đối nội và đối ngoại của TC. Hôm 24/06/2020, cố vấn An ninh Quốc gia Robert C. O'Brien tấn công thẳng vào hệ tư tưởng của ĐCSTQ. Ngày 07/07/2020, Giám đốc FBI Christopher Wray nêu bật các đe doạ của TC đối với an ninh kinh tế và an ninh quốc gia của nước Mỹ. Ngày 17/07/2020, Bộ trưởng Tư pháp William Barr phân tích các phản ứng của Hoa Kỳ đối với các tham vọng toàn cầu của Bắc Kinh. Đến lượt Ngoại trưởng Pompeo, ngày 23/07/2020 mới đây, đã tổng kết toàn bộ chính sách của Mỹ đối với Trung Cộng. Có thể nói chính phủ Hoa Kỳ lần này tung tất cả các chiến lược và tung đòn một cách toàn diện và dữ dội để tấn công Trung Cộng. Vì vậy, nhiều nước trong khu vực kỳ vọng rồi đây Mỹ sẽ tăng cường hơn nữa các công cụ ngoại giao hoặc kinh tế. Chính sách của Mỹ, ít nhất qua những tuyên bố từ các nhân vật cao cấp hàng đầu trong hành pháp, có vẻ như đang thay đổi 180 độ so với chính sách do Nixon-Kissinger hoạch định và thực thì từ năm 1973 đến 2016.

Mỹ sẽ chủ động hơn trong việc định hình trật tự mới theo những nguyên tắc đã được "Bộ tứ" hay "Bộ tứ Mở rộng" bàn thảo. Với sự cam kết của "Bộ tứ" cốt cán (ngoài Mỹ ra là Nhật Bản, Australia, Ấn Độ), nay lại thêm cả Anh quốc, Canada cùng "kề vai sát cánh", làm cho hệ thống các đối tác và đồng minh của Hoa Kỳ trên thế giới sẽ cảm nhận được hình hài của "vành đai chiến lược mới" sau những can dự cụ thể như hỗ trợ Việt Nam và một số nước ASEAN tiền tuyến.

Sau tuyên bố 13/07/2020, đặc biệt là sau tuyên bố 23/7/2020 của Ngoại tưởng Pompeo, thế giới kỳ vọng nhiều hơn vào Hoa Kỳ. Cho đến nay, Mỹ đã thể hiện quan điểm cứng rắn bằng các hoạt động tự do hàng hải (FONOP) hay các cuộc tập trận quân sự như vừa nêu trên. *Cục diện ĐNÁ và trật tự thế giới rồi đây sẽ khác.* Các nền dân chủ đang đón đợi để được chia xẻ qua lời khẳng định của Ngoại trưởng Pompeo tại tuyên bố 23/07/2020 như sau: *"Cách duy nhất để thực sự thay đổi Trung Quốc cộng sản là hành động không dựa trên những gì các nhà lãnh đạo Trung Quốc nói, mà dựa theo cách họ làm".* (Nguồn: RFA, 26/7/2020 – Hải Đăng, https://www.rfa.org/vietnamese/news/blog/interfere-to-change-policy-07262020154327.html).

Hai ngày sau bài diễn văn lịch sử của Ngoại trưởng Mỹ Michael Pompeo, hôm 23/07/2020 tại Thư viện & Bảo tàng Nixon ở California , GS Nguyễn Ngọc Chu đã nghiên cứu liệt kê "21 QUAN ĐIỂM ĐÁ TẢNG CỦA CHÍNH QUYỀN TT DONALD TRUMP VỀ CỘNG HÒA NHÂN DÂN TRUNG HOA" cho thấy nguy cơ của TC rõ ràng là không lối thoát trước chiến lược tấn công toàn diện về kinh tế chính trị văn hòa xã hội, nhắm thắng vào ĐCSTQ (Có đầy đủ trong phần "Tài Liệu Đọc Thêm" ở phần cuối).

Thế giới thời hậu đại dịch covid-19 khách quan đòi hỏi Việt Nam phải thay đổi triệt để vì sự tồn tại và phát triển của chính mình trong một thế giới đã đổi khác. Hơn nữa sự phát triển tự thân của Việt Nam hôm nay đã đi tới đòi hỏi cấp thiết phải tìm đường chuyển lên một thời kỳ phát triển mới cao hơn và bền vững hơn. Hơn thế nữa, nằm ở vị trí địa đầu của khu vực Đông Nam Á, Việt Nam lọt vào một trong những tâm điểm quyết liệt nhất, nóng nhất của mâu thuẫn đối kháng Mỹ – Trung, với tất cả những hệ lụy nguy hiểm nhất có thể – bao gồm cả tình huống có thể xảy ra chiến tranh cục bộ, hoặc chiến tranh xâm lược từ phía Bắc.

Trên tất cả, mối quan hệ Việt – Trung dù quan trọng đến mức sống còn đối với Việt Nam như thế nào đi nữa, dù phía Việt Nam đã làm tất cả những gì có thể hoặc thậm chí đã quá mức có thể để gìn giữ, củng cố mối quan hệ song phương không thể thiếu này. Song le, những xâm phạm, sự can thiệp, và những thách thức mới ngày càng nhiều và thường trực hơn từ phía TC đã đi quá lằn ranh đỏ, đã và đang kìm hãm sự phát triển của Việt Nam, uy hiếp nghiêm trọng Việt Nam trên nhiều phương diện. Với những gì có được ở ngay tầm tay đảng CSVN hôm nay trong bối cảnh cục diện thế giới toàn cầu hóa mới này, thì CSVN hoàn toàn không hội đủ mọi điều kiện để giải quyết thành công 3 loại thách thức nói trên để phát triển quốc gia mình và đồng thời để đưa quan hệ Việt – Trung vào thời kỳ phát triển lành mạnh đúng như nhân dân hai nước mong đợi. Mọi quy lụy yếu hèn hèn dưới thân phận CS đàn em như một chư hầu suốt 30 năm qua đối với TC chỉ mời gọi thảm bại và sự lấn tới của TC. Điều nguy hại là CSVN không ý thức sâu sắc được chính mình và không đủ tầm nhìn để nhận định thấu đáo cục diện và xu thế vận động của thế giới ngày nay.

Cho dù ĐCSVN không muốn tham gia vào các tranh chấp và cũng không muốn bị lôi kéo vào các tranh chấp và chỉ muốn trung lập bề ngoài giữa Mỹ và TC để được yên ổn, nhưng thực tế không cho phép Việt Nam được yên ổn để trung lập, bởi vì:

o *Việt Nam không có hoàn cảnh phù hợp để được trung lập như một số các nước ở Châu Âu.*

o *Việt Nam không có vị trí địa lý biệt lập ở xa hẳn TC và vùng hàng hải tự do trên Biển Đông để không bị đe dọa và không bị can dự vào tranh chấp.*

o *Việt Nam lại nằm ở một vị trí chiến lược quan trọng trên bàn cờ địa chính trị quốc tế.*

o *Việt Nam có biên giới với Trung Quốc – là nước từ nhiều ngàn năm đã tiến hành hàng chục cuộc chiến tranh xâm lược Việt Nam.*

o *Việt Nam phải ở cạnh nước Cộng hòa Nhân dân Trung Hoa – là cường quốc đang nổi lên với một thể chế dị tật nhất trong lịch sử nhân loại, có những kẻ cầm quyền hung hăng tham vọng bá chủ thế giới, muốn trói buộc các quốc gia khác vào sự lệ thuộc, muốn có nhiều chư hầu để tranh ngôi vị số 1 thế giới.*

Cho nên, Việt Nam muốn trung lập cũng không thể được yên ổn mà trung lập. Thực tế lịch sử 70 năm gần đây đã minh chứng, Việt Nam chịu sự ảnh hưởng lớn của thể chế Cộng hòa Nhân dân Trung hoa do ĐCSTQ toàn trị. ĐCSVN tuy nói là trung lập nhưng lại gắn bó thực tế với ĐCSTQ qua "4 tốt & 16 chữ vàng và mật ước Thành Đô 1990", nên quốc tế khó tin vào sự kiện CSVN trung lập. Dù thật sự muốn trung lập thì CS Việt Nam vẫn sẽ không tránh khỏi bị can dự vào cuộc tranh chấp địa chính trị khốc liệt ở Châu Á – Thái Bình Dương – Ấn Độ Dương và Cộng Sản Việt Nam phải đối mặt với sự can dự này.

Mâu thuẫn Mỹ – Trung, hình thành với những lý do đã biết, mang tính đối kháng lớn nhất và triệt để nhất kể từ sau chiến tranh thế giới II, giữa một bên là Mỹ quyết bảo vệ vai trò số một thế giới và những giá trị đã làm nên nước Mỹ, và một bên là đế chế Trung Cộng trỗi dậy và cho rằng thời cơ đã đến để thực hiện giấc mông Trung Hoa bá quyền thế giới. Trên nhiều phương diện, tính đối kháng của mâu thuẫn Mỹ – Trung hôm nay vượt xa tính đối kháng của mâu thuẫn Mỹ – Liên Xô thời chiến tranh lạnh.

Sự thật là thế giới đang đi vào THỜI KỲ BIẾN ĐỘNG QUYẾT LIỆT NHẤT kể từ sau chiến tranh thế giới II, với những nguy cơ chiến tranh ngày càng nhiều ở những quy mô khác nhau, có thể bắt đầu nổ ra ở trận địa tại một nước thuộc bên thứ ba là CSVN, một quốc gia đang bị chiến lược 4 không của ĐCSVN ghìm chặt trong cuộc phân tranh toàn cầu Mỹ-Trung.

Những nguyên nhân đưa đến sự vận động của kinh tế thế giới và quá trình toàn cầu hóa của nó từ gần 3 thập kỷ vừa qua cũng đang chuyển sang một giai đoạn khác và đang tác động sâu sắc vào sự phát triển của mọi quốc gia. Thực tế này về nhiều mặt là một nguyên nhân cơ bản dẫn đến mâu thuẫn đối kháng Mỹ – Trung và đồng thời cũng làm cho mâu thuẫn đối kháng này càng triệt để hơn, đại dịch Covid-19 là một giọt nước tràn ly thúc đẩy sự vận động này tiến triển nhanh hơn. Lợi ích của MỸ HÔM NAY và những giá trị nó phải bảo vệ cho sự tồn tại của nó - với tính cách là vai trò số một thế giới - có nhiều mặt phù hợp với lợi ích và những giá trị phổ quát của nhiều quốc gia hùng mạnh phương Tây, Úc, Canada và Nhật. Trong khi đó mục tiêu bá quyền thế giới của giấc mộng Trung Hoa lại nhằm khuất phục thế giới phải vận động theo những giá trị và khuôn mẫu của đế chế "XHCN mang màu sắc TQ" – nhiều học giả có tên tuổi trên thế giới đã đi tới kết luận chung: ĐẾ CHẾ TC

TRỖI DẬY ĐANG MUỐN TẠO DỰNG NÊN MỘT THẾ GIỚI THEO CÁI BÓNG CỦA NÓ!

Thực tế này làm cho mâu thuẫn đối kháng Mỹ – Trung, về nhiều mặt, ngày càng mang tính **MÂU THUẪN GIỮA MỘT BÊN LÀ NHỮNG GIÁ TRỊ CỐT LÕI CỦA VĂN MINH NHÂN LOẠI LÀ TỰ DO VÀ DÂN CHỦ, VÀ MỘT BÊN LÀ ĐỘC QUYỀN TOÀN TRỊ KIỂU TC. CŨNG ĐÃ CÓ NHỮNG BƯỚC ĐI DƯỚI LÁ CỜ CỦA CHỦ NGHĨA XÃ HỘI ĐẶC SẮC TRUNG QUỐC VƯỢT XA NHỮNG GÌ CHỦ NGHĨA ĐỨC QUỐC XÃ HITLER ĐÃ LÀM TRONG THẾ KỶ TRƯỚC.** Thực tế của "giấc mộng Trung Hoa" này đối kháng triệt để với những giá trị dân chủ và tự do của văn minh nhân loại, vì thế làm cho nước TC CỦA GIẤC MỘNG TRUNG HOA hôm nay trở thành vấn đề của cả thế giới, và đang được giải quyết dứt điểm và quyết liệt dưới sự chung sức của cả cộng đồng thế giới – bao gồm cả chính nhân dân Trung Quốc, Hồng Kông & Đài Loan.

THỜI KỲ BIẾN ĐỘNG QUYẾT LIỆT đang nói tới ở đây là một bắt đầu tốt đẹp cho việc hình thành một xu thế chủ đạo mới của trào lưu dân chủ và những giá trị cơ bản của nó, cho nên có thể dự báo thời hậu đại dịch Covid-19 sẽ mở ra **THỜI ĐẠI CỦA THỂ CHẾ DÂN CHỦ VÀ CỦA VAI TRÒ CON NGƯỜI, ĐỂ TRỞ THÀNH 2 YẾU TỐ CƠ BẢN ĐỊNH HÌNH VÀ TẠO RA NGUYÊN LÝ VẬN ĐỘNG CỦA THẾ GIỚI TOÀN CẦU HÓA MỚI TỪ NĂM 2020.** Giấc mộng Trung Hoa bá chủ thế giới của Tập Cận Bình **HẦU NHƯ KHÔNG CÁCH NÀO HIỆN THỰC ĐƯỢC VÀ ĐÃ BỊ LOẠI TRỪ.**

MỘT TC THẤT BẠI TRONG VIỆC THỰC HIỆN GIẤC MỘNG TRUNG HOA sẽ là một quốc gia như thế nào – Sẽ là một liên bang TQ? Hay là những tiểu Trung Quốc? Hay là một TQ nào khác nữa?

Chương 8

Kết Luận

Trước khi đúc kết bản báo cáo tổng hợp nghiên cứu này, các sự kiện đánh giá về nước CSVN từ quốc tế cần được điểm qua như sau:

1. Giáo dục:
Theo chỉ số Human Development, nước CHXHCNVN đứng hàng 121/187, có nghĩa là dưới trung bình. Không có một trường đại học nào của Việt Nam được lọt vào danh sách trường đại học có danh tiếng và có chất lượng trên thế giới.

2. Bằng sáng chế:
Theo International Property Rights Index, nước CHXHCNVN đứng hàng 108/130 tính theo giá trị trí tuệ, có nghĩa là gần đội sổ.

3. Ô nhiễm môi sinh:

Theo chỉ số ô nhiễm môi trường, nước CHXHCNVN đứng ở vị trí 102/124, gần đáy danh sách.

4. Thu nhập bình quân tính theo đầu người:
Nước CHXHCNVN lại đứng hàng 123/182 quốc gia tính theo thu nhập bình quân đầu người. Có nghĩa là Việt Nam đứng trong nhóm 1/3 quốc gia cuối bảng có thu nhập đầu người thấp nhất.

5. Tham nhũng:
Theo chỉ số tham nhũng mới nhất của tổ chức Transparency International 2020, nước CHXHCNVN đứng hàng 116/177 có nghĩa là thuộc 1/4 quốc gia cuối bảng.

6. Phát triển xã hội:
Theo chỉ số chất lượng sống (Quality of Life) thì nước CHXHCNVN có điểm là 22.58, đứng hàng 72/76, có nghĩa là gần cuối bảng.

7. Y tế:
Theo chỉ số y tế, sức khoẻ, nước CHXHCNVN đứng hàng 160 trên 190 quốc gia, có nghĩa Việt Nam đứng trong nhóm quốc gia có tổ chức y tế tệ nhất.

Việt Nam có đầy đủ tiềm năng nhưng tại sao tụt hậu ngày càng xa sau các nước khác? Đó là nguy cơ tồn vong nhức nhối đặt ra cho đảng CSVN.

Nếu cần có một nhận xét về sự kiện thống nhất 30/4/1975, người ta có thể tóm gọn thế này: *"Một xã hội văn minh hơn đã bị đè bẹp bởi một xã hội dã man hơn"*.

Sức mạnh quân sự không phải lúc nào cũng đi kèm với trình độ văn minh, tiêu biểu cho điều đó trong lịch sử đã có rất nhiều. Ví dụ như cuộc xâm lược khắp Á Âu của đội quân du mục Thành Cát Tư Hãn chiếm đóng những quốc gia có trình độ khoa học kỹ thuật và văn minh tiên tiến hơn nhiều. Riêng với Việt Nam, 30 năm sau ngày 30/4/1975, đất nước quay lại với những nền tảng căn bản mà người Việt Nam đã đạt được ở miền Nam trước năm 1975, đó là một sự thụt lùi sâu sắc của lịch sử.

Mượn sức mạnh của lòng yêu nước để đạt được quyền lực và thiết lập được chế độ cai trị, nhưng ĐCSVN đã đánh cắp luôn chiến thắng ấy bằng cách ghi quyền cai trị độc tôn của họ vào hiến pháp sau ngày thống nhất. Xương máu và tổn thất thuộc về toàn bộ người Việt Nam, nhưng thắng lợi thì chỉ thuộc về một mình Đảng Cộng Sản VN.

Chế độ cầm quyền hiện nay kế thừa di sản của những người cộng sản đời đầu. Một mặt thì ĐCSVN luôn có lý do và nhu cầu để xích gần Trung Cộng, khi cả hai đảng là những thứ tồn tại bị thế giới coi là dị dạng. Đó là lý do ông Nguyễn Văn Linh tìm cách bắt tay với TC bằng mọi giá ở hội nghị Thành Đô 1990, khi hàng loạt chế độ cộng sản trên thế giới đã sụp đổ.

Mặt khác, chủ nghĩa bành trướng hiện là một cứu cánh để kéo dài thời gian cai trị của chế độ cộng sản TC, nó khiến cho chế độ cộng sản Việt Nam đối mặt với nguy cơ lớn là đất nước sẽ bất ổn và bị thôn tính bởi TC. Vì vậy, cần làm rõ một thực tế: "Chế độ cai trị này không thể trường tồn". ĐCSVN phải thừa nhận thực tế đó, để hoặc cùng tham gia vào kiến tạo tương lai với phần còn lại của đất nước, khi đó họ sẽ vẫn còn chỗ trong tương lai, hoặc cứ tiếp tục mù quáng tiếp tục đi trên con đường tội phạm và sai lầm hiện tại để bị đào thải. Điểm kết cuối cùng sẽ là một cuộc chiến tương tàn, ngoại bang xâm lấn chủ quyền và bản thân họ, với tư cách những kẻ tội đồ mất khả năng cải tạo, bị tàn sát hàng loạt.

Những kẻ độc tài chóp bu khó có cơ hội chạy trốn ra nước ngoài trong thế giới toàn cầu hóa mới ngày nay. Kadafi, Saddam Husein, sau những tội ác ghê rợn gieo rắc cho người dân, sở hữu hàng chục tới hàng trăm tỷ USD, nhưng đều bị tận diệt ngay cả trong thời đại toàn cầu hóa cũ. Không ai hình dung ra viễn cảnh các tay cộng sản đầu đàn ở VN sẽ chạy trốn sang TC, đó chẳng qua là một địa ngục khác mà sớm muộn cũng thành biển máu mà thôi.

Cuối thập niên 1980, sự tan rã của hàng loạt các nhà nước cộng sản đánh dấu sự cáo chung của phong trào cộng sản toàn cầu. Trong lúc đó, những người cộng sản ở TC và Cộng Sản Việt Nam loay hoay tìm cách thay đổi để kéo dài thời gian cai trị. Họ thấy rằng có thể vay mượn nền kinh tế thị trường - vốn có năng lực nổi trội đã tạo ra của cải ở phương Tây - để dựa vào đó làm bầu sữa nuôi sống bộ máy cai trị độc tài của họ.

TC tiến hành những cải cách cho phép sự hiện diện của đầu tư nước ngoài và kinh tế tư nhân vào cuối thập kỷ 1970. Cộng Sản Việt Nam nối gót chậm hơn, vào khoảng giữa cuối thập niên 1980. Cả hai chế độ cộng sản này đều gặp may, vì các nước phương Tây sau khi chứng kiến sự tan rã hàng loạt nhà nước cộng sản đã cho rằng sớm muộn gì TC hay CSVN cũng sẽ phải từ bỏ con đường cộng sản bế tắc ấy. Vốn nước ngoài và công nghệ đổ vào những đất nước này và đã tạo ra những nguồn lực mới. Trong khi đó việc giành được quyền tồn tại cũng khiến các lực lượng tư nhân tham gia vào việc tạo ra của cải. Tuy nhiên đấy cũng là lúc đánh dấu sự tuyệt chủng của những người cộng sản đúng nghĩa tại VN.

Các lợi ích kinh tế được tạo ra cùng với quyền lực độc tài không được và không thể kiểm soát đã khiến toàn bộ đội ngũ cai trị tại nước CSVN nhanh chóng thoái hóa và đánh mất chút niềm tin ảo tưởng cộng sản cuối cùng. Kết quả là họ đã trở thành một tập đoàn tội phạm gắn kết với nhau bằng những khẩu hiệu chẳng còn ai tin, bằng các món lời được tạo ra từ bòn rút ngân sách, và bằng việc lạm dụng quyền lực hoặc kiếm lợi từ lợi thế thông tin bất bình đẳng. Thực tế chế độ cộng sản đã chết từ lâu ở cả TC lẫn Cộng Sản Việt Nam, còn lại chỉ là một tập đoàn cai trị độc tài tham nhũng dưới cái vỏ khô cộng sản.

Thứ bùa thiêng từng giúp những người cộng sản nắm quyền là cái bánh vẽ về một xã hội bình đẳng thì nay đã chẳng còn lừa gạt được ai khi chính họ đang là một đẳng cấp ưu tiên với mọi đặc quyền. Tuy nhiên, thứ vũ khí siêu hạng còn lại là kiểm soát thông tin và tiêu diệt mọi tầng lớp trí thức có năng lực tư duy độc lập thì họ vẫn đang tận dụng, khiến cho bộ mặt của họ tự biến thành dị dạng trước mắt nhân loại.

TC kiểm soát mạng xã hội cực kỳ ngặt nghèo và thanh trừng khốc liệt mọi trí thức đối lập. CSVN cũng đàn áp và triệt hạ không tiếc tay mọi trí thức phản biện với hàng loạt án tù. Bên cạnh đó, họ vẫn tiếp tục cố gắng duy trì hoạt động tuyên truyền để có thể lừa gạt càng lâu càng tốt những thành phần nhân dân chỉ nghe không cần nghĩ, nhằm kéo dài thời gian tồn tại. Tất nhiên đó là những nỗ lực không có ngày mai vì theo thời gian, khi toàn dân chứng kiến tình trạng tham nhũng lan tràn, khi đối diện với sự tận diệt môi trường, những món nợ khổng lồ mà những tay cộng sản tham nhũng mang về cho đất nước, thì sự tuyên truyền của bộ máy cộng sản đã không còn chút hiệu quả nào. Cuộc cách mạng Internet đã bồi thêm những đòn chí mạng vào bức màn sắt kiểm duyệt tư tưởng và tuyên truyền của những chế độ cộng sản. Họ càng lúc càng mất khả năng kiểm duyệt và bóp nghẹt các luồng tư tưởng tự do. Thêm nữa, chính nền kinh tế thị trường mà họ vay mượn từ các xã hội phát triển phương Tây đã tạo ra sự hội nhập và giao lưu văn hóa mà họ không thể chặn lại được.

Vấn đề mà tất cả các lãnh tụ cộng sản đều nhận ra: *Không phải là có tồn tại được hay không mà là còn tồn tại được bao lâu nữa?*

Những căn bệnh trầm kha mà TC đang mắc phải thì CSVN cũng đang thâm nhiễm nặng nề và gần như giống hệt nhau. Một bộ máy tha hóa tham nhũng đến tận gốc rễ với hiệu năng cai trị ngày càng suy giảm. Các nguồn tài nguyên cạn kiệt và môi trường bị tàn phá nặng nề đến mức mất khả năng duy trì cuộc sống thông thường. Tình trạng bất công lan tràn với nạn lạm dụng quyền lực của bộ máy cai trị đã bị lưu manh hóa. Gánh nặng nợ công đè ngập cổ người dân, cộng với mức thuế phí nặng nề trong khi các dịch vụ an sinh xã hội vô cùng tồi tệ. Chính sách dân tộc độc tôn và chủ nghĩa bành trướng của Đảng cộng sản Trung Quốc hiện nay vừa là một nguy cơ sinh tồn nhưng cũng đồng thời là bình tiếp oxy hà hơi cho Đảng Cộng Sản Việt Nam. Điều này thoạt nghe có vẻ vô lý nhưng lại là sự thật.

Trên thực tế, chính bản thân những nhà lãnh đạo cao nhất của CSVN cũng hiểu rất rõ họ đang đối mặt với sự sụp đổ từ bên trong, và thời gian tồn tại của nền cai trị độc tài cộng sản ở quốc gia này là một chiếc đồng hồ đếm ngược. Sự lai căng quái đản giữa mô hình cai trị độc tài và nền kinh tế thị trường ở Việt Nam đã tạo ra những vấn nạn mà chế độ này không thể tự giải quyết được. Toàn bộ nền tảng lý luận của họ đã bị thực tế phủ nhận và lộ rõ tính ảo tưởng. Những đảng viên, từ cấp thấp nhất đến cấp cao nhất, lâm vào sự khủng hoảng khi không còn lý tưởng soi đường. Trong khi đó, quyền lực độc tài và những món lợi kinh tế được tạo ra từ sự cấu kết giữa quyền lực chính trị và các hoạt động kinh tế tư bản rừng rú đã khiến bộ máy cai trị của CSVN tha hóa nhanh chóng đến tận gốc rễ. Trên thực tế, tất cả các đảng viên, từ cấp thấp nhất đến cấp cao nhất, trong guồng máy CSVN đều không sống bằng những nguồn thu nhập công khai. Họ vơ vét tiền và làm giàu nhanh chóng từ những lợi thế quyền lực và thông tin mà chế độ ban phát cho họ.

Thế giới đương đại đang đứng trước một khúc quanh quan trọng của lịch sử. Một trật tự thế giới mới đang được thiết lập sau đại dịch Covid-19. Trung Cộng, Nga và các nước độc tài còn lại đang bị ghi nhận như là mối đe dọa cho hòa bình thế giới, và đó là điều mà người Việt Nam hiểu rõ hơn ai hết trước sự bành trướng của Trung Cộng trên Biển Đông. Một "trật tự dân chủ mới" sẽ không có chỗ cho các nước độc tài. Mọi dễ dãi và ưu đãi của thế giới dành cho Việt Nam sẽ chấm dứt hoặc chỉ dừng ở mức thấp nhất nếu Việt Nam không chuyển hóa về dân chủ trong những năm tới. Các công ty lớn của thế giới sẽ không đến Việt Nam vì họ lo lắng và không biết cuộc cách mạng dân chủ đường nào cũng phải xảy ra ở Việt Nam sẽ như thế nào. Trật tự dân chủ mới đó sẽ khiến ĐCSVN dù muốn dù không cũng phải chấp nhận dân chủ hóa đất nước.

Ba phần tư thế kỷ đã trôi qua kể từ khi ĐCSVN cướp được chính quyền cai trị Miền Bắc, rồi cả nước suốt 45 năm qua, thì người dân Việt Nam vào năm 2020 này đang có được những gì? Mạng xã hội trong tháng Bảy & Tám/2020 vừa qua đã chia sẻ mạnh mẽ một bản tổng kết như sau:

1. Về giá trị tiền tệ, nước CHXHCNVN nằm trong top 3 giá trị kém nhất.

2. Về môi trường, nước CHXHCNVN nằm top 20 ô nhiễm nhất.

3. Về GDP đầu người, với tầm 2.500 USD nước CHXHCNVN đứng áp chót.

4. Về lương bổng, với 200 USD trung bình mỗi tháng, nước CHXHCNVN đứng ở mức gần chót.

5. Về đóng góp cho nhân loại, gần như không ai biết đến VN, ngoài chiến tranh và món ăn "Phở".

6. Về mức độ hài lòng của dân chúng, nước CHXHCNVN là một trong những nước có tỷ lệ xuất ngoại định cư nhiều nhất. Ước tính mỗi năm có khoảng 100.000 người ra đi.

7. Về tự do báo chí, nước CHXHCNVN ngang hàng với các nước như Iran và Trung Quốc, nơi tự do ngôn luận bị kiểm soát và thông tin bị kiểm duyệt.

8. Về quan liêu và tham nhũng thì 2 lãnh vực này đã trở thành thương hiệu quốc gia của nước CHXHCNVN.

9. Về danh dự quốc gia thì tại Nhật Bản, Việt kiều của nước CHXHCNVN đứng đầu danh sách tội phạm ăn cắp nhiều nhất.

10. Về giá trị con người ở Đài Loan và Hàn Quốc, thì cô dâu đến từ nước CHXHCNVN đông nhất.
11. Về giá trị tinh thần, nước CHXHCNVN có tỷ lệ phá thai cao nhất.
12. Về thuế phí, tỷ lệ trên GDP thì nước CSVN đứng nhất nhì bảng trong khu vực.
13. Về giá xe và xăng dầu, người tiêu dùng ở đất nước CSVN này trả giá cao nhất.

Mười ba sự kiện nêu trên cho thấy:

Thứ nhất là sau 75 năm qua CSVN, gần như thất bại toàn diện về việc quản trị và phát triển quốc gia. Để duy trì độc tài toàn trị, ĐCSVN biến hệ thống quyền lực thành hệ thống kiếm tiền bằng quyền lực để neo giữ những nô bộc trung thành, để ứng phó và triệt tiêu đối lập nhằm nắm quyền lực độc tôn. Đảng Cộng Sản VN và các cá nhân trong hệ thống chính trị ngày nay đã trở thành tập đoàn tham nhũng và lợi ích nhóm có được từ quyền lực, nhưng vẫn mang danh xã hội chủ nghĩa. Chế độ này đã đánh mất chủ quyền một phần lãnh thổ & lãnh hải, tàn phá tài nguyên quốc gia - đất nước Việt Nam từng tự hào với 'rừng vàng, biển bạc' – làm cho rừng bị triệt phá đến mức xác xơ để lấy gỗ, lấy chỗ xây biệt phủ, đền đài; biển thì bị ô nhiễm nặng nề do không quản lý được hệ thống xả thải từ hoạt động công nghiệp của những công ty nước ngoài, đặc biệt là các công ty do TC đầu tư vào VN. Thêm nữa là chế độ CSVN không cải thiện được đời sống nhân dân. Đảng Cộng Sản và nhà nước CSVN càng ngày càng tỏ ra chối từ hoặc suy giảm trách nhiệm điều hành phúc lợi và thuế để lo an sinh xã hội cho dân, mặc cho dân phải hết sức chật vật, nhiều người lâm vào cảnh khốn cùng, giàu nghèo quá cách biệt. Có nhiều ý kiến cho rằng chế độ cộng sản Việt Nam đang tiệm cận đến sự thoái trào.

Nhà văn Võ Thị Hảo – tỵ nạn chính trị tại Berlin, Đức đã *"dùng hình tượng để nói chế độ hiện nay thể hiện đúng sức khỏe của một ông lão dưới 80 mặc bộ đồ complê Trung quốc, đi giày tây, có song song hai quốc tịch Việt Nam và quốc ngoại (như Cyprus chẳng hạn), nếu có biến thì có thể sẵn sàng thoát ly đi thật nhanh, để lại sau lưng mọi hậu quả"*. Bà nhấn mạnh: *"Chế độ sau 75 năm, nay mang nhiều bệnh nan y nhưng lại chối từ mọi chữa trị, trái lại lại sẵn sàng cầm dao súng đánh đuổi, bỏ tù những bác sĩ đưa ra kết quả chẩn bệnh và thuốc thang cứu mạng cho thể chế này"*.

Bà Võ Thị Hảo còn dự đoán thêm: *"Trong tương lai gần, phe được cho là thân Trung Quốc vẫn thắng thế. Trong khoảng 5 năm tới, e rằng đa số người dân sẽ càng nghèo, thậm chí kiệt quệ vì thể chế này và ảnh hưởng của Covid-19 cùng thiên tai. Đây là thách thức cực lớn cho đảng Cộng sản. Tương lai xa mà tất cả đều có thể, sự bất công và yếu tố địa chính trị, có thể góp phần tạo nên thời vận cho một nền dân chủ…"*.

Tiến sĩ Mai Thanh Sơn – Viện Hàn lâm Khoa học Xã hội Việt Nam thì cho rằng *"Chế độ này đang ở vào giai đoạn cuối của chu kỳ tự nhiên "sinh – lão – bệnh – tử"*. Xét cho cùng, sức khỏe của một thể chế cũng *không khác gì so với sức khỏe con người. Liên Xô và các quốc gia XHCN Đông Âu là những ví dụ sinh động. Một loạt các nước Mỹ La-tinh cũng đã rơi vào trường hợp đó. Câu chuyện của Việt Nam hiện nay liên quan cả đến đối nội và đối ngoại. Một cơ thể già nua tất sẽ sinh nhiều bệnh tật".*

Ông Mai Thanh Sơn nhận định thêm: *"Theo tôi, xét theo quy luật lịch sử, chế độ nào rồi cũng có hồi cáo chung để được thay thế bằng một chế độ khác ưu việt hơn, hợp lòng dân hơn. Vấn đề chỉ là khi nào và bằng cách nào? Tôi, chắc cũng như đại đa số quốc dân Việt Nam khác, đều mong muốn có một sự chuyển đổi trong hòa bình, thông qua các cuộc đối thoại giữa những người anh em Việt, với tinh thần thượng tôn quốc gia/dân tộc thay vì dựa vào những người đồng chí có chung một ý thức hệ đã bị thế giới ruồng bỏ. Triển vọng thì nhiều, vì hiện nay dân trí đã cao hơn so với dăm bảy thập niên trước. Nhưng thách thức cũng vô cùng lớn, bởi tất cả các nhà cầm quyền (cá nhân và tập thể) luôn có xu hướng bảo thủ. Việt Nam chắc chắn cũng không là ngoại lệ. Và các kinh nghiệm cũng cho thấy, sự sinh thành nào cũng đớn đau."*

Như vậy, thách thức gặp phải không chỉ riêng của Đại hội 13 mà của toàn Đảng Cộng Sản Việt Nam xoay quanh hai vấn đề lớn nhất là dân chủ và tự do. Về dân chủ thì dường như là điều không thể với Đảng Cộng Sản Việt Nam vì sự độc quyền lãnh đạo là điều kiện sống còn của Đảng. Đảng Cộng sản Việt Nam vẫn khẳng định là lực lượng lãnh đạo mạnh mẽ, độc tôn đối với xã hội, đất nước. Đảng vẫn nhấn mạnh *"kiên định*" chủ nghĩa Marxism – Leninism, tư tưởng Hồ Chí Minh. Tự do thì lại càng là một điều bị ĐCSVN dị ứng rõ ràng qua sự kiện đàn áp tự do ngôn luận. Ngay cả lời kêu cứu của dân oan vẫn một lòng tin đảng vẫn bị đàn áp, đến mức đầu năm 2020 này đã xẩy ra vụ tập kích và thảm sát Đồng Tâm. Cần làm rõ một thực tại cuối cùng trước đây: Những người cộng sản thế hệ của ông Hồ Chí Minh, khi tin vào lý thuyết cộng sản, bản chất là đã tin vào một con đường không có lối ra. Sự thất bại của Liên Xô, Việt Nam và tất cả các nước cộng sản trong quá khứ trong việc tạo ra các giá trị vật chất so với phương Tây có căn nguyên gốc rễ chính từ sự ảo tưởng và bịp bợm ngay từ đầu trong lý thuyết cộng sản mà họ tôn sùng.

Tương lai nhân loại trong kỷ nguyên mới sau năm 2020 sẽ là một xã hội văn minh, khuyến khích sự sáng tạo của con người trong đó các chính sách xã hội và tái phân phối thu nhập sẽ điều tiết một cách nhân văn, để bất cứ công dân nào cũng có cơ hội & có được một mức sống tối thiểu, được học hành, được chăm sóc y tế, bình đẳng trước luật pháp, và điều quan trọng nhất là họ sẽ có cơ hội được vươn lên cao trong xã hội nếu có tài và chăm chỉ.

Hiện nay nhiều xã hội phương Tây, Đài Loan, Đại Hàn & Nhật Bản đều đã ngấp nghé xây dựng được những cơ sở có thể nói là bền vững cho một xã hội như vậy. Và chắc chắn đó không phải là thứ chủ nghĩa cộng sản ảo tưởng, vốn đã gây bao tai họa cho nhân loại. Những người cộng sản thuộc thế hệ đầu tiên là những người cuồng tín luôn tin rằng mình duy nhất đúng và sẵn sàng tiêu diệt không thương tiếc những ai không đồng ý. Về mặt này, họ không khác gì nhà nước hồi giáo IS hiện nay, phạm những tội ác không gớm tay nhưng vẫn luôn tin rằng mình đúng. Một lý tưởng sai lầm và sự cuồng tín mê muội chính là đặc trưng căn bản của những người cộng sản thế hệ của ông Hồ Chí Minh. Họ để lại một di sản sai lầm và những kẻ hậu duệ của họ biến di sản ấy thành một thứ quái vật tiêu diệt mọi tiềm năng đất nước.

Hầu như không còn ai tại nước CHXHCNVN còn tin rằng chế độ cai trị hiện tại của Cộng Sản có thể trường tồn. Câu cửa miệng của các quan chức ĐCSVN khi gửi vợ con và các tài sản vơ vét được ra nước ngoài là: *"Cũng chẳng còn được lâu nữa đâu"*. Trên thực tế các xã hội như CSVN (và kể cả TC) từ lâu đã biến thành những xã hội phân biệt đẳng cấp sâu sắc.

Nếu có những thống kê thực tế về tài sản của các đảng viên đảng Cộng Sản cỡ trung cao cấp và toàn bộ phần còn lại của đất nước, thì chắc chắn rằng hầu hết các tài sản và nguồn lực kinh tế của những quốc gia này đều nằm dưới sự chi phối, sở hữu và thao túng của các hậu duệ cộng sản. Khởi nguồn từ những cuộc đấu tranh giai cấp, nhưng hiện nay chính họ lại là một giai cấp mới, sở hữu hầu kết các nguồn lực kinh tế và sở hữu tuyệt đối về quyền lực chính trị.

Tất nhiên, kiểu cách tồn tại của họ sẽ không thể lâu dài, vì tự thân nó là nguyên nhân của sự diệt vong. Bằng cách tận diệt tài nguyên và đánh đổi các giá trị môi trường, CSVN đã tạo được nhiều thành tích ấn tượng về phát triển kinh tế ngắn hạn. Đây được coi là thứ bùa thiêng để các nhà tuyên huấn Cộng Sản tuyên truyền nhằm duy trì cái gọi là tính chính danh. Tuy nhiên, đó là sự phát triển không có ngày mai, vì đó là sự vay mượn nạo vét từ tương lai để đốt hết cho hiện tại, trong khi các vấn nạn về tham nhũng, tha hóa, bất bình đẳng kìm kẹp xã hội đến nghẹt thở và càng lúc càng nặng nề.

Ở chiều ngược lại là một nền tảng dân chúng ngày càng khao khát tự do. Mặc dù biết chắc phía trước là vực thẳm, nhưng đội ngũ lãnh đạo đầu đàn của Cộng Sản Việt Nam (kể cả TC) đều tin rằng họ có thể trì hoãn được thời gian. Những nỗ lực của họ không phải để hướng tới tương lai mà là để kéo dài cái chết. Điểm kết cuối cùng là những tay cộng sản nặng túi sẽ tìm cách đào thoát khỏi con tàu sắp đắm.

Không có một quốc gia nào là hoàn hảo trên thế giới này. Nhưng cái hay của những quốc gia tự do, dân chủ, là người dân luôn luôn có quyền lên tiếng chỉ trích, phản đối, xuống đường biểu tình; báo chí truyền thông săm soi phê phán những người đứng đầu quốc gia và chính phủ hàng ngày, từ đó chính phủ được biết mà điều chỉnh những sai sót để xã hội tốt đẹp hơn, quốc gia phát triển hơn nữa.

Ngược lại, ở những quốc gia độc tài độc đảng như CSVN, vì không có một cơ chế nào để kiểm soát, hạn chế quyền lực của ĐCSVN và chính phủ, quốc hội, luật pháp của nó, nên tất cả truyền thông đều nằm trong sự kiểm soát & chỉ đạo của đảng CSVN. Người dân nếu lên tiếng chỉ trích, phê phán nhà cầm quyền thì bị sách nhiễu, bắt bớ, cầm tù…, nên đảng và nhà nước muốn làm gì thì làm. *Hậu quả là ở nước CSVN, con người hoàn toàn không có tự do dân chủ, nhân quyền bị chà đạp, về kinh tế thì khoảng cách giàu nghèo quá lớn, bất công xã hội đầy rẫy, người dân đóng đủ loại thuế nhưng lại không được hưởng bất cứ sự hỗ trợ gì từ nhà nước, giáo dục lạc hậu, đạo đức xã hội xuống cấp, môi trường sống bị ô nhiễm nặng nề, tham nhũng trở thành* **"QUốC NạN"** *không thể diệt trừ v.v… và v.v…*

Các lãnh đạo ĐCSVN có lẽ cần phải quán triệt bài học mà ông Milos Vystrcil, chủ tịch Thượng Viện Cộng Hòa Czech nêu ra trong chuyến thăm Đài Loan cuối Tháng 8/2020 như sau: *Đất nước ông giành được dân chủ và tự do vào cuối năm 1989 không phải nhờ vào việc đa số người dân đứng lên nổi dậy lật đổ chính quyền. Ngược lại, nền dân chủ và sự tự do đó có được bất chấp việc đại đa số người dân không đứng lên biểu tình phản đối chế độ độc tài.*

Đa số họ, theo lời ông Milos Vystrcil, vẫn đi làm, vẫn xếp hàng nhận hàng hóa phân phát, vẫn vào rạp xem những bộ phim tuyên truyền của Xô Viết. Họ vẫn bất mãn, vẫn biết mình mất tự do, nhưng lựa chọn giữ im lặng, lựa chọn đi quán bar uống bia quên sầu thay vì lên tiếng đòi quyền lợi của mình. Họ sợ lên tiếng, sợ biểu tình, sợ thay đổi, sợ chống lại chế độ. Milos Vystrcil rõ hơn ai hết, vì bản thân ông là một người trong đám đông sợ hãi đó.

Milos Vystrcil cho biết vì sao đám đông sợ hãi mà đất nước ông vẫn có được dân chủ và người dân cuối cùng vẫn có tự do? *Đó là vì những thiểu số dám lên tiếng luôn luôn tồn tại.* Việt Nam hiện nay cũng đang có mặt thiểu số lên tiếng này và thiểu số lên tiếng này vẫn đang tồn tại. Nơi nào, và chừng nào những con người dũng cảm đó còn được trân trọng và được quốc tế bảo vệ, nơi đó luôn còn đủ tiềm năng dân chủ, cho dù là đứng trước miệng hùm trong nước hay quái vật ngoại bang... Và ngày nào Việt Nam vẫn còn những con người như vậy, ngày đó người ta vẫn có thể nhìn thấy thảm bại của ĐCSVN đang đến gần.

Tóm lại sự sống chết của ĐCSVN trong thế giới "toàn cầu hóa mới sau năm 2020" đã được quy luật kinh tế chính trị của dòng chảy kỷ nguyên 21 ấn định rõ rệt dựa trên các nguy cơ chủ quan tự thân của CSVN và nguy cơ khách quan từ quốc tế. Thế giới cũng như Việt Nam đang đứng trước một khúc quanh rất lớn sau đại dịch Covid-19 do TC gây ra, cho nên dù muốn dù không thì sự thay đổi cũng sẽ đến. Một trật tự dân chủ mới đang hình thành và trong trật tự đó sẽ không có chỗ cho các chế độ độc tài. Đảng Cộng Sản Việt Nam sẽ bị đào thải và phải rút lui vào lịch sử ngay cả khi phong trào dân chủ chưa kịp lớn mạnh.

Một câu hỏi quan trọng mà mỗi người Việt Nam phải có câu trả lời là *cái gì sẽ đến sau khi Đảng cộng sản cáo chung? Một tình trạng hỗn loạn hay một giai đoạn chuyển tiếp về dân chủ trong hòa bình và trật tự?*

Phụ Lục

TÀI LIỆU THAM KHẢO:

Nâng cấp quan hệ Việt – Mỹ dễ hay khó, mấu chốt chỗ nào?
- ➤ https://www.bbc.com/vietnamese/vietnam-53527625

Quan điểm của ASEAN về Ấn Độ Dương-Thái Bình Dương: Bình mới rượu cũ?
- ➤ http://nghiencuubiendong.vn/nghien-cuu-asean/7220-quan-diem-cua-asean-ve-an-do-duong-thai-binh-duong

"How long can the Communist party survive in China?" by Jamil Anderlini on SEPTEMBER 20, 2013
- ➤ https://www.ft.com/content/533a6374-1fdc-11e3-8861-00144feab7de

Đảng cộng sản Việt Nam, ngã ba đường lịch sử: Tồn tại và diệt vong? By Lang Anh, 29 & 30 Tháng Giêng 2017
- ➤ https://www.facebook.com/Langlanhtu/posts/10206492210784091
- ➤ https://boxitvn.blogspot.com/2017/02/ang-cong-san-viet-nam-nga-ba-uong-lich.html
- ➤ https://www.facebook.com/Langlanhtu/posts/10206498086490980

Larry Berman: "NO PEACE NO HONOR, NIXON, KISSINGER AND BETRAYAL IN VIETNAM", Page 199. Reviewed by Philip Zelikow in September/October 2001

➢ https://www.foreignaffairs.com/reviews/caps ule-review/2001-09-01/no-peace-no-honor-nixon-kissinger-and-betrayal-vietnam

"The Chinese Communist Party's Ideology and Global Ambitions". REMARKS DELIVERED BY NATIONAL SECURITY ADVISOR ROBERT C. O'BRIEN ON JUNE 24, 2020, IN PHOENIX, ARIZONA.

➢ https://www.whitehouse.gov/briefings-statements/chinese-communist-partys-ideology-global-ambitions/

"Communist China and the Free World's Future" by MICHAEL R. POMPEO, SECRETARY OF STATE, JULY 23, 2020

➢ https://www.state.gov/communist-china-and-the-free-worlds-future/?fbclid=IwAR07vIlv3B5vXxwcl0zee3 vT6oszk2WxCIxB3bsQ5n4k2OBtIYDY2yL VnjU

Quy luật Thucydides,

➢ https://vi.wikipedia.org/wiki/Thucydides

Mark Esper, *"The Pentagon Is Prepared for China,* The PLA serves Beijing's authoritarian goals. The U.S. and our allies are ready to defend every front,

➤ https://www.wsj.com/articles/the-pentagon-is-prepared-for-china-11598308940)

Samuel P. Huntington (1993). "The Clash of Civilizations?" *Foreign Affairs,* No. 72 (Summer), pp. 22-49.

➤

https://www.foreignaffairs.com/articles/united-states/1993-06-01/clash-civilizations?fa_anthology=1114000

TÀI LIỆU ĐỌC THÊM:

Để có cái nhìn xuyên suốt về Bản Báo Cáo Nghiên Cứu (Study Report) này xin mời xem thêm các Tài Liệu được copy nguyên văn bên dưới.

TÀI LIỆU 01

https://www.dkn.tv/van-hoa/dcstq-la-ky-sinh-trung-bam-tren-minh-dan-toc-trung-hoa-de-lua-gat-ca-the-gioi.html

ĐCSTQ là ký sinh trùng bám trên mình dân tộc Trung Hoa để lừa gạt cả thế giới

Châu Yến | DKN 06/9/2020

*Trung Quốc nghĩa là quốc gia trung tâm, xung quanh là các vùng đất được gọi chung là "Tứ Di" (các chư hầu man di), còn Trung Quốc nằm ở trung tâm trời đất. Nhưng Trung Quốc, ngoài là quốc gia trung tâm về mặt địa lý ra thì còn là quốc gia trung tâm về ý nghĩa văn minh. Người ta thường nói với nhau rằng Trung Quốc là "nơi dạy đạo thánh hiền, nơi thực thi nhân nghĩa, nơi sử dụng thơ sách lễ nhạc, nơi thử kỹ năng khéo léo, nơi đến của khách phương xa, nơi Man Di thể hiện lòng trung thành". **Trung Hoa cổ xưa là đất nước trung tâm của nền văn minh !!!***

Có thể nói, trong tất cả nền văn minh cổ đại từng tồn tại trên hành tinh này, Trung Hoa là nền văn minh tồn tại liên tục trong thời gian dài nhất, không ngừng nghỉ, tiếp nối nhau suốt trong 5000 năm đó. Nền văn minh này không chỉ được biết đến do nguồn gốc cổ xưa và phát triển không ngừng nghỉ của mình mà còn ở tính dung nạp bất tận, như biển lớn nhận nước từ trăm sông, để thiết lập địa vị trung tâm trong lịch sử văn minh.

Khi phần lớn các vùng đất trên thế giới đều ở trong thời kỳ tiền sử, mông muội, thì trên mảnh đất Thần Châu đã liên tục tiếp diễn nền văn minh huy hoàng chói lọi của ba triều đại Hạ – Thương – Chu. Sau đó, nền văn minh Tần và Hán tiếp tục truyền xuống, lan tỏa đến Nhật Bản, Triều Tiên, Việt Nam, Hung Nô… thậm chí lan rộng ra các nước Tây Vực xa xôi. Vào thời Đại Đường thịnh thế, văn hóa Trung Hoa ở trong giai đoạn đỉnh cao, đế quốc Đại Đường trở thành trung tâm văn hóa kinh tế của Á – Âu. Vào thời kỳ Nam Tống và Bắc Tống, tuy quân sự không bằng nhà Hán và nhà Đường, nhưng nền văn minh phát triển không chỉ được các cường quốc mạnh về quân sự như nước Liêu, nước Kim và Tây Hạ bắt chước, mà ba trong tứ đại phát minh của Trung Quốc là thuốc nổ, kỹ thuật in và la bàn hàng hải đều xuất hiện vào thời nhà Tống và được lưu truyền ra hải ngoại, Nó có ý nghĩa vô cùng to lớn trong việc thúc đẩy nền văn minh của nhân loại phát triển. Nhà Nguyên mở ra con đường giao thông văn minh giữa phương Đông và phương Tây, đưa nền văn minh Trung Hoa đi đến những nơi xa hơn, mang đến đời sống mới cho Châu Âu sau thời kỳ suy tàn của nền văn minh Hy Lạp và La Mã cổ đại.

Sau khi Hốt Tất Liệt xâm chiếm Trung Nguyên, tuy là dựa vào Tứ Đại Hãn Quốc (Oa Khoát Đài Hãn Quốc, Sát Hợp Đài Hãn Quốc, Khâm Sát Hãn Quốc, Y Nhi Hãn Quốc) để làm trụ cột kiểm soát thế giới, nhưng chưa từng dùng văn hóa của Cơ Đốc giáo, văn hóa của Hồi giáo, hay văn hóa của thảo nguyên phương Bắc để làm nền tảng khai căn lập quốc mà xem văn hóa Trung Hoa là trung tâm của nền văn minh thế giới, xem mình là người thống nhất thiên hạ sau Nghiêu – Thuấn – Vũ – Thang – Tần – Hán – Tùy – Đường mà cai trị. Trung Quốc từ đó trở thành thánh địa của nền văn minh nhân loại.

Đến thời đại nhà Minh, Trịnh Hòa bảy lần đi thám hiểm Tây Dương, hạm đội hùng hậu của nhà Minh cưỡi sóng vượt biển, trên tàu không chỉ chở theo những sản vật Trung Hoa phong phú, mà còn chở theo ý nguyện cao cả của hoàng đế Đại Minh là hy vọng lan truyền rộng rãi văn hóa Trung Hoa để tạo phúc đến muôn nơi. Ngay cả vào thời nhà Thanh khi văn hóa Trung Hoa bắt đầu có xu hướng đi xuống, nhưng trong giai đoạn huy hoàng cuối cùng của nền văn minh 5000 năm vào thời kỳ Khang – Càn thịnh thế (thời kỳ thịnh vượng của Nhà Thanh từ vua Khang Hy đến vua Càn Long), vẫn làm rực rỡ các nước Châu Âu. Nhà triết học kiêm nhà bác học Gottfried Leibniz được nước Đức xem trọng nhất thời bấy giờ, được Russell gọi là người thông minh ngàn năm hiếm có, vậy mà cả đời ông đều xem trọng và nể phục văn minh Trung Hoa. Tại nước Pháp, đất nước trung tâm của thời kỳ khai sáng Châu Âu, tất cả các nhà tư tưởng nổi tiếng nhất đều đọc kinh điển của Nho giáo một cách hăng say, từ Voltaire đến Rousseau, từ Rond d'Alembert đến Denis Diderot… Khổng Tử trở thành người khai sáng cho những người tiên phong khai

sáng Châu Âu.

Vạn Lý Trường Thành (Ảnh: Wikipedia).

ngoài ra, sở dĩ nói Trung Quốc là đất nước trung tâm về ý nghĩa văn minh còn là vì trong quá trình truyền bá này, nền văn minh Trung Hoa cũng không ngừng đón nhận và tiếp thu văn minh đến từ nước ngoài. Vì vậy mà trong văn hóa truyền thống của Trung Hoa cũng gìn giữ được rất nhiều truyền thống văn hóa tốt đẹp của nhiều dân tộc trong các thời kỳ khác nhau. Và đây cũng là lý do tại sao sau khi nền văn minh Trung Hoa bị suy thoái, ở các nước khác trên thế giới vẫn còn rất nhiều người giữ được tình cảm đặc biệt đối với văn minh Trung Hoa.

Chính quyền ĐCSTQ là trục ma quỷ đi ngược lại văn minh

Từ cuối thế kỷ 18 đến đầu thế kỷ 19, cách mạng công nghiệp lần thứ hai ở phương Tây, cùng với sự suy thoái của triều đình nhà Thanh ở phương Đông đã tạo thành một cục diện mới cho thế giới. Xã hội truyền thống Trung Quốc duy trì trong suốt 2500 năm bắt đầu chuyển đổi mô hình sang xã hội hiện đại. Năm 1912, Trung Hoa Dân Quốc được thành lập, là nước cộng hòa dân chủ đầu tiên ở Châu Á. Tuy nhiên, ác quỷ đến từ phương Tây cũng từ thời điểm này bắt đầu nhắm vào Trung Quốc. Năm 1921 chi bộ viễn đông của Quốc tế cộng sản đã thành lập ra Đảng cộng sản Trung Quốc (ĐCSTQ). Một cuộc chiến xâm lược Trung Hoa của quân đội Nhật đã mang đến cơ hội ngàn năm có một cho ĐCSTQ. Quân đội của chính phủ Quốc Dân Đảng tiêu hao hết sức lực cuối cùng trong kháng chiến chống Nhật, còn ĐCSTQ thì nhân cơ hội để mở rộng thế lực, nhân lúc dân tộc đang đứng trước nguy cơ diệt vong, thi hành bạo lực để đoạt quyền. Vào năm 1949, ĐCSTQ lấy danh nghĩa nhân dân, giả danh chủ nghĩa cộng hòa để xây dựng đất nước gọi là "Trung Quốc mới" của chính quyền cộng sản.

Cái gọi là "Trung Quốc mới" này, từ khi mới thành lập, đã dốc hết toàn bộ sức lực để phá hoại văn hóa truyền thống Trung Hoa 5000 năm. Thông qua hàng loạt các cuộc vận động, ĐCSTQ thảm sát những tinh anh trong xã hội Trung Quốc như địa chủ, trí thức, thương gia… Trong lúc cướp đoạt tài sản, ĐCSTQ còn rắp tâm muốn tiêu diệt những người kế thừa văn hóa truyền thống Trung Hoa. Đồng thời ĐCSTQ còn trấn áp tôn giáo, cùng một lúc tiêu diệt hết ba tôn giáo kính thiên trọng đạo của Trung Hoa cổ xưa là Nho, Phật và Lão. Ngoài ra, ĐCSTQ vận động chống lại cánh hữu, thực hiện Đại nhảy vọt một cách điên cuồng, dẫn động Cách Mạng Văn Hóa diễn ra trong mười năm, cải cách mở cửa, tham nhũng trị nước. Mục đích cuối cùng của ĐCSTQ không gì khác là biến đổi mọi thủ đoạn cực đoan nhất để hủy hoại đạo đức con người. Dường như ĐCSTQ phải xóa bỏ hoàn toàn văn hóa Trung Hoa mới thấy hả hê.

ĐCSTQ một mặt hủy diệt văn hóa truyền thống Trung Hoa, một mặt thu thập đầy đủ mọi tà ác trong và ngoài nước từ xưa đến nay, hình thành một bộ văn hóa tà ác của ĐCSTQ. ĐCSTQ lợi dụng môi trường truyền thông và hệ thống giáo dục một phía từ Đảng để đem văn hóa Đảng đầu độc người dân Trung Quốc, mục đích muốn biến người Trung Quốc dị hóa thành người của ĐCSTQ.

Nhưng nói đến đây, cũng chỉ là giai đoạn chuẩn bị của ĐCSTQ mà thôi, còn đích đến cuối cùng của ĐCSTQ chính là muốn bước ra thế giới để làm loạn toàn cầu. Sự thâm nhập của ĐCSTQ đối với thế giới chính là dựa vào cách dùng lời nói dối làm lựu đạn khói, dùng lợi ích làm bàn đạp, dùng tham nhũng làm vũ khí giết người. Vì thế, đất nước văn minh lâu đời biến thành một đại gia rải tiền. Tinh thần quý tộc của phương Đông không còn nữa. Những kẻ trở nên giàu có sau một đêm lên thay thế những người quân tử. Nếu như nói cái mà Trung Hoa mang đến cho thế giới là sự văn minh, mọi người sử dụng nó để xây dựng giá trị phổ quát, thì cái mà ĐCSTQ mang lại cho thế giới chính là những tờ tiền, sử dụng nó để mua chuộc lòng người.

ĐCSTQ với tham vọng và hành động xưng bá thế giới, trở thành kẻ cầm đầu trong doanh trại tà ác. ĐCSTQ một mặt ủng hộ Triều Tiên, chi viện Iran để tạo thành mối đe dọa vũ lực cho thế giới dân chủ, một mặt lại ra sức ủng hộ chính quyền đồng minh tại thế giới thứ ba, khiến họ bị ĐCSTQ kiểm soát trong các vấn đề quốc tế, và hợp tác chặt chẽ với ĐCSTQ, chống đối lại thế giới văn minh. Nếu như nói nước Trung Hoa cổ xưa từng là trung tâm của nền văn minh thế giới, thì chính quyền ĐCSTQ chính là trục ma quỷ trên hành tinh này.

ĐCSTQ lợi dụng Trung Hoa để che mắt thế giới

Trung Quốc là quốc hiệu cổ xưa có lịch sử năm ngàn năm, Trung Quốc tuyệt đối không phải tên gọi tắt "Trung Hoa Cộng hòa nhân dân quốc" (Nước cộng hòa nhân dân Trung Hoa) do ĐCSTQ thành lập. "Trung Quốc mới" do ĐCSTQ thành lập thực chất chính là một chính quyền ma quỷ. Khi ĐCSTQ biến nước Trung Hoa cổ xưa thành hoang phế thì cũng lại xây dựng nên một đất nước ma quỷ để che mắt va đánh lừa thế giới.

Trung Quốc trong lịch sử từng có tương tác và cống hiến với thế giới, khiến thế giới có thiện cảm rất sâu đậm với văn hóa truyền thống của quốc gia này. Mặt khác, tuy rằng ĐCSTQ tồn tại như một kẻ hủy diệt văn hóa Trung Hoa nhưng khi đối mặt với thế giới thì nó lại thay đổi bộ mặt, trong chớp mắt đã biến thành người kế thừa và bảo vệ văn hóa truyền thống của Trung Quốc, là người chung sống hòa bình với chế độ dân chủ của phương Tây, từ đó mà qua mặt thế giới. Cho dù là khi âm mưu xưng bá thế giới của ĐCSTQ đã dần bị phơi bày, thì ĐCSTQ vẫn ăn cắp những khái niệm mang tính biểu tượng nhất trong văn hóa truyền thống Trung Hoa để ngụy trang. Ví dụ như Viện Khổng Tử của cơ quan đặc vụ và cơ quan tuyên truyền chính là ăn cắp danh nghĩa của thánh hiền để tiến hành đầu ra hệ tư tưởng ở phạm vi toàn thế giới. Và chiến lược "một vành đai một con đường" với mục đích xưng bá thế giới, cũng là ăn cắp khái niệm về con đường tơ lụa của nước Trung Hoa cổ xưa, đưa ra cái gọi là "vành đai kinh tế con đường tơ lụa" và "con đường tơ lụa trên biển thế kỷ 21" để đưa linh hồn tà ác của ĐCSTQ thâm nhập vào thế giới. Còn thế giới thì nhầm lẫn xem ĐCSTQ là Trung Quốc cổ xưa.

Thế giới cuối cùng cũng nhận ra ĐCSTQ không có nghĩa là Trung Quốc

Trên thực tế, ĐCSTQ không những không phải là người kế thừa hợp pháp của nước Trung Hoa cổ xưa, mà còn là một tập đoàn tà giáo không có đất nước với mục đích hủy diệt Trung Quốc và thế giới. Bấy lâu nay thế giới hoàn toàn không biết gì về điều này cho đến năm 2020 khi một trận đại dịch khủng khiếp xảy ra. Virus Corona dưới sự bảo hộ ĐCSTQ bằng cách phong tỏa thông tin và tuyên truyền dối trá, đã lan rộng ra thế giới, làm hại toàn cầu. Lúc này mọi người mới ý thức được là ĐCSTQ không những không phải là đất nước Trung Quốc như mọi người vẫn nghĩ, mà còn tà ác gấp trăm ngàn lần bất cứ chính quyền tà ác, tổ chức khủng bố, tập đoàn tà giáo nào mà nhân loại từng được chứng kiến. Vì vậy, một làn sóng trừ khử ĐCSTQ mang tính toàn cầu cũng theo đó mà nổ ra.

***

Hiện nay, virus Corona làm hại thế giới vì mọi người thiếu nhận biết đối với lịch sử tội ác, bản chất tà ác, văn hóa tà đảng của ĐCSTQ. Đồng thời, đó cũng là do mọi người đã lãng quên nền văn minh Trung Hoa 5000 năm và xa rời giá trị phổ quát của nhân loại được đặt nền móng bởi nền văn minh Trung Hoa. Trung Quốc, là đất nước trung tâm. Muốn nhìn thế giới, phải nhìn Trung Quốc trước, hiểu được Trung Quốc thì mới nhìn rõ thế giới. Đối với người Trung Quốc mà nói, con dân trên mảnh đất Thần Châu phải làm người Trung Quốc, không được làm người của ĐCSTQ. Còn ở bên ngoài Trung Quốc, cả thế giới cũng nên xây dựng lại nền tảng đạo đức truyền thống, đề cao giá trị phổ quát của nhân loại, mới có thể thanh trừng tà linh ĐCSTQ từ gốc đến ngọn, để thế giới quay trở lại chính đạo, trả lại thái bình cho thiên hạ. Khi ấy nền văn minh 5000 năm của đất nước Trung Hoa cổ xưa mới lại sẽ huy hoàng và chiếu sáng thế gian một lần nữa.

THEO SECRET CHINA

CHÂU YẾN BIÊN DỊCH.

https://www.voatiengviet.com/a/dang-cong-san-trung-quoc-tuyen-truyen-va-thien-thuc/5542407.html

Đảng cộng sản Trung Quốc : Tuyên truyền và Hiện thực

Hoàng Hoành Sơn

14/08/2020

Mô hình *một quốc gia hai chế độ* vừa chấm dứt tại Hongkong. Hàng loạt các nhà hoạt động đấu tranh dân chủ, phản đối luật dẫn độ… bị cấm tham gia bầu cử hoặc bị tống giam. Với động thái này, Đảng cộng sản Trung Quốc muốn trưng ra bộ mặt nào với thế giới ?

Hình minh họa.

Năm 1997, Đảng cộng sản Trung Quốc hứa sẽ để Hongkong được hưởng quy chế nêu trên trong vòng 50 năm. Thế nhưng 23 năm sau mọi thứ đã chấm hết. Áp đặt luật an ninh quốc gia Hongkong là Đảng cộng sản Trung Quốc không còn đếm xỉa gì đến những lời cam kết với Anh quốc và thế giới. Như thế, lời nói và hành động của Đảng cộng sản Trung Quốc có ăn khớp với nhau ? Hay chúng chỉ là một trong các kế sách dương đông kích tây, binh bất yểm trá mà nước này đang áp dụng đối với người dân Hongkong và quốc tế !

Trong quá khứ, các chế độ phong kiến, cộng hòa Roma, đều chú ý đến việc lôi kéo dân chúng, một thế lực có sẵn và dễ bộc phát đưa đến bạo động để nhắm thực hiện một ý đồ nào đó. Chẳng hạn : Neron lôi kéo người dân đến đấu trường Colosseum thời Néron, phát không bánh mì, giết hại các Ki-tô hữu để tuyên truyền đổ tội đốt thành Roma cho họ (1). Hội Nghị Diên Hồng thời Trần Nhân Tông, là một hình thức truyền thông cho cả nước đồng lòng quyết tâm chống lại quân Nguyên Mông (2).

Tuy nhiên, có thể nói là các người cầm quyền thời đó chưa định hình rõ việc tuyên truyền lâu dài, dẫn dắt dư luận có định hướng như là một công cụ hữu hiệu, vì :

- Các phương tiện truyền thông rất sơ khai.

- Người dân chưa có hoặc chưa ý thức rõ các quyền con người đúng nghĩa

- Khoảng cách giữa người cầm quyền và dân chúng là cả một khoảng cách xa vời, nhuốm màu sắc thần linh, mê tín dị đoan, bất khả đụng chạm.

- Mặc dù có thể dùng tin đồn để lan tỏa các câu chuyện thâm cung bí sử, nhưng chỉ dừng lại ở cấp độ khu vực nhỏ lẻ, bí mật, không phổ biến rộng rãi. Đôi khi mất đi tính thời sự (chẳng hạn di chuyển nơi này đến nơi kia mất hàng tuần, thậm chí hàng tháng).

Mãi đến khi radio ứng dụng rộng rãi, con người trên khắp hang cùng ngõ hẻm các Châu lục đều có thể lắng nghe tiếng nói của nhau (3). Những chế độ độc tài lớn mạnh, cần tài nguyên, mở rộng bờ cõi hoặc cần biểu dương uy lực đã đẩy thế giới vào thế chiến thứ I. Từ thế chiến I, những kẻ độc tài nhận thấy sức mạnh khổng lồ của các công cụ tuyên truyền và tập trung ra sức cho mặt trận mới này. Thế chiến I chứng kiến cuộc chiến tuyên truyền cực lớn, chưa bao giờ thấy trước đó giữa các quốc gia tham chiến. Từ các binh sĩ ngoài chiến tuyến cho đến già trẻ bé choai hậu tuyến đều được kéo vào mặt trận tuyên truyền mới mẻ này.

Trong thế chiến thứ II, bên cạnh sức mạnh quân sự, Đức quốc xã tập trung xây dựng hệ thống tuyên truyền khổng lồ (4). Hitler dám tuyên bố :

"Bằng tuyên truyền khôn ngoan và dai dẳng, người ta có thể khiến cho quần chúng nghĩ rằng thiên đường là địa ngục, địa ngục là thiên đường".

Goebbels – Bộ trưởng Tuyên truyền Đức Quốc xã, cũng lặp lại tư tưởng đó : *"Nếu nói dối đủ lớn và cứ tiếp tục lặp đi lặp lại lời dối trá của mình, quần chúng rồi sẽ tin vào lời dối trá đó".*Với mục tiêu tuyên truyền để biến cái xấu thành điều tốt như thế, Đức quốc xã đã dùng mọi hình thức tinh vi, mị dân, lừa dối từ guồng máy tuyên truyền, để thậm chí thay đổi tư tưởng, nhận thức của rất nhiều người Đức. Biến họ thành những kẻ mắc bệnh vĩ cuồng đi xâm chiếm, giết hại người Do thái và các dân tộc khác.

Nối tiếp lý tưởng đó của Hitler, các thể chế cộng sản độc tài toàn trị trên thế giới do Liên Xô lãnh đạo, cũng ra sức tuyên truyền với tần suất khủng và rộng lớn hơn. Người ta không chỉ tuyên truyền cho người lớn, mà còn khủng khiếp hơn là nhồi sọ, độc quyền giáo dục, cho thiếu nhi. Các thế hệ trẻ lớn lên, với những thứ kiến thức độc hại, những mối thù giai cấp nào đó, những hình ảnh Stalin in hằn sâu đậm trong tâm trí (5). Kẻ thừa kế hệ thống tuyên truyền độc tài đó và khuếch trương nó len lỏi vào mỗi quốc gia (mang tầm quốc tế) chính là Đảng cộng sản Trung Quốc. Họ học hỏi và rút kinh nghiệm thành bại những kẻ độc tài đi trước. Đảng cộng sản Trung Quốc có thể nói đã khuynh đảo toàn cầu tính đến thời điểm này ; họ đã thành công trong việc phân rẽ các quốc gia trong trận chiến truyền thông đầy dẫy những thông tin sai lệch, gian dối, sặc mùi tuyên truyền một chiều, xuất phát từ các tờ báo Đảng cộng sản chính thống hoặc các hacker trực thuộc quân đội Trung Quốc.

Toàn trị về kinh tế chính trị, Đảng cộng sản Trung Quốc cũng độc quyền kiểm soát hệ thống Internet trong nước (6). Họ đã thành công trong việc bịt mắt, che tai hơn 1,4 tỷ người dân. Mọi thông tin bất lợi cho Đảng cộng sản Trung Quốc đều chịu cảnh nội bất xuất – ngoại bất nhập. Đảng cộng sản Trung Quốc một mặt khống chế tuyệt đối mọi tiếng nói đối kháng trong nước, kiểm soát thông tin, tập trung vào nền kinh tế quốc doanh hoặc đội lốt tư nhân do nhà nước hậu thuẫn. Một mặt lợi dụng, khai thác tối đa mọi nguồn lợi từ sự tự do và nền kinh tế mở của các nước dân chủ.

Ba thập kỷ trở lại đây, các nước ồ ạt đầu tư vào Trung Quốc vì nhân công giá rẻ, nhu cầu và sức tiêu thụ sản phẩm lớn, tài nguyên xuất khẩu dồi dào, mang lại một thị trường khổng lồ không ngừng phát triển; Trung Quốc biết lợi dụng thời cơ đó nỗ lực biến mình thành công xưởng thế giới. Từ lợi thế sân nhà, Đảng cộng sản Trung Quốc áp lực buộc các công ty đầu tư nước ngoài chuyển giao công nghệ, chia sẻ các thông tin chế tạo với đối tác nhà sản Trung Quốc. Đầu tư vào Trung Quốc đồng nghĩa đánh đổi công nghệ lấy lợi nhuận. Trước một đối thủ kinh tế mạnh vì gạo - bạo vì tiền, nhiều công ty tư nhân nước ngoài tại Trung Quốc phải chấp nhận bán sản phẩm trí tuệ lấy tiền tệ.

Kể cả nhiều ông trùm nghệ thuật thứ 7 tại Hollywood, cũng phải chịu áp lực đó (7).

Tuy là quốc gia tăng trưởng liên tục, đầu tư nhiều vào vũ khí hạt nhân, xây dựng các đảo ở Biển Đông, những ngân hàng Trung Quốc cho vay khắp thế giới, gia tăng ngân sách quốc phòng khủng… nhưng khi gia nhập WTO cho đến nay, Trung Quốc vẫn được hưởng quy chế ưu đãi dành cho các quốc gia đang phát triển. Ở đây, Đảng cộng sản Trung Quốc đã mang 1,4 tỷ người dân Trung Quốc ra làm bình phong với thế giới. Vì dù có nguồn lợi khổng lồ thu được từ bảo hộ thương mại bất công với các nước, nhưng xem ra người dân Trung Quốc không được hưởng lợi gì từ các nguồn thu đó. Mỗi lần có những tranh cãi quốc tế, Đảng cộng sản Trung Quốc lại đưa 1,4 tỷ người dân ra theo kiểu, bêu xấu Đảng cộng sản Trung Quốc cũng là đụng chạm đến toàn thể người dân Trung Quốc.

Thế rồi ông Trump trúng cử, ông đã tái định hình cách nhìn của Hoa Kỳ và quốc tế về Trung Quốc. Ngày 10/02/2020, Hoa Kỳ đã loại Trung Quốc ra khỏi danh sách các quốc gia đang phát triển (8). Tiếp đó là con virus Vũ Hán làm cả thế giới bừng tỉnh và nhìn Đảng cộng sản Trung Quốc với đôi mắt dè chừng. Bởi tất cả những gì Đảng cộng sản Trung Quốc nói - làm hoàn toàn trái ngược nhau. Đảng cộng sản Trung Quốc tuyên truyền một Trung Quốc luôn tuyệt đối tôn trọng lợi ích, luật lệ các quốc gia khác. Đảng cộng sản Trung Quốc tuyên bố họ luôn trung thực, cởi mở và minh bạch, mà thực tế ra làm sao ? Đảng cộng sản Trung Quốc nói họ đối xử với các nước láng giềng trên cơ sở bình đẳng và luôn kiềm chế, nhưng có thật vậy chăng ?

Tất cả ngôn từ tuyên truyền nói trên của Đảng cộng sản Trung Quốc và hiện thực hành động của họ cho thấy sự bất nhất có chủ đích. Chẳng hạnTrung Quốc ký kết Công ước Liên Hiệp Quốc về luật Biển 1982 (UNCLOS) nhưng lại phủ nhận phán quyết ngày 12/7/2016 của Tòa trọng tài quốc tế. Phán quyết này bác bỏ yêu sách đường lưỡi bò phi pháp của Trung Quốc trên Biển Đông (9). Đảng cộng sản Trung Quốc tự cho mình cái quyền phân định biên giới biển và coi thường luật pháp quốc tế.

Đảng cộng sản Trung Quốc nổi tiếng "nói một đằng, làm một nẻo". Ông Tập Cận Bình, người đứng đầu Đảng cộng sản là điển hình. Ngày 25/9/2015, ông Tập tuyên bố : "Không quân sự hóa Biển Đông" (10). Nhưng hiện nay, nhiều hòn đảo ở Biển Đông được quân đội Trung Quốc vội vã xây dựng với quy mô lớn, triển khai máy bay quân sự, hỏa tiễn, quân đội ra đồn trú. "Đảng cộng sản Trung Quốc trên hết" rõ ràng là khẩu hiệu và phương châm hoạt động của bộ máy tuyên tuyền nước này. Bất kể luật quốc tế hay lời cam kết, Đảng cộng sản Trung Quốc không hề quan tâm đến lợi ích các nước khác nên họ dễ dàng sử dụng sự lươn lẹo, trí trá, gian dối miễn là đạt được mục đích.

Trong nước, họ đàn áp tại Thiên An Môn, bức hại tôn giáo, giết hại, mổ cướp nội tạng người sống (11), nhưng vẫn sử dụng bộ máy tuyên truyền phù phép điều tốt thành cái xấu và ngược lại. Sinh viên biểu tình vì tự do dân chủ là xấu xa. Pháp luân công tu tập gia tăng sức khỏe và chân – thiện – nhẫn bị cho là hiện thân của cái ác. Kẻ mổ cướp sống nội tạng lại biến thành anh hùng cấy ghép hiến tạng được WHO ca ngợi (12). Đảng cộng sản Trung Quốc còn ngang nhiên áp đặt nguyên dàn ứng dụng khủng [weibo, wechat, baidu, douyin (tik tok), youku…] sản xuất các điện thoại thông minh có cấy sẵn thiết bị gián điệp để kiểm tra tất cả tư tưởng, phát biểu, đời tư, thông tin cá nhân của người sử dụng (13).

Ở nước ngoài, mạng viễn thông 5G, sinh viên gián điệp, nhân viên ngoại giao hay phóng viên, các đại/lãnh sự quán Trung Quốc, viện Khổng tử… tựa như hệ thống camera an ninh dày đặc trong nước, được nhà cầm quyền Trung Quốc sử dụng ghi hình mọi thông tin khoa học kỹ thuật, dân sự và quân sự tại các nước chuyển về Trung Quốc (14).

Đảng cộng sản Trung Quốc đã xây dựng những quân đoàn mạng chuyên nghiệp, bề ngoài tuyên truyền bảo vệ Đảng cộng sản , bên trong nhằm tấn công máy chủ các nước, các trung tâm học thuật nghiên cứu, tung mã độc đánh cắp công nghệ nước ngoài (15)… Đảng cộng sản Trung Quốc còn huy động quân nhân ra nước ngoài để tác động đến giới truyền thông các nước, can thiệp vào hệ thống bầu cử, tấn công đến giới Hoa kiều sống rải rác khắp nơi trên thế giới làm vòi bạch tuộc nối dài cho Đảng cộng sản Trung Quốc, bằng việc đe dọa tính mạng người thân còn ở đại lục (16). Công tác ngoại giao chiến lang với những kẻ to mồm, ăn nói lớn lối đe nẹt bất kỳ ai chống lại, hoặc nói gì bất lợi cho Đảng cộng sản Trung Quốc (17).

Lưu Hiểu Minh, đại sứ Trung Quốc tại Anh Quốc, trên BBC trước câu hỏi của phóng viên Andrew Mar về những người Uighur bị bịt mắt còng tay dẫn lên tàu lửa. Ông Lưu cứ trả lời vòng vo, không dám nói thẳng về hiện trạng và số phận của những con người tội nghiệp đó (18) ? Những gói hạt giống bí ẩn xuất phát từ Trung Quốc gởi đi nhiều nơi trên thế giới, đặc biệt tại Mỹ (19). Nhiều thông tin cho biết nó có chứa virut đang gây khủng hoảng toàn cầu. Các nhà chuyên môn cho rằng chúng là những hạt giống xâm hại thực vật địa phương, tương tự như cá mè Châu Á từng sinh sôi đầy dẫy đe dọa sinh thái các sông hồ Mỹ.

Ngang nhiên đâm chìm tàu cá Việt Nam. Xây bồi các đảo trên Biển Đông. Đem hỏa tiễn, máy bay tàu chiến tập trận và thành lập huyện đảo Tam Sa. Đảng cộng sản Trung Quốc lấn chiếm và tuyên bố chủ quyền khắp vùng biên giới. Họ vẽ một đường lưỡi bò chiếm hơn 90% biển Đông. Tấn công giết hơn 20 binh lính Ấn Độ bằng gậy gắn đinh sắt (20)... nhưng Trung Quốc vẫn luôn tự nhận mình đối xử với các nước láng giềng trên cơ sở bình đẳng và kềm chế (21).

Đảng cộng sản Trung Quốc che giấu thông tin về vi rút Vũ Hán (22), khiến cả thế giới lâm vào cơn khủng hoảng về nhân mạng, kinh tế, giao thương ngưng trệ. Đảng cộng sản Trung Quốc còn chơi chiêu, không công bố dịch để âm thầm thu gom đồ bảo hộ, trang thiết bị y tế, khẩu trang rồi bán lại cho các nước khi bùng đại dịch. Tuy Vũ Hán chịu cách ly trước cả thời điểm công bố đại dịch; Đảng cộng sản Trung Quốc vẫn cho phép các chuyến bay quốc ngoại tại Vũ Hán cất cánh, âm thầm gởi các mầm bệnh đi khắp thế giới (23).

Người dân Trung Quốc chịu khốn đốn vì dịch bệnh, thiên tai lũ lụt không thấy Đảng cộng sản Trung Quốc lên tiếng bao nhiêu. Các báo đảng chỉ đơn giản vài dòng : Từ tháng 7, có 31 người thiệt mạng vì lũ. 23,85 triệu người ở 24 tỉnh thành chịu ảnh hưởng. Mực nước ở 433 con sông lên mức báo động nguy hiểm, với 33 con sông có mức lũ lịch sử (24). Không thấy báo chí Đảng cộng sản Trung Quốc nhắc gì đến việc xả lũ không báo trước từ đập Tam Hiệp. Nhưng việc phá đê bao hy sinh hạ lưu cứu Tam Hiệp, lại được báo Trung Quốc ca ngợi rằng 200.000 người dân hy sinh vì đại cục (25) mà không nhắc gì đến những mất mát sinh mạng và kinh tế to lớn của họ.

Hiện tại, Đảng cộng sản Trung Quốc đã vận dụng mọi khía cạnh văn hóa, nghệ thuật, học thuật, ngoại giao, quân sự, dân sự, kinh tế, chính trị… vào mặt trận tuyên truyền để đưa ra thế giới một Trung Quốc đang lớn mạnh, phát triển mọi mặt. Đồng thời, Đảng cộng sản Trung Quốc cũng phô trương tiềm lực quân sự đáng   sợ, đủ khả năng   khuynh đảo   thế giới. Việc Đảng cộng sản Trung Quốc ảnh hưởng được cả WHO nói lên khả năng lôi kéo nhiều cơ quan quốc tế, thu phục nhiều chính khách tham nhũng, lũng đoạn chính trị các quốc gia dân chủ và kết bè các quốc gia kém phát triển phục vụ lợi ích của Đảng cộng sản Trung Quốc (26).

Đảng cộng sản Trung Quốc đã chứng tỏ sự bất kể đến thế giới và sự an nguy ở hạ nguồn khi xây dựng hàng loạt các con đập khổng lồ nhất thế giới. Đập Tam Hiệp là một minh chứng Đảng cộng sản Trung Quốc không chỉ hủy hoại môi trường sinh thái, ngăn chặn dòng chảy tự nhiên từ bao đời, làm 1,3 triệu người phải di dời, phá hủy các di tích, mà còn ảnh hưởng cả đến chuyển động quay của trái đất làm chậm thời gian. Nó cho thấy ý chí quyết liệt dùng mục đích biện minh cho phương tiện.

Mao Trạch Đông từng nói : "nhân định thắng thiên… đấu trời là niềm vui vô tận, đấu đất là niềm vui vô tận, đấu người là niềm vui vô tận". Đặng Tiểu Bình cũng chẳng chịu kém trong thời gian đàn áp Thiên An Môn, 1989, ông ta nói : "giết hai trăm ngàn người đổi lấy 20 năm ổn định". Những điều đó được thế hệ Trung Quốc hôm nay thực hiện rốt ráo qua nhiều biểu hiện tàn ác trong đại dịch Vũ Hán. Đảng cộng sản Trung Quốc cố tình lây nhiễm nguồn bệnh ra các nước. Một số người dân Trung Quốc cũng cố tình nhổ nước miếng, hắt hơi, ho vào người khác để truyền bệnh. Một Đảng cộng sản Trung Quốc đầy dẫy mưu mô thâm độc như thế có đáng tin không ? Những luận điệu coi thường thiên – địa – nhân của các nhà lãnh đạo Đảng cộng sản Trung Quốc có chính nghĩa chăng ?

Trong thời cận và hiện đại, các nhà cầm quyền vô luân, không có chính nghĩa, đã nhận ra một phương thức hiệu quả tạo nên sức mạnh khủng khiếp trong dân chúng: Tuyên truyền. Nó không chỉ thay đổi thói quen hay một vài nhận định thiên lệch nào đó, mà nó tác động và tái định hình tư tưởng, nhận thức của cả dân tộc. Tuyên truyền được các thể chế độc tài toàn trị sử dụng như một thứ vũ khí tinh vi. Họ dùng sự tàn ác đàn áp thể xác con người và khủng bố tinh thần. Nó tạo nên nỗi sợ hãi vô hình khiến người dân dần thui chột tư tưởng đấu tranh, không dám chống lại cái ác, sự bất công.

Tuy nhiên, tuyên truyền là con dao hai lưỡi. Một khi sự gian dối lộ diện thì tức khắc biết bao ánh mắt lo ngại không dám chơi thân với Trung Quốc nữa. Các nước Tây phương và Hoa Kỳ đang nghi ngờ và đề phòng mọi sản phẩm, con người đến từ Đảng cộng sản Trung Quốc. Tuyên truyền thậm chí đã mang lại kết quả ngược với ý muốn ban đầu của Đảng cộng sản Trung Quốc. Điều đáng buồn là các giá trị văn hóa truyền thống nền tảng lâu đời của dân tộc Trung Hoa nhân - lễ - nghĩa - trí - tín đã bị xóa bỏ và thay thế bằng thứ văn hóa cộng sản vô thần, vốn dẫn con người đến hủ bại, giả - ác - đấu, kích động thù hận, thiếu vắng lòng tin và chết chóc. Chưa dừng ở đó, Đảng cộng sản Trung Quốc còn muốn xóa bỏ mọi giá trị tốt đẹp của các nền tự do - dân chủ - tôn giáo - nhân bản trên thế giới.

Sự thật - tự do - công bằng mới là con đường giải phóng con người toàn diện. Một thể chế gian dối, ngôn hành bất nhất chỉ mang lại những lợi ích kinh tế và phát triển trước mắt. Chúng không bền vững nhưng mang đến suy đồi đạo đức ảnh hưởng cả một dân tộc. Bạo phát sẽ bạo tàn. Chỉ mong người dân

Trung Quốc hiểu, nhận ra và hành động giải quyết tận gốc rễ những vấn đề cho đất nước họ và thế giới.

Nhà văn Mark Twain đã nói : *"Luôn luôn trung thành với tổ quốc. Trung thành với chính phủ chỉ khi nào chính phủ xứng đáng với lòng trung thành đó"*.

Hoàng Hoành Sơn

THAM KHẢO:

(1) http://www.bbc.co.uk/history/historic_figures/nero.shtml

(2) Đại Việt Sử Ký Toàn Thư. Lê Văn Hưu, Phan Chu Tiên, Ngô Sĩ Liên. Tr 189

(3) https://www.livescience.com/45641-science-of-world-war-i-communications.html

(4) Adolf Hitler. Mein Kampf. First mariner books edition 1999. Chương 6, War Propaganda, tr 176.

(5) https://jsis.washington.edu/ellisoncenter/wp-content/uploads/sites/13/2016/05/dome_REECASNW.pdf

(6) https://www.ozy.com/the-new-and-the-next/is-china-creating-its-own-internet/1357/

(7) https://www.latimes.com/archives/la-xpm-2012-jun-12-la-et-china-censorship-20120612-story.html

(8) https://www.thestar.com.my/news/regional/2020/02/20/us-removes-china-from-list-of-developing-countries

(9) https://www.forbes.com/sites/timdaiss/2016/07/12/philippines-wins-south-china-sea-case-against-china-court-issues-harsh-verdict/#160dea447765

https://nld.com.vn/thoi-su-trong-nuoc/toan-van-thong-cao-phan-quyet-cua-pca-vu-kien-philippines-trung-quoc-20160713085112372.htm

(10) https://www.wsj.com/articles/china-completes-runway-on-artificial-island-in-south-china-sea-1443184818

(11) https://www.forbes.com/sites/zakdoffman/2019/11/16/china-covers-up-killing-of-prisoners-to-harvest-organs-for-transplant-new-report/#80eebb92ec7c

(12) https://www.foxnews.com/world/questions-raised-over-the-whos-promotion-of-chinas-organ-transplant-program-despite-allegations-of-illicit-harvesting-and-targeting-of-minorities

(13) https://www.thesun.co.uk/news/12042417/tiktok-bans-around-world-china-spying/

(14) https://www.bbc.com/news/uk-53329005

(15) https://www.nytimes.com/2020/05/10/us/politics/coronavirus-china-cyber-hacking.html

(16) https://www.aljazeera.com/news/2020/07/fbi-chief-china-threatens-families-overseas-critics-200707204953764.html

(17) https://www.dkn.tv/the-gioi/bac-kinh-thao-tung-tu-do-ngon-luan-cua-sinh-vien-goc-hoa-o-uc.html

(18) https://www.bbc.com/vietnamese/world-53471477

(19) https://www.eastidahonews.com/2020/07/mysterious-seeds-from-china-sent-to-at-least-20-idaho-residents-officials-say/

(20) https://www.bbc.com/news/world-asia-53061476

(21) https://baomoi.com/trung-quoc-noi-khong-muon-tro-thanh-de-che-hang-hai/c/35688523.epi

(22) https://www.bbc.com/vietnamese/world-52131363

(23) https://www.nbcnews.com/health/health-news/how-china-blocked-who-chinese-scientists-early-coronavirus-outbreak-

(24) https://www.cgtn.com/special/Latest-updates-Response-level-upgraded-as-heavy-rain-batters-China.html

(25) https://vietluan.com.au/30779/truyen-thong-trung-quoc-ca-ngoi-dan-hy-sinh-vi-dai-cuc-sau-khi-chu-dong-lam-ngap-nha-cua-200000-nguoi

(26) https://www.voatiengviet.com/a/bac-kinh-va-chien-luoc-do-bo-vao-uc-chau/4776883.html

TRÍCH DẪN BÀI ĐIỂM SÁCH "HIDDEN HAND" CỦA TÁC GIẢ NGUYỄN VĂN TUẤN

Nguồn: *nguyenvantuan.info/single-post/2020/06/28/Nhung-cuoc-xam-lang-mem*

Vào tháng 5/2020, Nhà xuất bản Hardie Grant đã cho phát hành cuốn HIDDEN HAND (Giấu Tay) do GS Simon Hamilton (Đại học Charles Sturt – Canberra/Úc châu) & Tiến sĩ Mareike Ohlberg biên soạn. Cuốn sách là một công trình sưu khảo công phu về những cuộc xâm lăng và khuynh đảo của Trung Cộng vào hệ thống chánh trị, kinh tế, khoa học, văn hóa, và truyền thông ở các nước phương Tây. Có thể xem đó là cuộc xâm lăng mềm, với tiền là phương tiện chánh. Đây là một cuốn sách hết sức thú vị, cung cấp rất nhiều thông tin mang tính mở mắt cho những ai quan tâm đến thời cuộc và sự ảnh hưởng của Trung Cộng trên trường quốc tế, kể cả Việt Nam. *Cuốn sách này có lẽ sẽ giúp cho những ai còn thờ ơ hiểu được những hình thức xâm lăng mềm, và hy vọng sẽ không rơi vào những cái "bẫy mật" được trải thảm bằng tiền của TC.*

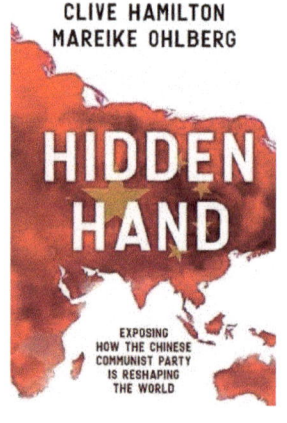

Bìa sách Hidden Hand

Từ điển tiếng Anh định nghĩa Hidden Hand là thế lực gây ra những tác động tiêu cực. Hidden Hand cũng có thể hiểu là những người ở vào vị trí quyền lực cao nhứt nhưng giấu mặt. Hidden Hand cũng có thể là một hội ái hữu kiểm soát một mạng hội kín, và những hội kín này thực hiện những mệnh lệnh của thế lực cấp trên. Thường, những người thực hiện mệnh lệnh không biết ai là người ra lệnh.

Có lẽ mượn ý nghĩa đó, nên hai tác giả Clive Hamilton và Mareike Ohlberg (H&O) đặt tựa đề cho cuốn sách mới là Hidden Hand để mô tả những hoạt động của Đảng cộng sản Trung Cộng (CCP) nhằm lũng đoạn chánh trường phương Tây và thiết lập một trật tự thế giới mới theo ý tưởng của những kẻ điều hành CCP, mà người đứng đầu hiện nay là Tập Cận Bình. Đây là cuốn sách nối tiếp cuốn Silent Invasion (Cuộc xâm lăng thầm lặng) công bố vào năm 2017 viết về những chiêu trò xâm lăng vào Úc của ĐCSTQ, còn Hidden Hand thì viết về cuộc xâm lăng củaTC vào các nước phương Tây. Cuộc xâm lăng này diễn ra trên tất cả lãnh vực, từ chánh trị, kinh tế, khoa học – công nghệ, gián điệp, đến văn hoá.

Tác giả cho biết nhiều người trong giới trí thức ở phương Tây đánh giá thấp hay bác bỏ sự đe doạ của Trung Cộng đối với nền dân chủ phương Tây. Hai tác giả cho rằng đó chính là lí do tại sao họ viết Hidden Hand. Nói cách khác, tác giả muốn 'giáo dục' những ai còn ngây thơ với mối đe dọa từ ĐCSTQ. Đảng này đã xây dựng hẳn một mạng lưới ảnh hưởng trên đất Mỹ từ thập niên 1970. Họ có khả năng và đã mua chuộc rất nhiều ký giả, nhà khoa học, học giả, thậm chí chánh trị gia và những nhà vận động chính trị làm việc cho họ. Dưới thời TT Obama, Mỹ đã đứng khoanh tay nhìn Trung Cộng xây dựng những công trình quân sự trên Biển Đông, vì Obama cũng đánh giá thấp mối đe doạ của Trung Cộng. Theo tác giả Hidden Hand, ĐCSTQ CCP chia nhân lọai thành 5 nhóm người như sau:

– *Nhóm 1 là những người bạn.* Đây là những người đồng ý với và ủng hộ chủ trương của CCP hết mình. Họ thường được trích dẫn trên hệ thống truyền thông của TC;

– *Nhóm 2 là những người bạn có thể tin được.* Họ thường là những người trong giới doanh nhân mà CCP có thể dựa dẫm vào, nhưng không thể tin tưởng;

– *Nhóm 3 là những học giả và giới kí giả.* Đây là những người yêu Trung Cộng, nhưng biết rõ những chiêu trò xấu và bẩn của cộng sản và CCP;

– *Nhóm 4 là 'kẻ thù'.* Đây là những người yêu Trung Hoa và văn minh Trung Hoa, nhưng ghét cộng sản. Đây là những kẻ mà CCP sẵn sàng bôi nhọ mỗi khi có dịp;

– *Nhóm 5 là 'thờ ơ'.* Đây là những người không biết và không cần biết về Trung Cộng. Trong cái nhìn của CCP, đây là những người có ích và có thể gây ảnh hưởng bằng cách mời họ xuất hiện trong các dịp lễ lạc để tạo ra ấn tượng tốt.

Khi cần đe dọa, Trung Cộng dùng ngôn ngữ mơ hồ, mù mờ, để cho đối tượng tha hồ đoán. Thật ra, đây là một chiêu trò của người cộng sản Tàu, vì sự mơ hồ có tác dụng gây sợ hãi nhiều người, và ai cũng có thể là những kẻ thù của chế độ.

Trong quan hệ với doanh nghiệp nước ngoài, ĐCSTQ còn cài đặt người vào các thiết chế kinh tế của Mỹ và Âu châu. Một trong những thiết chế mà ĐCSTQ nhắm tới để gây ảnh hưởng là Wall Street. Trong chuyến viếng thăm Mỹ, thủ tướng Trung Cộng không tới Washington trước, mà đến New York, nơi mà ông có những cuộc hội kiến bận rộn với các nhân vật trong hệ thống tài chánh Mỹ. Những sếp của các tập đoàn lớn như JP Morgan, Merrill Lynch, Morgan Stanley, Dow Jones, Goldman Sachs, Citigroup, Bank of America, v.v. đều được tiếp đón trọng thị. Sau lần tiếp đón là hàng loạt hợp đồng thương mại trị giá tỷ USD được kí kết. Nhưng ĐCSTQ còn nghĩ đến thế hệ tương lai và các thiết chế tài chánh Mỹ.

Câu lạc bộ công tử và tiểu thơ (princelings – thái tử đảng) là một nhóm trong chương trình này. Chẳng hạn như tập đoàn JP Morgan có một chương trình có tên là **"Sons and Daughters Program"** (nhưng các tập đoàn Mỹ lớn đều có những chương trình tương tợ) nhằm nâng đỡ các con cháu của các cán bộ cộng sản cao cấp từ Trung Cộng. Chẳng hạn như Goldman Sachs chỉ riêng năm 2013 đã có 25 con cháu cộng sản, trong đó có cả cháu nội của Giang Trạch Dân (Jiang Zemin). Merrill Lynch và Citigroup cũng có nhiều nhân viên là các công tử và tiểu thơ của ĐCSTQ, kể cả con dâu của Triệu Tử Dương (Zhao Ziyang). Morgan Stanley thì mướn con trai của Chu Dung Cơ (Zhu Rongji) và con gái của Chủ tịch của Ngân hàng Phát Triển Chen Yuan. Đây là những công tử và tiểu thơ đã hoặc đang theo học tại các trường hàng đầu của Mỹ. Có thể nói chương trình "Sons and Daughters Program" hoặc tương tợ là nơi ươm mầm cho thế hệ elite tài chánh tương lai của Trung Cộng (TC). Ngoài ra, TC còn có khoảng 50 đến 60 triệu Hoa kiều ở nước ngoài. CCP xem đây là một nguồn lực rất quan trọng trong chiến lược ảnh hưởng thế giới.

Các trung tâm gián điệp phương Tây thường chỉ tập trung vào những việc như đánh cắp tài liệu mật của chánh phủ và quân sự, bằng cách tuyển mộ những điệp viên hay cài điệp viên vào chánh phủ và cơ quan quân sự. Nhưng hoạt động gián điệp của Trung Cộng vượt ra ngoài biên giới truyền thống đó và bao gồm luôn cả đánh cắp thông tin mật từ các công ti kĩ nghệ, tập đoàn kinh tế, và cả tổ chức dân sự. Hệ thống tổ chức gián điệp và tình báo của Trung Cộng phức tạp hơn nhiều so với các chánh phủ phương Tây. Ở cấp trung ương có 2 cơ quan tình báo quan trọng là Tổng Cục I (trực thuộc Bộ Công An) và Tổng Cục II (còn gọi là 2PLA, thuộc Bộ Quốc Phòng). Tổng cục I về chức năng thì tương đương với CIA và FBI cộng lại, nhưng còn có quyền lực chánh trị. Tổng cục II dùng nhà báo, học giả, và nhà ngoại giao làm bề mặt để hoạt động, và cũng có quyền lực chánh trị. Ngoài hai cục đó, Trung Cộng còn có những Cục khác như Cục 10 (lo các vấn đề ở nước ngoài), Cục 11 (liên quan đến các 'think tank', viện nghiên cứu), Cục 12 (lo về các vấn đề xã hội), v.v. Theo FBI, chỉ riêng Cục 12 đã thành lập hơn 3000 công ty làm bình phong cho những hoạt động gián điệp trên thế giới.

Các 'ổ' gián điệp Trung Cộng không chỉ tuyển dụng người trong nước, mà còn tuyển dụng người nước ngoài và áp dụng các thủ thuật tâm lí để gây áp lực đến nạn nhân. Vào thập niên 1990, cẩm nang của MI5 (cơ quan tình báo Anh) dành cho các doanh nhân làm ăn ở Trung Cộng có cảnh báo rằng không nên nhận những món quà quá mức, và cảnh giác với những lời tâng bốc tận mây xanh. Chiến thuật của tình báo

Trung Cộng là làm cho nạn nhân mang nợ bằng những món đắt tiền hay mỹ nhân kế, để nạn nhân tự cảm thấy có nghĩa vụ phải đáp nghĩa. Hình thức đáp nghĩa có thể đưa nạn nhân vào vòng tay của các ổ gián điệp Trung Cộng.

Có lẽ lãnh vực khoa học và công nghệ là món mà CCP thèm thuồng nhứt. Điều này cũng dễ hiểu, vì để hiện đại hóa đất nước, Trung Cộng cần đến nhân tài "knowhow" về khoa học và công nghệ. Để thu hút nhân tài, CCP đề ra kế sách "Ngàn Nhân Tài" (Thousand Talents Plan). Theo kế sách TTP, nhà khoa học sẽ được cung cấp tài trợ và cơ sở vật chất để làm nghiên cứu tại Trung Cộng. Số tiền tài trợ rất hấp dẫn, và dễ làm xiêu lòng những nhà khoa học đang bị khó khăn về tài trợ ở các nước phương Tây. Do đó, Trung Cộng đã thu hút hàng vạn nhân tài từ các nước phương Tây. Đa số những người tài này là các nhà khoa học gốc Hoa, nhưng chương trình Thousand Talents Plan còn tuyển cả giới khoa học không phân biệt quốc tịch.

Một số nhà khoa học đã trở thành nạn nhân của 'chương trình' đánh cắp khoa học này. Năm ngoái, trung tâm nghiên cứu và điều trị ung thư MD Anderson (Mỹ) phát hiện một số nhà khoa học gốc Hoa chuyển tài liệu cho Trung Cộng, và những người đã bị sa thải. Năm nay (2020), một nạn nhân nổi tiếng khác là Giáo sư Charles Lieber (Đại học Harvard) bị FBI bắt vì có cáo buộc rằng ông được tuyển vào chương trình Thousand Talents Plan và nhận lợi lộc (lương 50,000 USD mỗi tháng [?] và chuyển giao công nghệ cho Đại học Công nghệ Vũ Hán) nhưng ông không khai báo với phía Mỹ về những hoạt động đó. Nhưng trong thực tế thì có hàng trăm vụ đánh cắp khoa học khác ít khi nào được đề cập trên báo chí.

Nhiều nhà khoa học Trung Cộng mang chức danh khoa học (giáo sư) sang các nước phương Tây để hợp tác nghiên cứu, nhưng trong thực tế họ là những sĩ quan quân đội cao cấp. Theo Alex Joske (một chuyên gia nghiên cứu về Trung Cộng), tính từ 2007 đến nay (2020), quân đội Tàu đã gởi ra nước ngoài hơn 2500 nhà khoa học nhưng thực chất là những sĩ quan cao cấp. Họ hợp tác tại các đại học hàng đầu của các nước phương Tây. Ở Úc, hai trường đại học được đề cập đến là Đại học New South Wales và Đại học Công nghệ Sydney.

* * *

Trong khi các chánh khách phương Tây đặt câu hỏi có phải họ đang ở vào thời Chiến Tranh Lạnh với Trung Cộng, thì Trung Cộng đã có câu trả lời từ 30 năm trước. Không chỉ có câu trả lời mà họ còn chủ động phát động một cuộc chiến tranh như thế dưới nhiều hình thức khác nhau. Qua *Hidden Hand*, bạn đọc có thể thấy rõ những lãnh vực mà Trung Cộng dưới sự điều hành của CCP đã xâm nhập vào hệ thống các thiết chế chánh trị, kinh tế, khoa học và công nghệ, truyền thông, và văn hóa của các nước phương Tây. Gần như các nước giàu có như Mỹ, Đức, Anh, Pháp, Ý, Canada, Úc, v.v. đều không 'thoát' khỏi sự xâm nhập của CCP. Do đó, câu chuyện về ông dân biểu Úc được đề cập trong phần đầu của bài điểm sách này chỉ là phần nổi của một tảng băng chìm.

Đối với chúng ta, người Việt Nam, đọc cuốn sách này rất 'thấm' và học được rất nhiều điều. Nhìn những nước phương Tây bị ảnh hưởng, thì câu hỏi Việt Nam có bị ảnh hưởng hay không là câu hỏi thừa thải. Thỉnh thoảng người nước ngoài đọc báo chí Việt Nam bắt gặp những danh từ mới như "Thế lực thù địch", "Quyền lực mềm", "Trỗi dậy trong hòa bình", hay tên của những cơ quan như "Tổng cục II", "Mặt trận đoàn kết", mà không biết đến từ đâu, thì cuốn sách này cho chúng ta một câu trả lời về xuất xứ: Trung Cộng.

Tóm lại, Hidden Hand là một cuốn sách hay và đáng đọc như cuốn trước (Silent Invasion). Có thể xem cuốn sách là một cảnh báo -- có lẽ hơi muộn -- về mối đe dọa của Trung Cộng đến trật tự thế giới do phương Tây lãnh đạo. Chiến lược "Một Vành Đai, Một Con Đường" mà Trung Cộng đang quảng bá, khi đặt trong bối cảnh chung, có lẽ chỉ là một con ngựa Troia mà thôi. Trong khi nhiều người vẫn còn rơi vào những "bẫy mật" của Trung Cộng, thì cũng có nhiều người trong giới trí thức phương Tây đã ngộ ra mối đe dọa và có những hành động ngăn chận. Cuốn sách này có lẽ sẽ giúp cho những ai còn thờ ơ (nhóm 5, theo cách phân loại của CCP) hiểu được những hình thức xâm lăng mềm, và hy vọng sẽ không rơi vào những cái "bẫy mật" được trải thảm bằng tiền.

Nguyễn Văn Tuấn

Nguồn: nguyenvantuan.info/single-post/2020/06/28/Nhung-cuoc-xam-lang-mem

https://www.facebook.com/chu.nguyenngoc

https://boxitvn.blogspot.com/2020/07/21-quan-iem-tang-cua-chinh-quyen-tt.html

21 QUAN ĐIỂM ĐÁ TẢNG CỦA CHÍNH QUYỀN TT DONALD TRUMP VỀ CỘNG HÒA NHÂN DÂN TRUNG HOA

Nguyen Ngoc Chu

25 July 2020.

Ngoại trưởng Mỹ Michael Pompeo

I. KHÔNG CHỈ LÀ CHIẾN TRANH THƯƠNG MẠI

Với lịch sử hơn 3000 năm, bắt đầu từ cuộc xâm lược của giặc Ân, Việt Nam phải đối mặt với gần 20 cuộc chiến tranh xâm lược từ Trung Quốc, thiết tưởng Việt Nam hiểu Trung Quốc hơn bất cứ quốc gia phương Tây nào.

Với lịch sử 71 năm từ khi ra đời (01/10/ 1949) chính thể Cộng hòa Nhân dân Trung Hoa, Việt Nam bị Cộng sản Trung Quốc đâm lén hàng ngàn mũi dao cho đến khi không thể che đậy phải lộ diện bằng cuộc chiến tranh xâm lược 10 năm 1979-1989, thiết tưởng người Việt Nam hiểu Cộng sản Trung Quốc hơn bất cứ người phương Tây nào.

Khi TT Donald Trump phải lên thang, xuống thang trong suốt hơn 2 năm chiến tranh thương mại Mỹ - Trung, thiết nghĩ Hoa Kỳ khó tránh khỏi kế sách hoãn binh "mèo vờn chuột" của Trung Quốc: Bề ngoài tưởng là lép vế nhún nhường cam chịu, nhưng bên trong lại là người dẫn dắt nhịp điệu cuộc chơi.

Khi TT Donald Trump tiến hành chiến tranh thương mại Mỹ - Trung, thiết tưởng chỉ vì mục đích lợi ích, thỏa thuận được sự nhân nhượng lợi ích từ Trung Quốc là dừng.

Hôm nay, đọc bài phát biểu của Ngoại trưởng Mỹ Michael Pompeo ngày 23/7/2020 tại Thư viện và Bảo tàng Tổng thống Nixon ở California, mới vững dạ, rằng TT Donald Trump và Ngoại trưởng Michael Pompeo hiểu Cộng sản Trung Quốc hơn Việt Nam, rằng Hoa Kỳ không dừng ở chiến tranh thương mại Mỹ - Trung.

II. 21 QUAN ĐIỂM ĐÁ TẢNG CỦA CHÍNH QUYỀN TT DONALD TRUMP VỀ CỘNG HÒA NHÂN DÂN TRUNG HOA

Bài phát biểu của Ngoại trưởng Mỹ Michael Pompeo, có tiêu đề "Trung Quốc Cộng sản và Tương lai Thế giới Tự do" - là bài cuối cùng trong chuỗi 4 bài phát biểu về Trung Quốc của các "chiến tướng" trong chính quyền của TT Donald Trump. Đó là: Cố vấn An ninh quốc gia Robert O'Brien nói về ý thức hệ, Giám đốc FBI Chris Wray nói về gián điệp, và Bộ trưởng Tư pháp Barr nói về kinh tế.

Ngoại trưởng Pompeo đề cập:

"Chúng tôi có một mục đích rất rõ ràng, một nhiệm vụ thực sự. Đó là để giải thích các mặt khác nhau của mối quan hệ Mỹ với Trung Quốc, sự mất cân bằng lớn trong mối quan hệ đó đã được xây dựng trong nhiều thập kỷ, và các thiết kế của Đảng Cộng sản Trung Quốc để giành quyền bá chủ".

Sau đây là 21 quan điểm đá tảng của chính quyền TT Donald Trump về Trung Quốc rút ra từ phát biểu "Trung Quốc Cộng sản và Tương lai Thế giới Tự do" của Ngoại trưởng Michael Pompeo.

1. SAI LẦM BẢN LỀ CỦA HOA KỲ LÀ ĐÃ MỞ CỬA PHƯƠNG TÂY CHO ĐẢNG CỘNG SẢN TRUNG QUỐC LÀM TRUNG QUỐC TRỞ THÀNH CON QUÁI VẬT FRANKENSTEIN

Như thống đốc bang California Wilson cho biết, Ngoại trưởng Michael Pompeo chọn Thư viện TT Nixon để nói về Trung Quốc - bởi chính TT Nixon cách đây gần 50 năm (1972) đã mở cửa cho Trung Quốc bước vào thế giới phương Tây. TT Nixon cho rằng thế giới không an toàn khi Trung Quốc chưa thay đổi. Và để Trung Quốc thay đổi thì mở cửa cho Trung Quốc tương tác. Nhưng chính TT Nixon đã sợ rằng sự mở cửa cho ĐCS Trung Quốc có làm cho Trung Quốc thay đổi? hay tạo ra con quái vật Frankenstein?

Sau gần 50 năm, nỗi lo sợ của TT Nixon đã thành sự thật. Trung Quốc là con quái vật Frankenstein. Ngoại trưởng Michael Pompeo nói:

"Năm tới đánh dấu nửa thế kỷ kể từ khi sứ mệnh bí mật của Tiến sĩ Kissinger đến Trung Quốc, và kỷ niệm 50 năm chuyến đi của Tổng thống Nixon không phải là quá xa vào năm 2022".

"Chúng tôi tưởng tượng sự kết hôn với Trung Quốc sẽ tạo ra một tương lai với lời hứa sáng sủa về sự hợp tác và hợp tác".

"Nhưng hôm nay - hôm nay tất cả chúng ta vẫn đeo mặt nạ và chứng kiến số đếm thân xác đại dịch gia tăng vì ĐCSTQ thất bại trong lời hứa với thế giới. Chúng tôi đã đọc mỗi sáng những tiêu đề mới về sự đàn áp ở Hồng Kông và Tân Cương".

"Chúng tôi đã thấy các số liệu thống kê đáng kinh ngạc về các vụ lạm dụng thương mại của Trung Quốc gây thiệt hại cho việc làm của Mỹ và giáng những đòn mạnh vào các nền kinh tế trên khắp nước Mỹ, bao gồm cả ở miền nam California. Và chúng tôi đang theo dõi một quân đội Trung Quốc ngày càng lớn mạnh hơn và thực sự đáng sợ hơn".

"Người dân Mỹ phải thể hiện điều gì sau 50 năm kể từ khi đính hôn với Trung Quốc"?

"Kiểu đính hôn mà chúng ta đang theo đuổi đã không mang lại sự thay đổi bên trong Trung Quốc mà Tổng thống Nixon đã hy vọng diễn ra".

"Tổng thống Nixon đã từng nói, ông sợ rằng ông đã tạo ra một quái vật Frankenstein bằng cách mở cửa thế giới cho ĐCSTQ, và chúng ta đang ở đây !".

2. PHÁ BỎ DI SẢN CỦA TT NIXON. MÔ HÌNH HỢP TÁC VỚI TRUNG QUỐC LÀ THẤT BẠI VÀ KHÔNG ĐƯỢC QUAY LẠI

Đó là quan điểm rõ ràng của chính quyền TT Doanald Trump:

"Chúng ta phải thừa nhận một sự thật phũ phàng sẽ hướng dẫn chúng ta trong những năm và thập kỷ tới, rằng nếu chúng ta muốn có một thế kỷ 21 tự do, chứ không phải thế kỷ Trung Quốc mà Tập Cận Bình mơ ước, mô hình cũ về sự hôn ước mù quáng với Trung Quốc, đơn giản là không đưa đến thành công. Chúng ta không được tiếp tục và chúng ta không được quay lại nó".

3. TRUNG QUỐC LÀ KẺ PHẢN TRẮC

Hãy nghe sự thừa nhận của Ngoại trưởng Pompeo về sự phản trắc của Trung Quốc:

"Sự thật là các chính sách của chúng ta - và của các quốc gia tự do khác - đã hồi sinh nền kinh tế thất bại của Trung Quốc, chỉ để thấy Bắc Kinh cắn những cánh tay quốc tế đang nuôi dưỡng nó".

"*Chúng ta mở rộng vòng tay với công dân Trung Quốc, chỉ để thấy Đảng Cộng sản Trung Quốc khai thác xã hội tự do và cởi mở của chúng ta. Trung Quốc đã gửi các nhà tuyên truyền vào các cuộc họp báo, trung tâm nghiên cứu, trường trung học, trường cao đẳng và thậm chí vào các cuộc họp PTA của chúng ta*".

4. HOA KỲ VÀ PHƯƠNG TÂY ĐÃ SAI LẦM KHI LIÊN TIẾP NHÂN NHƯỢNG TRUNG QUỐC ĐỂ ĐỔI LẠI THỊ TRƯỜNG

"*Chúng ta đã cho Đảng Cộng sản Trung Quốc và chính thể của nó một đối xử kinh tế đặc biệt, chỉ để thấy ĐCSTQ khăng khăng im lặng trước các vi phạm nhân quyền của nó, như là giá trao đổi để các công ty phương Tây vào Trung Quốc*".

"*Đại sứ O Brien đã đánh dấu một vài ví dụ ở ngày hôm trước: Marriott, American Airlines, Delta, United đều xóa các nguồn dẫn về Đài Loan khỏi các trang web công ty của họ, để không chọc giận Bắc Kinh*".

"*Ở Hollywood, cách đây không xa - tâm điểm của tự do sáng tạo của Mỹ, có những người tự chỉ định mình là trọng tài phán xét công bằng xã hội - đã tự kiểm duyệt ngay cả những nguồn dẫn nhẹ nhàng nhất về Trung Quốc*".

"*Việc thành lập công ty này đối với ĐCSTQ cũng xảy ra trên toàn thế giới*".

5. TRUNG QUỐC CƯỚP BÓC VÀ ĐỘT KÍCH HOA KỲ

"Và các công ty này đã làm việc nhiệt thành như thế nào? Nịnh hót của nó có được đền đáp lại không? Tôi sẽ cung cấp cho bạn một trích dẫn từ bài phát biểu mà Tướng Barr đã đưa ra, Tổng chưởng lý Barr. Trong một bài phát biểu tuần trước, ông nói rằng, 'Tham vọng tối hậu của những người cầm quyền Trung Quốc không phải là thương mại với Hoa Kỳ. Nó là để đột kích Hoa Kỳ'...".

"Trung Quốc xé toạc tài sản trí tuệ và bí mật thương mại của chúng ta, nguyên do của hàng triệu việc làm trên khắp nước Mỹ".

"Nó hút chuỗi cung ứng ra khỏi Mỹ".

6. TRUNG QUỐC NGÀY CÀNG ĐỘC ĐOÁN Ở TRONG NƯỚC VÀ HUNG HĂNG THÙ ĐỊCH VỚI BÊN NGOÀI

Mở cửa cho Trung Quốc, nhưng Trung Quốc không thay đổi về hướng tốt hơn, mà ngược lại:

"Dù lý do là gì - bất kể lý do là gì, ngày nay Trung Quốc ngày càng độc đoán ở nhà, và hung hăng hơn trong sự thù địch với tự do ở mọi nơi khác".

Và TT Donald Trump đã quyết định chấm dứt: "Đủ rồi".

7. ĐỐI THOẠI VỚI TRUNG QUỐC LÀ VÔ VỌNG

Ngoại trưởng Michael Pompeo đi guốc trong bụng các nhà ngoại giao Trung Quốc. Ông chỉ ra trong đàm phán, Trung Quốc muôn thuở lặp lại sách cũ, nói nhiều nhưng thực chất không có một đề xuất nào. Trung Quốc chỉ chờ đợi đối phương sốt ruột, mắc sai lầm mà thay đổi. Đây là một nhận xét kinh điển cho Việt Nam trong đàm phán với Trung Quốc. Hãy xem ông Pompeo nói về đàm phán với Dương Khiết Trì:

"Chỉ vài tuần trước, Tôi đã đến Honolulu để gặp Dương Khiết Trì".

"Đó vẫn là câu chuyện cũ – đầy từ ngữ, nhưng thực chất không có đề nghị nào để thay đổi bất kỳ hành vi nào".

"Lời hứa của Dương, giống như rất nhiều đảng viên ĐCSTQ đưa ra trước ông ta, trống rỗng. Tôi cho rằng, sự kỳ vọng của ông ta là tôi đã đáp ứng yêu cầu của họ, bởi vì thật lòng mà nói, đây là điều mà quá nhiều chính quyền trước đây đã làm. Tôi đã không, và Tổng thống Trump cũng không".

Nhận xét của Ngoại trưởng Mỹ Michael Pompeo về Dương Khiết Trì và ngoại giao Trung Quốc thật bổ ích cho Việt Nam.

8. ƯỚC MUỐN NHIỀU THẬP KỶ CỦA TẬP CẬN BÌNH LÀ THỐNG TRỊ THẾ GIỚI

Đây là nhận định chính xác và thẳng thắng của Ngoại trưởng Pompeo, đúng tim đen của Tập Cận Bình:

"Như Đại sứ OBrien đã giải thích rất tốt, chúng ta phải ghi nhớ rằng chế độ ĐCSTQ là chế độ Mác - Lênin. Tổng Bí thư Tập Cận Bình là một người thực sự tin tưởng vào một hệ tư tưởng toàn trị phá sản".

"Đó là ý thức hệ này, đó là ý thức hệ này đã thông báo ước muốn dài hàng thập kỷ của ông ta về quyền bá chủ toàn cầu của chủ nghĩa cộng sản Trung Quốc. Nước Mỹ không còn có thể bỏ qua những khác biệt

chính trị và ý thức hệ cơ bản giữa các nước chúng ta, giống như ĐCSTQ chưa bao giờ bỏ qua chúng".

9. KHÔNG ĐƯỢC TIN TRUNG QUỐC

Nếu trước đây, TT Regan tin tưởng vào Liên Xô, thì Ngoại trưởng Michael Pompeo để lại lời nguyền là không được tin Trung Quốc. Đây là kinh nghiệm cả đời ông cho đến lúc này. Ông nói:

"Kinh nghiệm của tôi trong Ủy ban Tình báo Hạ viện, và sau đó là giám đốc Cơ quan Tình báo Trung ương, và hơn hai năm nay là Bộ trưởng Ngoại giao Hoa Kỳ, đã đưa tôi đến sự hiểu biết trung tâm này:

Rằng chỉ một cách duy nhất - cách duy nhất để thực sự thay đổi Trung Quốc cộng sản là hành động không dựa trên những gì các nhà lãnh đạo Trung Quốc nói, mà là cách họ hành xử. Và bạn có thể thấy chính sách của Mỹ đáp ứng với kết luận này. Tổng thống Reagan nói rằng ông đã giao dịch với Liên Xô trên cơ sở 'tin tưởng nhưng xác minh'. Khi đến với ĐCSTQ, tôi nói chúng ta phải không tin tưởng và xác minh".

10. GIAO DỊCH VỚI TRUNG QUỐC KHÔNG ĐƯỢC THEO LỐI THÔNG THƯỜNG MÀ PHẢI CÓ CÁCH HÀNH XỬ KHÁC

Trung Quốc không như các quốc gia khác. Giao dịch với Trung Quốc phải khác biệt, không theo lối thông thường. Đây là một kết luận để đời nữa của Michael Pompeo:

"Chúng tôi biết rằng giao dịch với Trung Quốc không giống như giao dịch với một quốc gia bình thường, tuân thủ luật pháp. Bắc Kinh đe dọa các thỏa thuận

quốc tế, coi các đề xuất quốc tế như là ống dẫn cho sự thống trị toàn cầu".

Nhưng "vỏ quýt dày có móng tay nhọn", Mỹ có đối sách thích hợp:

"Nhưng bằng cách nhấn mạnh vào các điều khoản công bằng, như đại diện thương mại của chúng tôi đã làm khi đảm bảo thỏa thuận thương mại giai đoạn một của chúng tôi, chúng tôi có thể buộc Trung Quốc nghĩ đến hành vi trộm cắp tài sản trí tuệ và các chính sách gây tổn hại cho người lao động Mỹ".

"Chúng tôi cũng biết rằng làm kinh doanh với một công ty được hỗ trợ bởi ĐCSTQ không giống như làm kinh doanh với một công ty Canada. Họ không trả lời cho các hội đồng độc lập, và nhiều người trong số họ được tài trợ bởi nhà nước, và do đó không có nhu cầu theo đuổi lợi nhuận.

Một ví dụ điển hình là Huawei. Chúng tôi đã chấm dứt sự giả vờ của Huawei là một công ty viễn thông vô tội - chỉ xuất hiện để đảm bảo bạn có thể nói chuyện với bạn bè của mình. Chúng tôi đã gọi nó đúng như bản chất của nó - một mối đe dọa an ninh quốc gia thực sự - và chúng tôi đã hành động tương ứng.

Chúng tôi cũng biết rằng, nếu các công ty của chúng tôi đầu tư vào Trung Quốc, họ có thể tế nhị hoặc không tế nhị hỗ trợ các vi phạm nhân quyền thô bạo của Đảng Cộng sản.

Do đó, Bộ Tài chính và Thương mại của chúng tôi đã xử phạt và đưa vào danh sách đen các nhà lãnh đạo và thực thể Trung Quốc đang làm hại và lạm dụng các quyền cơ bản nhất cho mọi người trên toàn thế giới. Một số cơ quan đã làm việc cùng nhau trong một tư vấn kinh doanh để đảm bảo các CEO của chúng tôi được thông báo về cách thức chuỗi cung ứng của họ hoạt động bên trong Trung Quốc".

11. SINH VIÊN TRUNG QUỐC ĐẾN MỸ ĐỂ LÀM GIÁN ĐIỆP VÀ ĐỂ ĂN CẮP SÁNG CHẾ

Việc cử người đến nước khác hoạt động gián điệp, đánh cắp bí mật là chuyện thường tình. Điều đặc biệt của Trung Quốc là đã cử hàng chục ngàn sinh viên đến Mỹ học để làm gián điệp, để ăn cắp sáng chế, để tuyên truyền cho Trung Quốc. Mỹ đã nhận ra điều này, đang có biện pháp đối phó - bao gồm trục xuất hàng loạt. Đây là bài học đắt giá cho phương Tây. Ông Pompeo nhận xét:

"Chúng tôi cũng biết rằng không phải tất cả sinh viên và nhân viên Trung Quốc chỉ là sinh viên và công nhân bình thường đến đây để kiếm một ít tiền và thu thập cho mình một số kiến thức. Quá nhiều người trong số họ đến đây để đánh cắp tài sản trí tuệ của chúng tôi và đưa điều này trở lại đất nước của họ.

Bộ Tư pháp và các cơ quan khác đã mạnh mẽ theo đuổi hình phạt cho những tội ác này".

12. QUÂN ĐỘI TRUNG QUỐC LÀ QUÂN ĐỘI KHÔNG BÌNH THƯỜNG VÀ PHẢI ĐỐI PHÓ THEO CÁCH KHÁC

Người Mỹ đã nhận thấy Trung Quốc là đất nước không bình thường, sinh viên Trung Quốc không bình thường và quân đội Trung Quốc lại càng không bình thường. Và Mỹ đã có cách đối phó với quân đội Trung Quốc:

"Chúng tôi biết rằng Quân đội Giải phóng Nhân dân cũng không phải là một đội quân bình thường. Mục đích của nó là duy trì sự cai trị tuyệt đối của giới tinh hoa Đảng Cộng sản Trung Quốc và mở rộng đế quốc Trung Quốc, không phải để bảo vệ người dân Trung Quốc.

Và vì vậy, Bộ Quốc phòng của chúng ta đã tăng cường nỗ lực, tự do hoạt động hàng hải ra ngoài và khắp Biển Đông và Biển Nam Trung Hoa, và ở Eo biển Đài Loan. Và chúng tôi đã tạo ra một Lực lượng Không gian để giúp ngăn chặn Trung Quốc khỏi sự xâm lược trên biên giới cuối cùng đó.

Và cũng vậy, thành thật mà nói, chúng tôi đã xây dựng một bộ chính sách mới tại Bộ Ngoại giao đối phó với Trung Quốc, đẩy các mục tiêu của Tổng thống Trump về sự công bằng và có đi có lại, để viết lại sự mất cân bằng đã phát triển trong nhiều thập kỷ.

Chỉ trong tuần này, chúng tôi đã tuyên bố đóng cửa lãnh sự quán Trung Quốc tại Houston vì đây là một trung tâm gián điệp và trộm cắp tài sản trí tuệ.

Chúng tôi đã đảo ngược, hai tuần trước, tám năm thay đổi liên quan đến luật pháp quốc tế ở Biển Đông.

Chúng tôi đã kêu gọi Trung Quốc rằng các khả năng hạt nhân của họ phải tuân thủ với chiến lược thực tế của thời đại chúng ta.

Và Bộ Ngoại giao (Hoa Kỳ) - ở mọi cấp độ, trên toàn thế giới - đã tiếp xúc với các đối tác Trung Quốc chỉ đơn giản là để đòi hỏi sự công bằng và có đi có lại".

13. TÁCH BIỆT NHÂN DÂN TRUNG QUỐC VỚI ĐCS TRUNG QUỐC

Nhân dân luôn khác biệt với nhà cầm quyền. Chỉ có nhà cầm quyền tồi tệ. Còn với nhân dân - luôn là hữu nghị hợp tác, chia sẻ, giúp đỡ. Trong quan hệ với Trung Quốc, người Việt Nam luôn rạch ròi điều này. Và người Mỹ trong quan hệ với Trung Quốc, cũng vậy:

"Chúng ta cũng phải tham gia và trao quyền cho người dân Trung Quốc - một dân tộc năng động, yêu tự do, hoàn toàn khác biệt với Đảng Cộng sản Trung Quốc.

Điều đó bắt đầu với ngoại giao trực tiếp.

Tôi đã gặp những người đàn ông và phụ nữ Trung Quốc với tài năng lớn và sự siêng năng bất cứ nơi nào tôi đi.

Tôi đã gặp những người Uyghur và người dân tộc Kazakhstan đã trốn thoát khỏi các trại tập trung Tân Cương. Tôi đã nói chuyện với các nhà lãnh đạo dân chủ Hồng Kông, từ Hồng y giáo chủ Zen cho đến Jimmy Lai. Hai ngày trước tại Luân Đôn, tôi đã gặp gỡ với chiến binh vì tự do của Hong Kong Nathan Law.

Và tháng trước trong văn phòng của tôi, tôi đã nghe những câu chuyện về những người sống sót ở Quảng trường Thiên An Môn. Một trong số họ ở đây hôm nay.

Wang Dan là một sinh viên chủ chốt chưa bao giờ ngừng chiến đấu vì tự do cho người dân Trung Quốc.

Ông Wang, bạn vui lòng đứng để chúng tôi có thể nhận ra bạn chứ?

Cũng với chúng tôi hôm nay là cha đẻ của phong trào dân chủ Trung Quốc, Wei Jingsheng. Ông đã trải qua hàng thập kỷ trong các trại lao động Trung Quốc để vận động. Anh Wei, anh sẽ đứng lên chứ?"

14. ĐCS TRUNG QUỐC LUÔN NÓI DỐI, KHÔNG ĐẠI DIỆN CHO 1,4 TỶ DÂN TRUNG QUỐC, VÀ SỢ LỜI NÓI THẬT CỦA NHÂN DÂN TRUNG QUỐC

Hãy nghe Ngoại trưởng Michael Pompeo nhận xét:

"Tôi lớn lên và phục vụ Quân đội trong Chiến tranh Lạnh. Và nếu có một điều tôi học được, những người cộng sản hầu như luôn nói dối. Lời nói dối lớn nhất mà họ nói, là nghĩ rằng họ nói cho 1,4 tỷ người bị giám sát, áp bức và sợ hãi nói ra.

Hoàn toàn ngược lại. ĐCSTQ sợ người dân Trung Quốc, ý kiến trung thực hơn bất kỳ kẻ thù nào".

"Chỉ cần nghĩ rằng thế giới sẽ tốt hơn bao nhiêu - không kể đến những người bên trong Trung Quốc - nếu chúng ta có thể nghe được từ các bác sĩ ở Vũ Hán và họ được phép đưa ra báo động về sự bùng nổ của chủng loại virus mới".

15. ỦNG HỘ NHỮNG NGƯỜI BẤT ĐỒNG CHÍNH KIẾN Ở TRUNG QUỐC

Đây là kết luận rút ra của Ngoại Trưởng Michael Pompeo:

"Trong nhiều thập kỷ, các nhà lãnh đạo của chúng tôi đã phớt lờ, hạ thấp những lời của những nhà bất đồng

chính kiến dũng cảm của Trung Quốc, những người đã cảnh báo chúng tôi về bản chất của chế độ mà chúng tôi phải đối mặt.

Và chúng ta không thể bỏ qua được nữa".

16. ĐCS TRUNG QUỐC LẶP LẠI CÁC SAI LẦM CỦA LIÊN XÔ – KHÔNG THỪA NHẬN SỞ HỮU TƯ NHÂN

Một nhận xét mang tính quy luật của Ngoại trưởng Pompeo, rằng các sai lầm lặp lại của ĐCS Trung Quốc sẽ dẫn đến sự thay đổi Trung Quốc:

"ĐCSTQ đang lặp lại một số sai lầm tương tự mà Liên Xô đã gây ra - xa lánh các đồng minh tiềm năng, phá vỡ niềm tin trong và ngoài nước, từ chối quyền sở hữu".

"Nhưng thay đổi hành vi của ĐCSTQ không thể là nhiệm vụ của riêng người dân Trung Quốc. Các quốc gia tự do phải làm việc để bảo vệ tự do. Nhưng tôi có niềm tin chúng ta có thể làm được".

"Tôi có niềm tin. Tôi có niềm tin vì sự thức tỉnh mà tôi thấy trong số các quốc gia khác biết rằng chúng ta không thể quay về quá khứ giống như cách chúng ta làm ở Mỹ. Tôi đã nghe điều này từ Brussels, tới Sydney, Hà Nội".

17. TRUNG QUỐC PHỤ THUỘC VÀO THẾ GIỚI NHIỀU HƠN THẾ GIỚI PHỤ THUỘC VÀO TRUNG QUỐC

Đây là một nhận xét mấu chốt của Michael Pompeo, rằng đừng sợ ly dị với Trung Quốc.Vì có nhiều người sợ ly dị với Trung Quốc thì kinh tế sụp đổ, ý thức hệ sụp đổ:

"Khác với Liên Xô, Trung Quốc hội nhập sâu vào nền kinh tế toàn cầu. Nhưng Bắc Kinh phụ thuộc vào chúng ta nhiều hơn chúng ta".

18. KHÔNG THAY ĐỔI TRUNG QUỐC THÌ TRUNG QUỐC SẼ THAY ĐỔI THẾ GIỚI

Đây phải nói là lời nguyền. Đây phải nói là TT Donald Trump và ngoại trưởng Michael Pompeo hiểu chính thể Trung Quốc hiện nay hơn bất cứ ai:

"Nếu thế giới tự do không thay đổi - không thay đổi, Trung Quốc cộng sản chắc chắn sẽ thay đổi chúng ta".

"Bảo vệ các quyền tự do của chúng ta khỏi Đảng Cộng sản Trung Quốc là sứ mệnh của thời đại chúng ta, và nước Mỹ có vị trí hoàn hảo để lãnh đạo nó bởi vì các nguyên tắc sáng lập của chúng ta cho chúng ta cơ hội đó".

"ĐCSTQ sẽ làm xói mòn các quyền tự do của chúng ta, và phá vỡ trật tự dựa trên các quy tắc mà xã hội của chúng ta đã làm việc rất chăm chỉ để xây dựng. Nếu chúng ta uốn cong đầu gối bây giờ, con của con chúng ta có thể phải chịu sự thương xót của Đảng Cộng sản Trung Quốc".

19. TẬP CẬN BÌNH KHÔNG PHẢI SINH RA ĐỂ ĐỘC TRỊ TRONG VÀ NGOÀI TRUNG QUỐC

Rất đanh thép và rõ ràng, Ngoại trưởng Pompeo đã gửi đi một thông điệp cho nhân dân Trung Quốc và thế giới và cho chính Tập Cận Bình về vị trí của Tập Cận Bình:

"Tổng bí thư Tập không được định sẵn để độc trị trong và ngoài Trung Quốc mãi mãi, trừ khi chúng ta cho phép".

Đây là lời cảnh tỉnh sấm rền cho những ai sợ và chịu khuất phục trước Tập Cận Bình.

20. KHUYẾN KHÍCH CÁC NƯỚC NHỎ LIÊN MINH

Không như trước đây, Hoa Kỳ đã hành động chống Trung Quốc ở Biển Đông Nam Á, làm dũng cảm các nước nhỏ đang sợ hãi, và khuyến khích thành lập các liên minh mới cho các nước nhỏ vững dạ.

"Chúng ta phải vẽ những đường chung trên cát không thể bị cuốn trôi bởi những mặc cả của ĐCSTQ".

"Thật vậy, đấy là những gì Hoa Kỳ đã làm gần đây khi chúng tôi bác bỏ các yêu sách bất hợp pháp của Trung Quốc ở Biển Đông một lần và mãi mãi, cũng như chúng tôi đã thúc giục các nước trở thành Quốc gia Sạch để thông tin cá nhân của công dân không bị rơi vào tay của Đảng Cộng sản Trung Quốc. Chúng tôi đã làm điều đó bằng cách thiết lập các tiêu chuẩn".

"Nó khó khăn cho một số nước nhỏ. Họ sợ bị chọn ra. Một số trong số họ vì lý do đơn giản là không có khả năng, không có sự can đảm để sát cánh cùng chúng tôi trong lúc này".

"Có lẽ đã đến lúc thành lập cho một nhóm các quốc gia có cùng chí hướng, một liên minh mới của các nền dân chủ".

21. THÀNH LẬP LIÊN MINH CHỐNG TRUNG QUỐC

Xuyên suốt bài phát biểu, Ngoại trưởng Michael Pompeo hướng tới lập một Liên minh Toàn cầu chống Trung Quốc.

"Đây là thời điểm để các quốc gia tự do hành động. Không phải mọi quốc gia sẽ tiếp cận Trung Quốc theo cùng một cách, họ cũng không nên như vậy. Mỗi quốc gia sẽ phải tự hiểu về cách bảo vệ chủ quyền của chính mình, cách bảo vệ sự thịnh vượng kinh tế của chính mình và làm thế nào để bảo vệ lý tưởng của mình khỏi những xúc tu (bạch tuộc) của Đảng Cộng sản Trung Quốc".

"Thách thức của Trung Quốc đòi hỏi nỗ lực, năng lượng từ các nền dân chủ - những người ở Châu Âu, những người ở Châu Phi, những người ở Nam Mỹ và đặc biệt là những người ở khu vực Ấn Độ - Thái Bình Dương".

"Liên Xô đã bị đóng cửa khỏi thế giới tự do. Trung Quốc cộng sản đã ở trong biên giới của chúng ta".

"Vì vậy, chúng ta không thể đối mặt với thử thách này một mình. Liên hợp quốc, NATO, các nước G7, G20, sức mạnh kinh tế, ngoại giao và quân sự kết hợp của chúng ta chắc chắn đủ để đáp ứng thách thức này nếu chúng ta chỉ đạo rõ ràng và rất can đảm".

"Hôm nay nguy hiểm đã rõ.

Và hôm nay sự thức tỉnh đang xảy ra.

Hôm nay thế giới tự do phải phúc đáp.

Chúng ta không bao giờ có thể quay lại quá khứ.

Xin Chúa ban phước lành cho mỗi bạn.

Xin Chúa ban phước lành cho người dân Trung Quốc.

Và xin Chúa ban phước lành cho người dân Hoa Kỳ.

Cảm ơn tất cả".

(**https://www.state.gov/communist-china-and-the-free-worlds-future/**).

III. AI HIỂU ĐCS TRUNG QUỐC BẰNG CHÍNH QUYỀN TT DONALD TRUMP?

Không thể trích ra ở đây cả trăm ý trong bài phát biểu tuyệt vời của Ngoại trưởng Mỹ Michael Pompeo. Quả thật là khó có thể bỏ qua một từ nào trong chiến thư hiệu triệu này.

Bài phát biểu của Ngoại trưởng Michael Pompeo đã loại bỏ hoàn toàn hoài nghi, rằng TT Donald Trump không hiểu Trung Quốc, mà chứng minh ngược lại, rằng TT Donald Trump hiểu Trung Quốc hơn nhiều lãnh đạo các quốc gia có lịch sử ngàn năm bang giao với Trung Quốc.

Bài phát biểu của Ngoại trưởng Michael Pompeo cho thấy chính quyền của TT Donald Trump hiểu ĐCS Trung Quốc hơn chính những người cộng sản.

Bài phát biểu của Ngoại trưởng Michael Pompeo khẳng định Hoa Kỳ biết những nước cờ của Trung Quốc.

Bài phát biểu của Ngoại trưởng Michael Pompeo cho thấy chính quyền của TT Donald Trump không dừng ở chiến tranh thương mại Mỹ -Trung, mà bắt đầu một tiến trình loại bỏ chính thể Cộng hòa Nhân dân Trung Hoa.

IV. LỜI NGUYỀN

Đây là bài phát biểu kỳ diệu của Michael Pompeo. Kỳ diệu bởi ông đã để lại những lời nguyền về Trung Quốc. Hai trong số đó là:

- "KHÔNG ĐƯỢC TIN TRUNG QUỐC".

- **"NẾU CHÚNG TA KHÔNG THAY ĐỔI THÌ TRUNG QUỐC CỘNG SẢN SẼ THAY ĐỔI CHÚNG TA".**

Nguyen Ngoc Chu

****

https://nationalinterest.org/feature/true-lessons-nixon-and-kissinger%E2%80%99s-china-strategy-165495

July 24, 2020

The True Lessons of Nixon and Kissinger's China Strategy

Secretary of State Michael Pompeo's speech at the Nixon Library misunderstood Richard M. Nixon's geopolitical approach to China.

by Harry J. Kazianis **Follow Grecianformula on TwitterL**

In a historic speech yesterday, Secretary of State Michael Pompeo delivered a blistering attack on China at the Nixon Library in California that seeks to recalibrate American policy toward China. But it misunderstood Richard M. Nixon and Henry Kissinger's fundamental approach. Instead of seeking confrontation with China, Nixon and Kissinger sought to play the "China Card" by deploying it against the Soviet Union.

While the speech itself needs to be read in its entirety, Pompeo's remarks, which represent a coordinated effort to recalibrate U.S. foreign policy towards China in a number of different speeches over the last few weeks by other senior Trump Administration officials, clearly mean only one thing: Trump's top foreign policy officials are pushing for a move from an engagement and peaceful competition with Beijing to what can only be described as a twenty-first-century version of Cold War-style containment. Indeed, Pompeo clearly meant for his remarks to be interpreted as the "Evil Empire" speech of 2020. Whether Trump himself will adopt this course remains an open question.

While Pompeo was careful not to attack former President Nixon for his decision to engage with China, there was no mention of the reasons why Nixon and Kissinger made this historic move, which was unquestionably the right move at the right time. Pompeo quotes from a famous 1967 *Foreign Affairs* piece by Nixon that made the case for engagement with China. Nixon wrote,

"Taking the long view, we simply cannot afford to leave China forever outside of the family of nations…The world cannot be safe until China changes. Thus, our aim – to the extent we can, we must influence events. Our goal should be to *induce change [emphasis mine]*."

Foreign policy realists throughout history are great at using rhetorical flash and the invocation of universal norms to mask their true geopolitical ambitions–it makes such aspirations more easily tolerable in today's world, providing a sort of moralistic blanket to hide their real intentions. In this instance, Nixon was fully cognizant that the U.S. was struggling thanks to the large financial and military commitments needed to sustain the Vietnam War and that the Soviet Union needed to be checked. In short, Nixon did *not* seek to change China in America's image, as Pompeo suggests. Rather, Beijing and Washington agreed to cooperate because they both viewed the rise of Soviet power as a bigger threat to their shared mutual interests. Realpolitik, in other words, ruled.

The conservative journalist Hugh Hewitt appeared to sense this lack of historical context in Pompeo's remarks. He asked Pompeo in the opening question:

"My first question has to do with the context of the president's visit in 1972. You mentioned the Soviet Union was isolated, but it was dangerous. He went to the People's Republic of China in 1972 to try and ally and combine interests with them against the Soviet Union; it was successful. Does Russia present an opportunity now to the United States to coax them into the battle to be relentlessly candid about the Chinese Communist Party?"

Pompeo replied:

"So I do think there's that opportunity. That opportunity is born of the relationship, the natural relationship between Russia and China, and we can do something as well. There are places where we need to work with Russia. Today – or tomorrow, I guess it is, our teams will be on the ground with the Russians working on a strategic dialogue to hopefully create the next generation of arms control agreements like Reagan did. It's in our interest, it's in Russia's interest. We've asked the Chinese to participate. They've declined to date. We hope they'll change their mind.

It's these kind of things – these proliferation issues, these big strategic challenges – that if we work alongside Russia, I'm convinced we can make the world safer. And so there – I think there is a place for us to work with the Russians to achieve a more likely outcome of peace not only for the United States but for the world."

Pompeo's speech should have encompassed why Nixon wanted better relations with China: the rise of Soviet power and a widespread belief America was in decline. America has ample ways to use alliances and partnerships with nations that it may not exactly align with naturally to contain China's own rise. When we forget why Nixon and Kissinger made the foreign policy choices they did, America's national interests suffer. Now, as then, Nixon and Kissinger's approach to international relations offers important lessons that we ignore at our peril.

Harry J. Kazianis SERVES AS A SENIOR DIRECTOR AT THE CENTER FOR THE NATIONAL INTEREST, FOUNDED BY PRESIDENT RICHARD M. NIXON. YOU CAN FOLLOW HIM ON TWITTER: *@Grecianformula*.

https://baotiengdan.com/2020/09/14/kien-nghi-cua-ong-chu-dinh-xuong-ve-duong-loi-cua-dang-csvn/

Kiến nghị của ông Chu Đình Xương về đường lối của đảng CSVN

Bởi *AdminTD*

14/09/202

Lời giới thiệu: *Trước bức thư của ông Chu Đình Xương gởi BCH Trung ương đảng CSVN tháng 2/1983 là "Kiến nghị dâng Đại hội Đảng lần thứ 5 – Một vài suy nghĩ về đường lối của đảng", của ông Chu Đình Xương, thân sinh GS Chu Hảo, viết tháng 3/1982, đã được GS Ngô Vĩnh Long công bố vài ngày trước. Kiến nghị dài 20 trang, khoảng 9.500 từ, vừa được một thân hữu chuyển từ file ảnh sang bản Word như sau:*

Chu Đình Xương (1913- 1985), cựu Giám đốc Sở Liêm Phóng Bắc Kỳ 1945. Ảnh: Bảo tàng Sơn La. Source: *https://baotiengdan.com/wp-content/uploads/2020/09/1-83.jpeg*

KIẾN NGHỊ DÂNG ĐẠI HỘI ĐẢNG LẦN THỨ 5

MỘT VÀI SUY NGHĨ VỀ VẤN ĐỀ ĐƯỜNG LỐI CỦA ĐẢNG

ĐƯỜNG LỐI LÀ GÌ, THẾ NÀO GỌI LÀ ĐƯỜNG LỐI?

Trên báo chí, trong sách vở, cũng như trong lời nói, chúng ta thường hay dùng:

– Đường lối chung

– Đường lối, cụ thể,

– Cương lĩnh 1.

– Cương lĩnh 2.

– Đường lối kinh tế.

– Đường lối công nghiệp.

– Đường lối giai cấp

– Đường lối văn nghệ.

– Đường lối đối ngoại.

– Đường lối đối nội.

– vân vân và vân vân….

Những khái niệm về đường lối của Đảng trên đây có thật chính xác không? Chắc là không. Ví dụ:

– Đường lối đối ngoại, nếu đem dịch ra Pháp văn thì ai cũng phải dịch là: Ligne de politique étrangère và dịch ngược lại thì lại là đường lối chính sách đối ngoại. Và ta thấy ngay rằng "từ" đường lối ở đây là thừa, không cần thiết và vì chính sách đối ngoại chỉ là một sách lược để phục vụ một đường lối nào đó mà thôi, không thể là bản thân đường lối được.

Một ví dụ nữa: Đường lối văn nghệ. Văn nghệ thuộc lĩnh vực tư tưởng, lĩnh vực thức hệ, văn nghệ là một bộ phận tương đối đặc biệt của cách mạng, của Đảng để phục vụ đường lối của Đảng, của cách mạng, chứ bản thân văn nghệ không có đường lối riêng của mình được, nó tương đối đặc biệt vì nó là bộ phận phải đứng thật vững chắc, vững chắc nhất trên lập trường của Đảng, lấy học thuyết Mác – Lênin và chủ nghĩa quốc tế vô sản làm nền tảng, như vậy Đảng Cộng sản nào cũng chỉ có thể có hai loại đường lối:

– Đường lối chính trị chung

– và đường lối kinh tế cụ thể.

Về đường lối chính trị chung có là chẳng có gì phải bàn nhiều.

Ngay từ những ngày tuyên truyền giác ngộ từng cá nhân cho đến ngày thành lập được Đảng thì đường lối chính trị chung nêu ra vẫn là:

Đảng là Đảng Cộng sản và thực chất, còn tên gọi cụ thể của từng đảng thì tùy thuộc vào hoàn cảnh chính trị của từng nước, nghĩa là trong một giai đoạn chiến lược dài, con đường duy nhất mà Đảng dẫn dắt giai cấp vô sản và toàn dân đi tới là xã hội cộng sản chủ nghĩa, lấy học thuyết mác-Lênin và Chủ nghĩa quốc tế vô sản là nền tảng tư tưởng, làm kim chỉ nam.

Như vậy, đường lối của Đảng là con đường đi mà Đảng vạch ra cho giai cấp mình và toàn dân đi theo từng bước một đi đúng đường là cách mạng đang đi lên, đi chệch là gặp khó khăn, phải sửa sai ngay. Đi chệch quá mà không sửa, hoặc sửa không được nữa là cách mạng thất bại, cách mạng thất bại là để cho kẻ thù của cách mạng thắng lợi.

Đấy là đường lối chiến lược lâu dài của Đảng. Chặng đường chiến lược lâu dài này chia ra từng giai đoạn chiến lược ngắn hạn cụ thể là:

1. Xây dựng Đảng, vận động quần chúng, tổ chức lực lượng vũ trang, tạo điều kiện cách mạng

chín muồi, nổi dậy giành chính quyền về tay Đảng, Đảng Cộng sản nắm chính quyền.

2. Bước quá độ đi lên chủ nghĩa xã hội. Bước này dài hay ngắn tùy thuộc vào điều kiện kinh tế, vào tương quan lực lượng chính trong nước và trên quốc tế. Một nước còn ở tình-trạng nông nghiệp lạc hậu thì tất nhiên thời kỳ quá độ phải dài hơn nhiều so với nước đã trải qua công nghiệp hóa rồi.

3. Chủ nghĩa xã hội.

4. Chủ nghĩa xã hội phát triển.

5. Chủ -nghĩa cộng sản.

Đây là đường lối chính trị chung, bất di bất dịch cho tất [cả] các Đảng vô sản.

Luận cương chính trị khi mới thành lập Đảng Cộng sản Đông dương tại Đại hội I năm 1930 đã tuyên bố:

"Thời kỳ này là thời kỳ cách mạng vô sản toàn thế giới và thời kỳ kiến trúc xã hội chủ nghĩa ở Liên bang Xô viết. Xứ Đông-dương nhờ vô sản giai cấp chuyên chính các nước giúp sức cho mà phát triển, bỏ qua thời kỳ tư bổn mà tranh đấu thẳng lên con đường xã hội chủ nghĩa" (Văn kiện Đảng 1929-1935 trang 49).

Sau khi đã hoàn thành giai đoạn chiến lược đầu tiên, nghĩa là Đảng vô sản đã giành được chính quyền về tay mình để tiếp tục đi đúng đường lối chính trị chung nói trên, Đảng phải đề ra:

Đường lối kinh tế cụ thể của mình, trừ thời khôi phục kinh tế ban đầu, hoặc trong những năm phải tiến hành chiến tranh, Đường lối kinh tế cụ thể thể hiện trong từng kế hoạch năm năm mà mục tiêu cuối cùng của nó phải là:

So với năm 19... thu nhập thực tế đầu người phải tăng từ...% đến.. % từ nay đến năm 198..., giữ vững chuyên chính vô sản, cũng như củng cố quốc phòng đều chỉ nhằm phục vụ mục tiêu này.

Cả chính sách đối nội và chính sách đối ngoại cũng vậy.

– Chính sách đối nội bao gồm rất nhiều vấn đề, nhưng vấn đề chủ yếu, quan trọng hàng đầu phải là chủ trương và biện pháp phân phối thu nhập quốc dân đến tay người lao động, cả trí óc lẫn chân tay đúng theo nguyên lý Mác-Lênin, làm nhiều hưởng nhiều, làm thường ít.

– Chính sách đối ngoại là chính sách của một Đảng vô sản quốc tế, yếu tố liên kết hợp tác quốc tế phải là một bộ phận hợp thành của đường lối kinh tế cụ thể của Đảng.

Thứ nhất là liên kết quốc tế để đấu tranh bảo vệ hòa bình thế giới, không có hòa bình thì không xây dựng và phát triển kinh tế được.

Thứ hai là liên kết hợp tác với ai để xây dựng kinh tế. Nếu không có sự liên kết và hợp tác quốc tế này là đi trái với nguyên lý Mác-Lênin và tất yếu dẫn tới việc đường lối kinh tế thất bại hoàn toàn.

Không phải ngẫu nhiên mà trong Nghị quyết của Đại hội lần thứ 10 của Đảng cộng sản (xã hội thống nhất) Cộng hòa Dân chủ Đức về kế hoạch 5 năm phát triển kinh tế 1981-1985 ngay trên chương đầu đã ghi:

"*Việc liên minh huynh đệ của nước Cộng hòa dân-chủ Đức với Liên Xô và các nước khác trong cộng-đồng xã hội Chủ nghĩa là nền tảng của việc phát triển ổn định và liên tục của nước Cộng hòa dân chủ Đức. NỀN TẢNG này cho phép chúng ta tiếp tục một cách kiên quyết triệt để hóa công cuộc hòa đồng kinh tế xã hội chủ-nghĩa, sự hợp tác khoa học và kỹ thuật với Liên Xô và các nước xã hội Chủ nghĩa khác và việc tận dụng những ưu thế của việc phân công lao động xã hội chủ nghĩa quốc tế để đem lại lợi ích cho nền kinh tế của Cộng hòa dân chủ Đức*".

Chúng ta cần nhấn mạnh 2 chữ *NỀN TẢNG*, Đảng bạn đã nhận thức đầy đủ và chính xác rằng việc hòa đồng kinh tế xã hội chủ nghĩa nói trên là NỀN TẢNG của công cuộc phát triển kinh tế của mình, chứ không phái là HỖ-TRỢ cho nền kinh tế của mình.

Đến đây, thiết tưởng chúng ta cần sơ bộ tìm hiểu tổ chức Hội đồng tương trợ kinh tế một chút. Hội đồng tương trợ kinh tế do 6 nước họp ở Mát-xcơ-va ngày 5/01/1949 thành lập ra:

1- Liên Xô

2- Bun-ga-ri

3- Hung-ga-ri

4- Ba Lan

5- Rumani

6- Tiệp Khắc

Cho đến nay, Hội đồng đã có thêm 4 nước gia nhập:

7- Cộng hòa dân chủ Đức tháng 9-1950.

8- Mông Cổ tháng 7-1962.

9- Cuba tháng 7-1972.

10- Việt Nam tháng 6-1978.

Ngay từ 1949, các nước sáng lập viên đã đề ra chức năng của Hội đồng tương trợ kinh tế như sau:

Hội đồng tương trợ kinh tế có mục đích góp phần:

a) Tiếp tục phát triển sâu và hoàn thiện quan hệ hợp tác và đẩy mạnh liên kết kinh tế XHCN.

b) Phát triển của nền kinh tế quốc dân theo kế hoạch.

c) Đẩy nhanh tiến bộ kinh tế và khoa học kỹ thuật.

d) Không ngừng tăng năng suất lao động.

e) *Nâng cao trình độ công nghiệp hóa những nước có công nghiệp kém phát triển.*

g) *Dần dần xích lại gần nhau và ngang bằng mức độ phát triển kinh tế.*

(Đề nghị chúng ta chú ý đặc biệt 2 điểm e và g)

Sau 30 năm thực hiện nghiêm chỉnh và có hiệu quả chương trình hoạt động trên đây, các đảng anh em đã tự hào công bố rằng:

– Thu nhập quốc dân của các nước hội viên Hội đồng tương trợ kinh tế trong 30 năm qua đã tăng gấp 10 lần, thế mà cũng trong thời gian đó thu nhập của nước tư bản phát triển, (kể cả 9 nước thuộc cộng đồng kinh tế Châu Âu chỉ bằng gần gấp 4 lần).

– Các nước hội viên Hội đồng tương trợ kinh tế có 430 triệu người, tức là xấp xỉ 12% dân số thế giới.

Nhưng 12% đó lại sản xuất ra 33% tổng sản lượng của ngành công nghiệp trên thế giới.

Thành lập Hội đồng tương trợ kinh tế là do sáng kiến của ai? Của nước nào? Chẳng của nước nào cả, mà chỉ là thi hành lại giáo huấn của Lênin.

Lênin đã dạy rằng:

"Sự tất yếu một liên minh kinh tế mật thiết giữa các Cộng hòa Xô viết và phương hướng tạo lập một nền kinh tế thế giới duy nhất được coi là một toàn thể và được điều khiển thao tuột kế hoạch toàn cục của giai cấp vô sản thuộc tất cả các dân tộc...".

Đó là chung cho tất cả các nước mà đảng vô sản đã nắm chính quyền. Đối với các nước nông nghiệp lạc hậu, Lênin còn căn dặn: *"Với sự giúp đỡ của giai cấp vô sản các nước tiên tiến, các nước lạc hậu có thể tiến tới chế độ xô-viết, và qua những giai đoạn phát triển nhất định, tiến tới cộng sản chủ nghĩa không phải trải qua giai đoạn phát triển tư bản chủ nghĩa"*. (Lênin tuyển tập Moscou, trang 707).

Đó là nguồn gốc của sự phát sinh và phát triển của Hội đồng tương trợ kinh tế. Nhưng nếu quan niệm rằng 6 nước hội viên đầu tiên của Hội đồng tương trợ kinh tế đã đi lên từ nền kinh tế đã được công nghiệp hóa đàng hoàng thì thật là sai lầm.

Hội đồng tương trợ kinh tế đã bắt đầu đi lên từ con số không. Năm 1949 chỉ mới thành lập Hội đồng tương trợ kinh tế, viên đại sứ Mỹ ở Tiệp Khắc R. Stanh-ga đã viết:

"Đó là hội góp cổ phần của những người không một xu dính túi".

Điều đó đúng:

Sau chiến tranh thế giới, các nước hội-viên đều cùng trong cảnh tan hoang, tiêu điều:

– Liên Xô bị tàn phá mất 1/2 tài sản quốc gia và 20 triệu người phần đông là lớp người có sức lực cường tráng.

– Ba-lan mất 6 triệu dân trong chiến tranh. Thanh phố Vác-xa-va bi san bằng. Có thể nói thành-phố Ca-tô-vít-xa là thành phố duy nhất của Ba-lan không bị triệt hạ.

– Đất nước Hung-ga-ri là chiến trường của quân đội Hung-ga-ri và quân đội phát xít Đức.

– Các nước Ru-ma-ni, Bun-ga-ri, Tiệp khắc cũng chịu số phận như trên.

Mà không phải chỉ có như vậy.

Hung-ga-ri, Bun-ga-ri, Ru-ma-ni còn là nước nông nghiệp và vẫn duy trì các quan hệ nửa phong kiến, công nghiệp của 3 nước này chưa vượt quá trình độ thủ công là bao. Tiệp-khắc và Ba-lan tuy đã có công nghiệp hóa, nhưng Ba Lan còn tồn tại những xóm làng heo hút không biết tới lưỡi cày sắt. Tiệp Khắc ngoài những vùng công nghiệp ra còn có những vùng rộng lớn thuộc miền đông Xlô-va-ki còn chưa ra khỏi thế kỷ 11, v.v…

Đây là khởi điểm, còn cho đến ngày hôm nay thì sao? Các nước anh em của chúng ta đã vô cùng kiêu hãnh mà nói thắng cho thế giới biết rằng 30 năm qua 1949-1979 các nước trong hội đồng tương trợ kinh tế không vấp qua khủng hoảng kinh tế, không có suy thoái, lạm phát, thất nghiệp, khái niệm "nghèo khổ" đã bị xóa khỏi đời sống hiện thực và chỉ còn lại trong các cuốn tự điển.

Ta hãy xem xét tình hình qua những con số:

Bảng chỉ mức tăng thu nhập quốc dân, từ 1950 đến 1977, lấy mốc 1950 là 100:

Nước	1960	1970	1977
Bung-ga-ri	282	593	978
Hung-ga-ri	177	300	456
Cộng hòa Dân chủ Đức	261	400	569
Mông Cổ	275	358	551
Ba Lan	208	274	669
Ru-ma-ni	268	599	—-
Liên Xô	265	528	670
Tiệp Khắc	207	318	452

Bảng tăng lương trung bình hàng tháng:

Nước	1960	1965	1970	1976	Tiền tệ
Bung-ga-ri	78,3	92,4	124	148	Le-va

Hung-ga-ri	1553	1737	2152	2976	Pho-rinh
Cuba	–	–	116	141	Pê-xô
Ba Lan	1560	1867	2235	3969	Dơ-lốt-ti
Ru-ma-ni	854	1115	1434	1964	Lây
Liên Xô	80,6	96,5	122	151,4	Rúp
Tiệp Khắc	1365	1493	1937	2369	Cu-roa

Một số liệu nữa:

Theo kế hoạch 5 năm 1981/985 của Cộng hòa dân-chủ Đức thì: so sánh với năm 1980, thì từ nay đến năm 1995, thu nhập thực tế đầu người sẽ tăng từ 1 đến 23%.

Do những bí quyết nào mà khối Hợp đồng tương trợ kinh tế đã khởi điểm từ con số không mà đạt được những thành tựu to lớn như vậy chỉ trong vòng 30 năm?

Giải đáp câu hỏi này thật không có gì khó khăn: Chỉ vì một lẽ giản đơn là các Đảng anh em đã thấm nhuần sâu sắc chủ nghĩa Mác-Lênin, đi đứng vững chắc trên lập trường quốc-tế vô sản, mà nội dung chủ yếu là đoàn kết – liên kết – hợp tác quốc tế xã hội chủ nghĩa với tinh thần thương yêu nhau, hoàn toàn tin cậy lẫn nhau. Đoàn kết thì sống, chia rẽ thì chết. Từ con số không như nhau: Đoàn kết thì sống:

Một cây làm chẳng nên non,

Ba tay chụm lại nên hòn núi cao,

Lấy chỗ mạnh của nước này, bù cho chỗ yếu của nước kia, lấy chỗ có của nước này bù cho chỗ không của nước kia, vì trên thực-tế, nước nào cũng có chỗ mạnh chủ yếu, nước nào cũng có những thứ mà nước kia không có, chỉ có vấn đề ít hoặc nhiều mà thôi.

Nói đến đây, ta không được phép quên vai trò của Liên Xô vĩ đại. Từ ngày hình thành hệ thống xã hội Chủ nghĩa thế giới, lúc nào Liên Xô cũng giữ vai trò trung tâm, đầu tàu, không những chỉ là nước xã hội chủ nghĩa đầu tiên có trách nhiệm vô sản quốc tế là giúp đỡ tận tình khẳng khái và vô tư của nước anh em khác, mà còn là Liên Xô có những chỗ mạnh thực sự mà các nước không có hoặc có ít, có những tài nguyên phong phú mà các nước thiếu thốn.

Ví dụ: Ai cũng rõ rằng nếu không có cơ sở nguyên liệu, nhiên liệu và năng lượng thì không có công nghiệp hiện đại, các nước hội viên Hội đồng tương trợ kinh tế đã tính toán rõ rằng Liên Xô đã có 90,8% dầu mỏ, 96% khí đốt, 83% quặng sắt, 86,7% kim loại màu, và 60,5% điện lực để thỏa mãn nhu cầu của cả khối.

Một số người có giàu chất lãng mạn cách mạng đã phát biểu tuột cách thơ mộng rằng: *"Nếu các nền văn minh cổ đại đã xuất hiện trên các dòng sông, nền văn minh Ai Cập gắn bó với dòng sông Nin. Hai con sông Ti-gơ va Ofrat đã gắn bó với nền văn hóa Su-me với việc xuất hiện văn tự đưa loài người ra khỏi bóng tối mù đặc của thời tiền sử, thì ngày nay một nền văn minh hiện đại của loài người đã xuất hiện bắt nguồn từ đất nước Liên Xô gắn liền với các đường ống dẫn dầu 'Hữu-nghị', và đường ống dẫn hơi đốt 'Liên* hợp', đưa 2 loại nhiên liệu phục-vụ cho con người từ Đông Á đến Tây Âu, vượt ra ngoài khuôn khổ của xã hội chủ-nghĩa".

Đến đây ta thấy rằng khái niệm "đoàn kết quốc tế" chỉ thực sự có ý nghĩa khi nó có nội dung vật chất của nó, tức là:

"Sự tất yếu một liên minh kinh tế ..., điều khiển theo một kế hoạch toàn cục của, giai cấp vô sản thuộc tất cả các dân tộc..." (Lời Lênin).

Nếu không có nội dung vật chất như trên thì sự đoàn kết nào cũng chỉ là lỏng lẻo, nay họp mai tan mà thôi.

Ngày 23/2/1981, trên diễn đàn Đại hội 26 của Đảng cộng sản Liên Xô, đồng chí Bro-giơ-nép đã trịnh trọng tuyên bố:

"Đối với nền kinh tế quốc dân của một số nước xã hội chủ nghĩa, những năm gần đây nhất không được thuận lợi lắm, nhưng thực ra nhịp độ phát triển kinh tế của các nước thành viên hội đồng tương trợ kinh tế trong 10 năm qua vẫn cao gấp đôi so với các nước tư bản phát triển. Các nước tham gia Hội đồng tương trợ kinh tế vẫn là nhóm nước phát triển năng động nhất thế giới".

"Ngày nay, nếu không có quan hệ với các nước anh em khác thì không thể phát triển vững chắc, một nước xã hội chủ nghĩa nào, không thể giải quyết thành công được những vấn đề như cung cấp năng lượng và nguyên liệu, áp dụng những thành tựu mới nhất của khoa học kỹ thuật".

Trên đây là trình bày kinh nghiệm tốt của những đảng cộng sản đã đi đúng đường lối chính trị chung dựa trên học thuyết Mác-Lênin và lập trường quốc tế vô sản.

Và lẽ tất nhiên là đã có những Đảng đi chệch đường, thậm chí đi sai đường, Ví dụ:

- 2 Đảng cộng sản Trung Quốc và Nam Tư vì đã xa rời lập trường quốc tế vô sản, không nghe theo lời giáo huấn cụ thể của Lênin mà đã để trận địa lọt vào tay địch. Chắc rằng những người cộng sản Trung Quốc và Nam Tư chân chính đang nghẹn ngào đau xót biết bao nhiêu! Biết đến bao giờ mới giành lại trận địa.

- Đảng cộng sản Triều Tiên đi vào con đường chủ nghĩa dân tộc hẹp hòi và mù quáng, đã phải tuyên bố vỡ nợ trước thế giới.

- Đảng cộng sản An-ba-ni khăng khăng chống Liên Xô, kiên quyết đứng ngoài cộng đồng xã hội chủ nghĩa, đã gặp thảm cảnh có một không hai trên thế giới: Tổng bí thư và thủ tướng vác súng giết nhau.

- Đảng cộng sản Ru-ma-ni, tuy tham gia Hội đồng tương trợ kinh tế, nhưng lại muốn có một đường lối kinh tế riêng, quan điểm chính trị độc lập với Liên Xô, hợp tác đa phương, chèo kéo với kẻ thù, hậu quả là như hiện nay đó: Nhằm lúc tình hình kinh tế và xã hội gặp khó khăn nhất, kẻ thù (Mỹ) nó khăng khăng đòi trả nợ, đang lâm vào cảnh khốn đốn, chưa biết gỡ thế bí này ra sao đây!

- Đảng cộng sản Ba-Lan vì đi sai đường lối quốc tế vô sản trong liên minh kinh tế, muốn đồng thời liên minh kinh tế với phương Tây, nên năm vừa qua (1981) đã đứng trước nguy cơ tồn vong, nếu không có sự cứu trợ về chính trị và kinh tế của Liên Xô và các nước anh em khác trong cộng đồng XHCN chắc là "vong" chứ không "tồn"!

Xin trở lại vấn đề trọng tâm:
ĐƯỜNG LỐI CỦA ĐẢNG TA

Báo cáo chính trị của Đại hội Đảng lần thứ 5 có ghi: *"Sai lầm khuyết điểm và cụ thể hóa đường lối xét cho cùng là do chúng ta chưa thực sự nắm chắc quy luật, chưa nhận đầy đủ thực tế và thiếu kiến thức kinh tế".*

Xin đặt câu hỏi:

– Chưa thực sự nắm chắc quy luật, chưa nắm đầy đủ thực tế và thiếu kiến thức kinh tế. Thì làm sao có thể vạch ra đường lối đúng được? Nhất là đường lối kinh tế cụ thể.

Một ví dụ khác:

Kế hoạch 5 năm của Đại hội 4 theo con số chỉ tiêu thì nông dân phải sản xuất ra 7 triệu tấn lương thực để tự nuôi và nuôi quân đội và bộ máy nhà nước, còn nhà nước (giai cấp công nhân) thì sản xuất ra 450 triệu mét vải để cung cấp cho nông dân, người nông dân hoàn toàn không tự sản xuất ra vải để mặc.

Đến kế hoạch 5 năm của Đại hội 5 thì người nông dân không những đã phải sản xuất ra gạo và thịt để tự cung một phần và một phần đóng góp cho nhà nước, mà còn phải trồng dâu, trồng bông, kéo tơ, kéo sợi để tự túc về mặc. Từng tỉnh, từng huyện phải lo mặc như lo ăn cho nhân dân, nghĩa là cái khung cửi dệt tay của nông dân Việt -Nam đã cho vào bảo tàng từ gần 1 thế kỷ nay, ngày nay lại phải rước ra để cọc cạch !!!

Như vậy, đường lối kinh tế cụ thể của Đảng ta trong 2 kế hoạch 5 năm 1976-80 và 1981-85 lúc nào là đúng? lúc nào là sai? hay là cả hai đều đúng? mà chỉ là:

Sai lầm khuyết điểm về cụ thể hóa đường lối mà thôi!

Kính thưa Đại-hội,

Một Đảng Mácxít-Lêninnít đã chiến đấu quá dày dạn như Đảng ta, ngay sau ngày thành lập Đảng đã làm nên Xô viết Nghệ Tĩnh, 15 năm sau đã làm nên cách mạng tháng tám, giành được chính quyền về tay mình, một Đảng đã nắm chính quyền trên 1/4 thế kỷ, đã đánh bại đế quốc Pháp, đã đánh bại đế quốc Mỹ, mà khi đề ra đường lối của Đảng lại:

   – Chưa thực sự nắm chắc quy luật.

   – Chưa nắm đầy đủ thực tế và

   – Thiếu kiến thức kinh tế…

là tại làm sao? Ta phải nghiêm khắc với ta, phải dũng cảm và chân thành mới tìm ra nguyên nhân.

Nguyên nhân sâu xa và đồng thời cũng là trực tiếp là:

Từ nhiều năm nay, ta đã xa rời chủ nghĩa Mác-Lênin, xa rời lập trường vô-sản quốc tế.

Tôi xin nêu một vài dẫn chứng cụ thể:

Mao Trạch Đông đã trở nên phản cách mạng, đã phản bội giai cấp công nhân, phản bội chủ nghĩa Mác-

Lênin từ năm 1930, và từ đó liên tục chống thành trì của cách mạng thế giới là Liên Xô, ấy thế mà:

+ Từ năm 1951 trở đi, ta đã coi tư tưởng Mao Trạch Đông là kim chỉ nam, là nền tảng tư tưởng của Đảng ta.

+ Tháng 12/1963, trước hội-nghị Trung ương lần thứ 9, đồng chí Lê-Duẩn, Tổng bí thư của Đảng ta đã phát biểu:

"Đảng cộng sản Trung Quốc, đứng đầu là đồng chí Mao Trạch Đông là người đã thực hiện một cách xuất sắc nhất lời giáo huấn của Lênin vĩ đại, sự phát triển và sáng tạo đặc sắc nhất của Đảng cộng sản Trung Quốc và đồng chí Mao Trạch Đông đối với lý luận cách mạng vô sản của Chủ nghĩa Mác – Lênin là lý luận cách mạng lấy nông dân là quân chủ lực......

Ở đây không phải chỉ có vấn đề lực lượng cách mạng mà còn có một loạt vấn đề về đường lối cách mạng và phương pháp cách mạng......

Lý luận này không còn chỉ đóng khung trong phạm vi Trung Quốc mà nó, đã trở thành một lý luận có tính chất quốc tế; những người cộng sản chúng ta, do đã học tập và vận dụng đường lối đó một cách sáng tạo nên đã đưa sự nghiệp cách mạng nước ta đến thắng lợi. Nếu trước đây, Lênin đã nói rằng sách lược của cách mạng Nga là một mẫu mực về sách lược cho tất cả mọi người cộng sản trên thế giới, thì ngày nay chúng ta cũng có thể nói rằng sách lược của cách mạng Trung Quốc là mẫu mực và sách lược cho nhiều người cộng sản ở Châu Á, Châu Phi và Châu Mỹ La-tinh ......"

(Một vài vấn đề trong nhiệm vụ quốc tế của Đảng ta. Nhà xuất bản Sự thật, xuất bản năm 1964, sách có bán trong các cửa hàng sách báo).

+ Năm 1965, một lãnh tụ khác của Đảng ta, đồng chí Trường Chinh đã phát biểu:

"Tư tưởng Mao Trạch Đông đã giúp cho chúng ta và Hồ Chủ tịch vạch ra đường lối, chủ trương, chính sách của Đảng". (Trong tác phẩm "Hồ chủ tịch và sự nghiệp vĩ đại của Người". (Nhà xuất bản Sự thật, 1965, trang 55).

Chi cần 3 cứ liệu trên, chúng ta thấy Đảng ta đã tin theo Mao Trạch Đông thật là vô bờ bến. Mao Trạch Đông là phản động, coi Liên Xô là là kẻ thù số một của mình, suốt đời chống Liên Xô 1 cách điên cuồng và lồng lộn, điều ấy cả thế giới đều thấy rõ, thấy đầy đủ, vậy đã tin tưởng Mao Trạch Đông, coi Mao Trạch Đông đã sáng tạo ra không những "đường lối cách mạng, mà cả phương pháp cách mạng", là "mẫu mực về sách lược cách mạng cho nhiều người cộng sản ở Châu Á, Châu Phi và Châu Mỹ-La-Tinh" thì ta có chống Liên Xô không? Tất nhiên là có. Mà chống Liên Xô là chống thành trì của cách mạng thế giới, là xa rời Chủ nghĩa Mác-Lênin, chối từ liên minh, liên kết, hợp tác quốc tế XHCN.

+ Đảng ta đã chống Liên Xô như thế nào?

– Cho đến nay lịch sử đã chứng minh rằng Đảng cộng sản Liên Xô chưa hề phạm sai lầm xét lại hiện đại. Đấu tranh bảo vệ hòa bình, hòa hoãn quốc tế là chủ trương vô cùng sáng suốt, vậy mà Mao-Trạch Đông dựng đứng chuyện vu cáo Liên Xô là xét lại, là từ bỏ đấu tranh giai cấp, là đi vào con đường tư sản hóa, mở một chiến dịch toàn cầu để chống Liên Xô; và Đảng ta đã tham gia chiến dịch này:

Trong những năm 60 ta đã mở một chiến dịch rầm rộ, huy động toàn Đảng học tập chống chủ nghĩa xét lại hiện đại, chống đường lối bảo vệ hòa bình, hòa hoãn quốc tế của Liên Xô, cùng phê phán Liên Xô là thủ tiêu đấu tranh giai cấp, là đi vào con đường tư sản hóa, coi tổ chức Hội đồng tương trợ kinh tế thành lập theo chi thị của Lênin là công cụ nô dịch và bóc lột của Liên Xô, là một hình thức thực dân mới trá hình của Liên Xô, để bóc lột nhân dân các nước, Liên Xô định biến Việt Nam thành vườn chuối, vườn cà-phê của họ, đa số nhân dân và cán-bộ ta đã tin theo Đảng mà căm ghét Liên Xô, thậm chí trẻ con trông thấy người Liên Xô cũng chửi. Và đồng thời trong nhân dân, trong hàng ngũ cán-bộ đã hình thành một danh xưng quái gở là BÁC MAO với ý thức rõ ràng là BÁC MAO vĩ đại hơn BÁC HỒ. Một số đông cán-bộ kiên-quyết bảo vệ Liên Xô, chống Mao Trạch Đông thì bị trừng trị thẳng tay, đến nay vẫn còn người bị tù chưa được về.

+ Trước khi đi vào khía cạnh kinh tế của vấn đề xa rời chủ, nghĩa Mác – Lênin, tôi hãy xin nói khía cạnh chính trị của vấn đề này. Đó là:

CẢI CÁCH RUỘNG ĐẤT

Ta coi sách lược cách mạng Trung Quốc là mẫu mực của ta, nên ta đã cử cán bộ sang Trung Quốc học tập làm cải cách ruộng đất. Khi về nước nhà để thực hiện, thì ta lại đón theo một đoàn cố vấn tay sai của Mao đến để giúp ta, danh nghĩa là giúp, nhưng thực chất là chỉ đạo. Mọi biện pháp đều phải thông qua cố vấn duyệt.

Cuộc phát động quần chúng tiến hành cải cách ruộng đất bắt đầu làm thí điểm ở 6 xã thuộc huyện Đại Từ, Thái Nguyên từ cuối năm 1953, đến đầu 1954 thì tổng kết. Hàng mấy ngàn cán-bộ, đảng viên đã tham gia học tập tổng kết để triển khai ra đợt một với một khí thế cách mạng như vũ bão, hừng hực lửa căm thù, quyết tâm đòi lại ruộng đất cho người cày, trong khi ấy thì 75% ruộng đất của địa chủ đã nằm trong tay nông dân lao động rồi. Căm thù ai? Căm thù địch. Kết luận quan trọng bậc nhất của tổng kết là: TẤT CẢ CHI BỘ NÔNG THÔN ĐỀU LÀ CHI BỘ CỦA ĐỊCH.

Tại sao lại 6 xã thuộc huyện Đại Từ, miền Bắc tỉnh Thái Nguyên, căn cứ cách mạng, căn cứ kháng chiến, trong lúc kháng chiến còn vài tháng nữa thì thành công, mà lại có cái nhận định quái gở như vậy. Nó phải từ đầu óc độc ác của Mao Trạch Đông mà ra, do đoàn cố vấn của nó truyền đạt.

Nếu tất cả chi bộ nông thôn của ta đều là chi bộ địch, thì nhận định ấy có nghĩa là:

1. Nói chung, Đảng ta chỉ còn có các tỉnh ủy viên và trung ương ủy viên để trong bao nhiêu năm chủ yếu là lãnh đạo địch.

2. Các cấp uỷ trong của Đảng đều là do địch bầu ra.

Ấy thế mà hàng ngàn, hàng vạn cán bộ, đảng viên đã chấp nhận không một chút phản ứng. Trong đó có tôi, tôi đã học tập tổng kết thí điểm, ngay từ đợt một, tôi đã cùng hàng ngàn đồng chí khác kéo nhau về nông thôn để đánh địch. Nghĩa là đánh đồng chí mình, đánh cơ sở vững chắc của Đảng, đồng thời dựng người khác lên làm đảng viên cộng sản.

Nói lên ở đây con số cụ thể các đồng chí đảng viên cơ sở của Đảng bị chính chúng ta tàn sát thật quá đau lòng, tôi không dám viết. Nhưng dẫu sao chúng ta cũng phải thấm thía sai lầm của chúng ta (tôi nói chúng ta đều là nói tôi và hàng ngàn đồng chí trung cao cấp của tôi, cùng tôi đi tham gia cải cách ruộng đất), tôi chỉ nêu lên một con số nhỏ:

– Tỉnh Hà Tĩnh có 210 bí thư chi bộ xã, thì 200 đồng chí bị chúng ta bắn, còn lại 10 đồng chí ở miền núi vì đây chưa cải cách ruộng đất.

Đau lòng lắm các đồng chí ơi!

Chủ nghĩa Mác – Lênin không dạy chúng ta đối xử với con người như vậy bao giờ.

+ Cuối những năm 50, thi hành cải tạo công thương nghiệp tư bản tư doanh, chúng ta lại đem con người ra đấu tố, đấu tố cho bằng gục thì thôi. Phương pháp cách mạng của chủ nghĩa cộng sản cũng không hề có phương pháp đấu tố bao giờ, đấy hoàn toàn là "phương pháp cách mạng" của Mao Trạch Đông.

Đem phanh phui cái chủ nghĩa nó đã tác hại nền kinh tế Việt Nam như thế nào, không phải mục đích của bản kiến nghị này, kiến nghị này chỉ nhằm vào đường lối của Đảng ta về kinh tế đã đi chệch nguyên lý và phương pháp của chủ nghĩa Mác – Lênin như thế nào mà thôi.

+ Đầu những năm 50, ta tiến hành cải cách ruộng đất như đã nói ở trên.

+ Cuối những năm 50 ta đã theo Mao chủ trương TIẾN VỌT VỀ NÔNG NGHIỆP, dựa trên "kỹ-thuật CẤY DÀY".

– Ai bảo rằng cấy thưa thì thừa thóc.

– Cấy dày thì có cóc ăn.

Cả một chiến dịch rầm rộ tuyên truyền, giáo dục cho cái "GẬY THẦN CẤY DÀY"

Đồng chí Nguyễn Văn Trân đã thay mặt Chính phủ, đứng trên diễn đàn của hội trường câu lạc bộ quốc tế, thuyết trình về công tác kế hoạch trước gần 1.000 cán-bộ trung cao cấp đã phát biểu đại khái như sau: (tôi trực tiếp được nghe nhưng không nhớ nguyên văn được).

"Ta liệu đấy mà cấy lúa, ta thì không có kho tàng, các nước láng giềng họ theo phương pháp cấy dày, họ cũng dư thừa nhiều thóc lắm rồi. Ta cấy nhiều, khi gặt về, kho không có, mà cũng chẳng bán hoặc cho ai vay được đâu, thóc gặt về để vào đâu".

+ Sang đầu thế kỷ 60, ta tiến hành cải tạo công thương nghiệp tư bản tư doanh, cải tạo sản xuất thủ công, đồng thời đưa nông thôn vào con đường hợp tác hóa.

– Cải tạo Xã hội Chủ nghĩa nghĩa là xóa bỏ quan hệ sản xuất tư bản chủ nghĩa để giải phóng cho sức sản xuất bung lên. Nhưng khi phá hoại quan hệ sản xuất cũ đồng thời ta lại phá hoại cả lực lượng sản xuất, bằng chủ nghĩa thành phần của Mao, ta đã gạt ra khỏi sản xuất, thậm chí trừng trị nữa, biết bao tài năng tổ chức quản lý kinh doanh, tài năng khoa học kỹ thuật.

– Đối với người lao động trực tiếp sản xuất: công nhân, thợ thủ công, nông dân ta thường nói: Giai cấp bóc lột nó cố làm sao giữ cho họ ở mức yên tâm cần cù lao động, tuy sống nghèo túng, để làm giàu cho chúng, không nổi loạn để chống chúng. Còn ta làm cách mạng quan hệ sản xuất nghĩa là phá vỡ quan hệ sản xuất cũ, lập quan hệ sản xuất mới phù hợp với sức sản xuất thì người lao động sẽ có hứng thú sản xuất. Nhưng trên thực tế, sau khi cải tạo kết quả đã ngược lại, không hề có chuyện người lao động có hứng thú sản xuất, đến yên tâm sản xuất cũng ít có, *phổ biến là chán nản sản xuất*. Ví dụ: nông dân xã viên chỉ lao động cho hợp tác xã một cách tắc trách, ềnh àng 3, 4 tiếng một ngày, còn toàn tâm toàn ý dành làm ăn riêng lẻ.

Nguyên nhân là do chúng ta đã chối bỏ quy luật giá trị và nguyên tắc lợi ích vật chất của học thuyết Mác-Lênin, mà áp dụng chủ nghĩa duy ý chí của Mao.

+ Về hợp tác hóa nông nghiệp, chủ nghĩa Mác-Lênin dạy rằng: Chỉ tiến hành hợp tác hóa khi đã có đủ 2 điều kiện:

1. Sản xuất nông nghiệp đã được cơ giới hóa một phần, nghĩa là lực lượng sản xuất đã được xã hội hóa.

2. Hoàn toàn trên cơ sở tự nguyện của người nông dân. Phải để người nông dân có thì giờ suy nghĩ trên miếng ruộng của họ. Nhưng từ đầu những năm 60, ta đã đưa người nông dân vào hợp tác hoàn toàn không có cả 2 điều kiện trên, chúng ta đã áp dụng chủ nghĩa nóng vội, nhảy vọt của Mao.

Nhìn chung lại, trên vấn đề này chúng ta phải tự giải đáp cho chúng ta một câu hỏi được đặt ra:

– Giai cấp tư bản đã bóc lột của người công nhân phần thặng dư giá trị, nó chi trả cho họ phần giá trị lao động cần thiết mà thôi. Vậy chúng ta, những người cộng sản, là Đảng lãnh đạo, chúng ta có trả lại cho người lao động phần thặng dư giá trị của họ không? Hay là chúng ta đã phân phối cho họ dưới mức giá trị lao động cần thiết?

Kinh nghiệm thế giới cho biết rằng: cuối thế kỷ 19, chỉ có một nước nông nghiệp lạc hậu duy nhất có thể "tự lực cánh sinh" mà công nghiệp hóa được là Nhật Bản với những chủ-trương và biện pháp khá độc đáo, nhưng vẫn không tránh khỏi việc bóc lột nông dân nặng nề. Còn sang thế kỷ 20, sau đại chiến thế giới 1914-1918 không có một nước nông nghiệp lạc hậu nào có thể tự lực cánh cánh sinh công nghiệp hóa nền kinh tế của mình được cả, nhất thiết phải dựa vào những nước đã có công nghiệp phát triển.

Ngay Liên Xô, sau cách mạng tháng 10, tuy đã có 1 số cơ sở công nghiệp nào đó mà Lênin vẫn phải dựa vào vốn nước ngoài bằng chính sách kinh tế mới vô cùng sáng tạo. Từ kinh nghiệm thực tế của Liên Xô, Lênin đã dạy chúng ta rằng, một nước lạc hậu muốn không phải trải qua giai đoạn phát triển tư bản chủ nghĩa mà lên được chủ nghĩa xã hội thì phải có sự giúp đỡ của giai cấp vô sản các nước tiên tiến.

Ta đã không nghe theo Lênin, ta đã nghe theo Mao Trạch Đông là phải TỰ LỰC CÁNH SINH.

Đầu những năm 60, toàn Đảng đã được học tập như sau:

Bất cứ nước nào, muốn tiến lên khỏi tình trạng nông nghiệp lạc hậu, thì phải tạo ra vốn ban đầu để công nghiệp hóa, cần có vốn ban đầu giai cấp tư sản thế giới đã bóc lột, tàn nhẫn giai cấp nông dân, chúng ra đời các lỗ chân lông từ đầu đến chân đều vấy bùn và máu. Còn ta là xã hội chủ nghĩa, ta không được phép bóc lột nông dân như chúng nó. Mà không còn con đường nào khác là phải thắt lưng buộc bụng để tích lũy làm vốn ban đầu. Sau 16 năm thực hiện đường lối này, Đảng đã không tổng kết xem nó đúng hay nó sai, nhưng chỉ biết rằng ta vẫn chưa có vốn ban đầu để tiến hành công nghiệp hóa.

Đến đường lối kinh tế của Đại hội 4, năm năm (1976-80) không nói đến vốn ban đầu, thắt lưng buộc bụng, tự lực cánh sinh nữa, nhưng thực nhất vẫn là tự lực cánh sinh, vốn ban đầu vẫn do nông nghiệp và công nghiệp nhẹ tích lũy nên.

Ưu tiên phát triển công nghiệp nặng một cách hợp lý trên cơ sở phát triển nông nghiệp và công nghiệp nhẹ.

Trong hoàn cảnh kinh tế xã hội của nước ta sau chiến tranh, dù có phát triển nông nghiệp về công nghiệp nhẹ đến tột độ chăng nữa không chắc đã đủ để nuôi nhau, lấy gì mà tích lũy để ưu tiên phát triển công nghiệp nặng. Huống hồ không có công nghiệp nặng thì lấy gì để phát triển nông nghiệp và công nghiệp nhẹ. Ưu tiên phát triển công nghiệp nặng một cách hợp lý: Thế nào là ưu tiên, thế nào là hợp lý? Thì đã không được cụ thể hóa. Hết kế hoạch 5 năm này ta lại không tổng kết. Trên thực tế ta không những đã không ưu tiên phát triển được công nghiệp nặng một cách hợp lý, và cả nông nghiệp và công nghiệp nhẹ cũng không phát triển được, trong khi ta đã đầu tư vào đấy một số tiền khổng lồ (gần 20 tỷ) phần lớn là vốn đi vay của nước ngoài phải trả lãi. Kết quả là vốn không trả được đã đành, đến lãi cũng không trả được. Ấy thế mà ta đã không tổng kết để rút kinh nghiệm.

Kế hoạch 5 năm 1976-1980 thực sự ta đã phạm sai lầm lớn và nguyên tắc trong chính sách đối ngoại.

Nguyên tắc Mác – Lênin dạy chúng ta rằng khi một Đảng vô sản quốc tế đã nắm được chính quyền thì phải liên minh, liên kết về kinh tế ngay với các đảng anh em đã nắm chính quyền, tạo lập một nền kinh tế thế giới duy nhất được coi là một toàn thể và được điều chỉnh theo một kế hoạch toàn cục của giai cấp vô sản thuộc tất cả các dân tộc, những nước lạc hậu phải dựa vào sự giúp đỡ của giai cấp vô sản các nước tiến tiến để đi lên, không phải trải qua giai đoạn phát triển tư bản chủ-nghĩa.

Đáng lẽ coi việc đặt nền kinh tế nước ta trong "một toàn thể cộng đồng xã hội chủ nghĩa, được điều khiển theo một mô-hình toàn cục" coi các nước anh em là đồng minh chiến lược bất di bất dịch, thì Đảng ta lại đi theo chính sách đối ngoại hợp tác đa phương, không [phân] biệt bạn thù, đồng minh chiến lược và đồng minh chiến thuật. Ta đã giao việc khai thác dầu khí cho cho nước tư bản đã thất bại, nay lại giao cho Liên Xô, chậm mất 7 năm. Đó là một sai lầm vô nguyên tắc.

Một hiện tượng làm cho nhiều đồng chí chúng ta rất băn khoăn là: Báo Nhân dân ngày 29/1/1967, đăng toàn văn bài diễn văn nhậm chức của Tổng thống Ri-gân, không có phê phán.

Sai lầm vô nguyên tắc thứ hai là:

Trong những năm 60, ta chủ-trương: tự lực cánh sinh, thắt lưng buộc bụng để tích lũy lấy vốn ban đầu thực hiện công nghiệp hóa đường lối kinh tế 1976-1985 ta đi mượn tiền của nước ngoài để làm vốn ban đầu. Ta đã không phân biệt bạn thù, coi nước ngoài nào cũng chỉ nước ngoài và đã quá tin tưởng vào "HẢO TÂM" của các nước tư bản, yên trí rằng chúng sẽ "xung phong giúp đỡ ta, nhưng cũng may là chúng đã giúp đỡ chẳng được là bao.

Với số vốn vay được, ta lại sa vào "cái hố tự lực cánh sinh" có tiền trong tay, ta tự giải quyết lấy, mọi công việc của chúng ta, không cần sự giúp đỡ của ai cả, trong khi Hội đồng tương trợ kinh tế của 9 nước anh em đã thành lập được 27 năm rồi, với chức năng mục đích đề ra ngay từ ngày mới thành lập, năm 1949:

– Tiếp tục phát triển sâu và hoàn thiện quan hệ hợp tác và đẩy mạnh liên kết kinh tế xã hội chủ nghĩa.

– Phát triển các nền kinh tế quốc dân theo kế-hoạch.

– Nâng cao trình độ công nghiệp hóa những nước có công nghiệp kém phát triển.

– …. v. v…..

và lúc nào cũng sẵn sàng đón nhận chúng ta.

Trong quá trình hoạt động và trưởng thành gần 30 năm, Hội đồng tương trợ kinh tế đã hình thành những khái niệm "Hiện đại" mang tính chất nguyên tắc, quy luật:

– Nhất thể hóa kinh tế (intégration économique).

– Phân công lao động quốc tế xã hội chủ nghĩa (division socialiste internationale du travail).

– Tương xâm kinh tế (interpénétration économique).

Ta đã không chấp nhận nguyên tắc liên kết kinh tế của Lênin, ta đã tự lực cánh sinh tiêu xài một số vốn đi mượn khổng lồ để không đem lại một hiệu quả kinh tế nào, đã đưa nước nhà đứng trước cửa miệng hố vỡ nợ. Xét rằng ta nên nghiêm khắc tổng kết việc thực hiện kế hoạch 5 năm vừa qua.

Xin bàn đến đường lối kinh tế cụ thể của Đại hội tức là kế hoạch 5 năm 1981-1985.

Nếu năm 1949, viên đại sứ Mỹ ở Tiệp Khắc R.Stang-ga đã chế giễu Hội đồng tương trợ của chúng ta là: *"Hội góp cổ phần của những người không xu dính túi"*, thì chúng ta cũng đã bước vào kế hoạch 5 năm mới này không xu dính túi (hậu quả của kế hoạch 5 năm trước), nên đã không đặt vấn đề tìm ra vốn ban đầu để công nghiệp hóa nữa.

Dự thảo báo cáo chính trị của Đại hội đã ghi:

"Trong kế hoạch 5 năm 1981-1985 và những năm 80, cách thức tiến hành công nghiệp hóa xã hội chủ nghĩa chủ yếu là đưa nông nghiệp một bước lên sản xuất lớn

xã-hội chủ nghĩa là tiêu điểm để xây dựng cơ cấu công nông nghiệp hợp lý, kết hợp đúng đắn phát triển nông nghiệp, mở mang ngành nghề, đẩy mạnh sản xuất hàng tiêu dùng và xây dựng công nghiệp nặng".

Báo cáo còn nhấn mạnh:

"...Từng tỉnh, từng huyện, trừ những vùng chuyên canh cây công nghiệp và một số vùng có hoàn cảnh đặc biệt phải tự giải quyết nhu cầu về lương thực thực phẩm tại địa phương mình và đóng góp cho nhà nước.

... Đặc biệt phải có biện pháp có hiệu quả đẩy mạnh trồng dâu nuôi tằm, trồng bông, đay và các cây có sợi khác để giải quyết nguyên liệu cho sản xuất về mặc. Từng tỉnh, từng huyện phải lo ăn cho nhân dân".

Trong 10 năm nữa, chủ yếu là phát triển nông nghiệp, mấy chục năm nay, giai cấp nông dân đã phải sản xuất ra lúa gạo, thịt cá để nuôi chúng ta, nay lại phải tự sản xuất ra vải để mặc. Gần một thế kỷ nay, người nông dân Việt Nam chủ yếu là mặc vải công nghiệp, (trừ nông dân miền núi), từ nay trở đi lại phải cọc cạch cái khung cửi dệt tay để có cái che thân, bấy nhiêu việc nặng nhọc đều đổ lên lưng giai cấp nông dân. Vậy mà chủ-trương rằng phát triển nông nghiệp trong 10 năm là tiêu điểm để xây dựng công nghiệp nặng thì làm sao nổi. Tiêu điểm nghĩa là gì? Đến năm nào thì xây dựng công nghiệp nặng:

Năm 1977, trong báo cáo tổng kết hội-nghị Trung ương lần thứ 6, đồng chí Tổng bí thư có phê bình: Ta đã đi những bước hơi nóng vội, mới là thời kỳ đầu của bước quá độ, chúng ta đã xây dựng kế hoạch như là lúc xã hội chủ nghĩa đã hoàn chỉnh.

Vậy thực sự bước quá độ đã bắt đầu từ năm nào? 10 năm tới đây chưa có cơ sở, khả năng để xây dựng công nghiệp nặng thì còn là bước quá độ nữa không?

Giải thích văn kiện Đại hội 5, xã luận báo Nhân dân ngày 21/12/1981 đã giải thích: *"Nhiệm vụ hàng đầu của chúng ta là ta hết sức mình đẩy mạnh sản xuất lương thực, thực phẩm, tự làm lấy đủ ăn.*

... Tự lực tự cường đáp ứng bằng được yêu cầu số một là vấn đề ăn...

Chúng ta chỉ có thể sống bằng kết quả lao động của mình, không thể sống quá khả năng mà chúng ta có".

Nhiệm vụ hàng đầu của chúng ta là đem hết sức mình đẩy mạnh sản xuất lương thực, thực phẩm, tự làm lấy đủ ăn. Chúng ta đây là giai cấp nông dân hay là toàn dân? Toàn dân tự làm lấy đủ ăn ư?

Cho đến ngày hôm nay, sau 5 năm thực hiện kế-hoạch 1976-80, với những con số chỉ tiêu cao vời vợi, thì đời sống nhân dân đã xuống đến mức báo động, nạn tham nhũng đã gặm nhấm lên đến đội ngũ bộ, thứ-trưởng, nạn mãi dâm đã tấn công cho đến các cô giáo. Chính phủ thì suýt nữa phải tuyên bố vỡ nợ trước quốc tế.

Còn triển vọng kết quả của kế hoạch 5 năm tới? 10 năm tới sẽ ra sao đây?

Mấy chục năm nay, giai cấp nông dân đã phải sản xuất ra gạo, ra thịt, ra rau để nuôi chúng ta, từ nay trở đi họ còn phải tự sản xuất ra vải để che thân nữa. Vậy nếu:

"Chúng ta chỉ có thể sống bằng kết quả lao động của mình, không thể sống quá khả năng mà chúng ta có (báo Nhân dân). Nghĩa là không cần giúp đỡ của ai cả, bất chấp? Nhất thể hóa kinh tế, bất chấp phân công lao động quốc tế xã hội chủ-nghĩa, bất chấp liên kết kinh tế xã hội chủ-nghĩa, thì chúng ta sẽ sống ra sao đây?

Đường lối của Đảng đã sai lầm hay chỉ là sai lầm ở khâu chỉ đạo thực hiện mà thôi?

KẾT LUẬN

Mục đích duy nhất của bản tham luận này là tìm ra nguyên nhân những sai lầm trong đường lối kinh tế của Đảng ta là:

Chúng ta đã đi chệch học thuyết Mác-Lênin, đã không đứng trên lập trường quốc tế vô sản, đã tiếp thu khá sâu đậm chủ nghĩa Mao (có Mao và không Mao) để xây dựng đường lối kinh tế nên đã đem lại hậu quả tai hại như đã trình bày ở trên.

Xin phép được giải trình thêm:

Để giải thích, truyền đạt tinh thần của đường lối kinh tế của Đại hội 5, xã luận báo Nhân dân ngày 6/1/1982 đã "tuyên bố":

"Những người sáng lập chủ nghĩa xã hội, không giải quyết những vấn đề chưa có đầy đủ những dữ kiện cụ thể. Đó là sứ mạng của những người kế tục, là hoạt động sáng tạo của những người Macxit-Leninit và của quần chúng cách mạng ở tất cả các nước".

Nếu nói trong vấn đề xây dựng lực lượng vũ trang, vấn đề chiến lược chiến thuật quân sự để đánh bại quân xâm lược thì quả thực ta đã có nhiều sáng tạo vĩ đại và đã thành công vô cùng rực rỡ, cả thế giới đều không ngờ tới.

Còn trong lĩnh vực xây dựng và phát triển kinh tế trong hơn hai chục năm qua, ta đã góp những vấn đề gì mà Các Mác, Ăngghen, Lênin, nhất là Lênin chưa đề cập tới để ta phải tự sáng tạo lấy. Những sáng tạo của chúng ta đã đem lại hiệu quả kinh tế như thế nào?

– Hợp tác hóa nông nghiệp ư?

– Cải tạo công thương nghiệp tư bản tự doanh ư?

– Cấy dày ư?

Để chuẩn bị xây dựng báo cáo chính trị của Đại hội 5 trong 3 ngày 9-12 tháng 2/81, đồng chí Lê Duẩn phát biểu những ý lớn, trong đó có những ý như sau:

"Ta là học trò của Mác và Lênin, nhưng ta nói có những điểm khác với Mác và Lênin".

– Sáng tạo của Mác là giá trị thặng dư và chuyên chính vô sản.

– Sáng tạo của Lênin là chế độ Xô viết cộng với điện khí hóa thành Chủ nghĩa cộng sản.

Mác chưa nói làm chủ tập thể của nhân dân lao động vì Mác chỉ nói công nhân và nông dân. Angghen cũng chỉ nói: "chờ nông dân". Lênin nói liên minh công nông nhưng cũng chưa thấy rõ cơ cấu công nông nghiệp.

Công cụ là công nghiệp rồi, vậy từ lâu loài người đã sống trong cơ cấu công nông nghiệp rồi…… Từ đó ta nói: Nhân dân lao động làm chủ tập thể và nói thế là chuyên chính vô sản rồi......

Sản xuất nhỏ lên sản xuất lớn xã hội chủ nghĩa có những quy luật inhérentes à la chose. Đây là sáng tạo của thời đại. Trong thời đại có luật này, nhưng phải sáng tạo mới phát hiện ra được quy luật. Có thời đại thì phải có sáng tạo...... Xây dựng chế độ làm chủ tập thể của nhân dân lao động là phát hiện quy luật cao nhất của chủ nghĩa xã hội.

+ Ta cho rằng: chưa có công nghiệp hiện đại mà nông nghiệp lên sản xuất lớn được, vì có làm chủ tập thể có hai điều:

– Cả nước lên nông nghiệp

– Có huyện.

+ Đơn vị lịch sử để đưa nông nghiệp lên, gắn trồng trọt với chăn nuôi, công nghiệp với nông nghiệp, đó là huyện.

+ Nông nghiệp có thể vừa thâm canh, vừa mở rộng diện tích qua xuất nhập khẩu mà tự giải quyết các vật-tư kỹ thuật cần thiết. Đó là khả năng lịch sử.

Phân tích những ý kiến lớn của đồng chí Lê Duẩn trên đây, ta thấy được mấy điều:

– Cả Mác Ăngghen, Lênin đều đã lạc hậu với thời đại chúng ta.

– Những người Macxit-Lêninnit (học trò của Mác-Lênin) ở thời đại mới thì phải có sáng tạo mới để tiến lên, như xã luận báo Nhân Dân đã viết.

– Ta tự lực cánh sinh vẫn lên được chủ nghĩa xã hội. Đó là khả năng lịch sử của ta và ta đã có 2 sáng tạo lớn: xây dựng chế độ làm chủ của nhân dân lao động.

– Xây dựng cơ cấu công nông nghiệp trên địa bàn huyện, huyện là đơn vị lịch sử để đưa nông nghiệp lên sản xuất lớn xã hội chủ nghĩa, không cần đến công nghiệp hiện đại.

Chúng ta ai cũng biết rõ rằng, mọi chủ nghĩa, mọi học thuyết, mọi sáng tạo cũng chỉ có giá trị sau khi nó đã được đưa ra kiểm nghiệm qua thực tiễn xã hội. Thực tế là thước đo cao nhất, chính xác nhất của mọi giá trị. Vậy:

a) Cái đường lối làm chủ tập thể đã được xác định trong Đại hội 4 (1976) vậy từ đó đến nay (sau 6 năm) nó đã được đem áp dụng ở đâu, hiệu quả kinh tế của nó là gl? Không ai biết cả!

b) Chấp hành nghiêm chỉnh chỉ thị của đồng chí Tổng bí thư, nhà nước và nhân dân đã bỏ bao nhiêu sức người, sức của vào xây Quỳnh Lưu thành một huyện có cơ cấu công nông nghiệp điển hình, làm mẫu mực cho 400 huyện khác học tập xây dựng theo. Biết bao nhiêu đoàn cán bộ trong cả nước đã đến tham quan Quỳnh Lưu để học tập, tốn bao nhiêu thì giờ và tiền bạc. Sau 6, 7 năm xây dựng. Hiệu quả kinh tế của Quỳnh Lưu là bao nhiêu? Ta hãy để người dân Quỳnh Lưu trả lời là chính xác hơn cả. Một thất bại nặng nề!! Ta cần tổng kết gấp để làm bài học cho 400 huyện sắp tới đây phải xây dựng (theo báo cáo của Đại hội 5).

***

Đến đây vấn đề thật đã rõ ràng. Ta nghĩ rằng Mác, Ăngghen, Lênin đều đã qua đời quá lâu rồi, còn sinh thời các người đã không có "đầy đủ những dữ kiện cụ thể" về công việc của chúng ta ngày nay. Thời đại của chúng ta thì chúng ta phải "sáng tạo", "ta có cách của ta".

– Hợp tác hóa nông nghiệp.

– Cải tạo công thương nghiệp tư doanh.

– Cấy dày.

– Tự lực cánh sinh để có vốn ban đầu.

– Tự lực cánh sinh sử dụng một số vốn khổng lồ.

– Xây dựng chế độ để làm chủ tập thể.

– Xây dựng cơ cấu công nông nghiệp huyện.

– v. v…..

theo cách của ta.

Và tất cả đều thất bại. Chỉ vì ta đã xa rời chủ nghĩa Mác-Lênin, đã tiếp thu sâu đậm chủ nghĩa Mao và nhiều mặt. Xuất phát từ chủ nghĩa duy ý chí duy tâm chủ quan) và chủ nghĩa dân tộc hẹp hòi.

***

Kính thưa các đồng chí đại biểu thân yêu của tôi,

Đây 1 tiếng kêu đau thương của một đứa con của Đảng, mới bắt đầu trưởng thành về mặt đảng viên thì đã lão thành về tuổi tác. Tôi năm nay đã 70 tuổi rồi. Hiến dâng bản kiến nghị này lên Đại hội, tôi không có một mục đích gì khác là: Mong muốn Đảng ta thấy sai thì sửa để tiến lên.

Tôi đề nghị toàn Đảng hãy thực hiện nghiêm chỉnh 2 lời giáo huấn sau đây của 2 lãnh tụ của chúng ta, đồng chí Lê Duẩn và đồng chí Trường Chinh.

1- Nhân kỷ niệm 50 ngày thành lập Đảng, đồng chí Lê Duẩn chỉ thị:

"Nhằm xây dựng nền sản xuất lớn xã hội chủ nghĩa trong thời gian lịch sử tương đối ngắn, chúng ta ra sức mở rộng quan hệ kinh tế đối ngoại, chủ yếu là với Liên Xô và Hội đồng tương trợ kinh tế, coi đó 1 bộ phận hợp thành của đường lối chiến lược kinh tế, chỗ dựa cực kỳ quan trọng để tạo cơ sở kinh tế mới, biện pháp có hiệu lực để xây dựng công nghiệp và phát triển nông nghiệp". (Báo Nhân Dân ngày 3/2/1980).

2 – Nhân dịp kỷ niệm 3 năm chiến thắng quân bành trướng Trung Quốc, đồng chí Trường Chinh chỉ thị:

"Phải vạch trần những luận điệu chiến tranh tâm lý, giả danh cách mạng, phê phán những luận đề Mao-it, giả Macxit, và tẩy trừ những ảnh hưởng độc hại của chủ nghĩa Mao để bảo vệ đường lối đúng đắn của Đảng ta, bảo vệ trận địa tư tưởng của quân và dân ta, bảo vệ sự trong sáng của chủ nghĩa Mác-Lênin". (Báo Nhân Dân ngày 17/2/1982).

Tôi xin hết lời.

Chúc Đại hội thành công rực rỡ.

KÍNH BÚT

THÁNG 3 NĂM 1982

CHU ĐÌNH XƯƠNG

31 Nguyễn Đình Chiểu Hà Nội.

Chân tình tri ân quý tác giả cho phép trích dẫn các bài viết bên trên.

Cảm ơn các bạn đã đọc đến cuối đề tài nầy.

Ngày 13 Tháng 09 Năm 2024

Đan Tâm

E-mail liên lạc tác giả:
trandinhson2010@gmail.com

Tiểu sử tác giả

Trần Đình Sơn bút hiệu Đan Tâm

Sinh năm 1947 tại La Châu, Nghĩa Trang, Tư Nghĩa – Quảng Ngãi.Tốt nghiệp ngành Hóa Học (Chemistry) và ngành Thủy Hóa (Hydrologie Chimique / Marine Chemistry) tại Viện Đại Học Sài Gòn (1971). Giảng dạy lý thuyết Hóa Học Đại Cương và Hóa Học Hải Dương tại Đại Học Duyên Hải Nha Trang từ 1972 đến 1975. Định cư tại Vương Quốc Anh từ năm 1984 đến nay. Theo học ngành Toán & Khoa Học Điện Toán (Mathematics & Computer Science) tại đại học London từ 1985 đến 1989. Phụ khảo tại đại học UCL (University College London) từ 1989 đến 1992. Giảng viên (Lecturer) dạy Toán Đại Số cho sinh viên của Lewisham College London trước khi về hưu sinh sống tại Vương Quốc Anh. Trong thời gian về hưu, vào năm 2023 đã phát minh ra lời giải cho 3 bài toán cổ Hy Lạp thách đố nhân loại hơn 2500 năm và sau đó năm 2024 đã phát minh ra 3 bài toán mới và lời giải mới cho những bài toán mới nầy. Tất cả 6 công trình phát minh nầy đã được quốc tế Toán Học thừa nhận và xuất bản trên các Journal quốc tế, kể cả trên thư viện của đại học Cornel ở New York. Hiện đang tiếp tục nghiên cứu 8 vấn để mới chưa xuất hiện trước đây trong Toán Học Euclide.

LINKs/URLs

1st Invention:

"Exact Angle Trisection with Straightedge and Compass by Secondary Geometry", by Tran Dinh Son.

IJMTT published date: 22 May 2023

https://doi.org/10.14445/22315373/IJMTT-V69I5P502
Exact Angle Trisection with Straightedge and Compass by Secondary Geometry (ijmttjournal.org)

2nd Invention:

"Exact Squaring the Circle with Straightedge and Compass by Secondary Geometry", by Tran Dinh Son.

IJMTT published date: 17 June 2023

https://doi.org/10.14445/22315373/IJMTT-V69I6P506
https://ijmttjournal.org/public/assets/volume-69/issue-6/IJMTT-V69I6P506.pdf

3rd Invention:

"Exact Doubling the Cube with Straightedge and Compass by Euclidean Geometry", by Tran Dinh Son.

IJMTT published date: 29 August 2023

Exact Doubling The Cube with Straightedge and Compass by Euclidean Geometry (ijmttjournal.org)

https://doi.org/10.14445/22315373/IJMTT-V69I8P506

https://www.semanticscholar.org/me/library/all

4<u>th</u> <u>Invention</u>:

- **INTERNATIONAL JOURNAL OF MATHEMATICS TRENDS AND TECHNOLOGY:**

"Circling the Square with Straightedge and Compass in Euclidean Geometry", **by Tran Dinh Son.**

IJMTT published date: 31 January 2024

https://doi.org/10.14445/22315373/IJMTT-V70I1P103

Circling the Square with Straightedge and Compass in Euclidean Geometry (ijmttjournal.org)

- **INTERNATIONAL JOURNAL OF RECENT ADVANCES IN MULTIDISCIPLINARY RESEARCH:**

IJRAMR published date: 30 March 2024

ABSTRACT: https://ijramr.com/issue/circling-square-straightedge-compass-euclidean-geometry

FULL ARTICLE PAPER: https://ijramr.com/sites/default/files/issues-pdf/5149.pdf

CURRENT ISSUE No 4:

https://ijramr.com/current-issue
- **SCHOLARS JOURNALOF PHYSICS, MATHEMATICS AND STATISTICS**

Scholars Academic and Scientific Publishers published on 02/05/2024
"Circling the Square with Straightedge & Compass in Euclidean Geometry" by *Tran Dinh Son, in* Sch J Phys Math Stat | 54-64

DOI : 10.36347/sjpms.2024.v11i05.001
https://saspublishers.com/journal-details/sjpms/149/1453/

Abstract:
https://saspublishers.com/article/19721/
Full article:
https://saspublishers.com/media/articles/SJPMS_115_54-64.pdf

5th Invention:

Published on 22/08/2024 on The Scholars Journal Of Physics, Mathematics & Statistics:

Scholars Journal of Physics, Mathematics and Statistics Abbreviated Key Title: Sch J Phys Math Stat ISSN 2393-8056 (Print) | ISSN 2393-8064 (Online)

Circling a Regular Pentagon with Straightedge and Compass in Euclidean Geometry

Tran Dinh Son,
Independent Mathematical Researcher in the UK

DOI:
https://doi.org/10.36347/sjpms.2024.v11i08.001

*Corresponding author: Tran Dinh Son
Independent Mathematical Researcher in the UK;

https://saspublishers.com/media/articles/SJPMS_118_83-88_FT.pdf

6th Invention:

Published on 16/09/2024 on The Scholars Journal Of Physics, Mathematics & Statistics:
Scholars Journal of Physics, Mathematics and Statistics
Abbreviated Key Title: Sch J Phys Math Stat
ISSN 2393-8056 (Print) | ISSN 2393-8064 (Online)
Journal homepage: https://saspublishers.com

Pentagoning the Circle with Straightedge & Compass

Tran Dinh Son
Independent Researcher in Mathematics in the United Kingdom

DOI:
https://doi.org/10.36347/sjpms.2024.v11i09.001

*Corresponding author: Tran Dinh Son

Received: 25.08.2024 | Accepted: 14.09.2024 | Published: 16.09.2024.
https://saspublishers.com/media/articles/SJPMS_119_101-107.pdf